கோபல்ல கிராமம்

கோபல்ல கிராமம்

கி. ராஜநாராயணன் (1923–2021)

கோவில்பட்டி அருகே இடைசெவல் கிராமத்தில் ஸ்ரீ கிருஷ்ண ராமானுஜம் – லக்ஷ்மி அம்மாள் தம்பதியரின் ஐந்தாவது குழந்தை கி. ராஜநாராயணன். இவருக்குப் பெற்றோர் இட்ட பெயர் ஸ்ரீகிருஷ்ண ராஜநாராயண பெருமாள் ராமானுஜம் நாயக்கர். இவரது முன்னோர்கள் சில நூற்றாண்டுகளுக்கு முன்னர் தெலுங்கு தேசத்திலிருந்து வந்து இங்கே குடியேறியவர்கள்.

கி.ரா.வின் படிப்பு எட்டாம் வகுப்புடன் நின்றுவிட்டது. ஆனால் நிறைய புத்தகங்களைப் படிக்கத் தொடங்கினார். கரிசல் பூமியும் அதன் மக்களும் இவரை எழுதத் தூண்டின. தந்தையிடமிருந்து கேட்ட கதைகள் அதற்கு உரமிட்டன. கி.ரா.வின் எழுத்து நடை கிராமிய மணமும் கரிசல் மண்ணின் அழகும் கொண்டது. பாமர மக்களின் பேச்சுவழக்கையும் சொலவடைகளையும் லாவகமாகக் கையாண்டவர். இவரது முதல் நாவலான 'கோபல்ல கிராமம்' பெரிய வரவேற்பைப் பெற்றது. தொடர்ந்து நாடோடி இலக்கியம், சிறுகதைகள், நாவல்கள், கட்டுரைகள் என்று முப்பதுக்கும் மேற்பட்ட நூல்களை எழுதியுள்ளார். இவரது வட்டார வழக்குச் சொல்லகராதி ஒரு முக்கியத் தொகுப்பு.

கதைசொல்லி என்ற இதழை நடத்தினார். பாண்டிச்சேரியில் வசித்த இவர், அங்குள்ள பல்கலைக்கழகத்தில் நாட்டுப்புறவியல் துறையின் இயக்குநராகப் பணிபுரிந்துள்ளார்.

இவர் சாகித்ய அகாதெமி விருது, இலக்கிய சிந்தனை விருது, தமிழக அரசின் விருது, கனடா தமிழ் இலக்கியத் தோட்டத்தின் 2016ஆம் ஆண்டுக்கான தமிழ் இலக்கியச் சாதனை விருது உள்ளிட்ட தமிழின் முக்கிய இலக்கிய விருதுகளைப் பெற்றிருக்கிறார்.

கி.ரா. 2021ஆம் ஆண்டு மே மாதம் 17ஆம் நாள் புதுச்சேரியில் காலமானார். அவரது சொந்த ஊரான இடைசெவலில் அரசு மரியாதையுடன் அவர் உடல் தகனம் செய்யப்பட்டது.

● அன்பார்ந்த வாசகருக்கு,

வணக்கம்.

காலச்சுவடு நூலை வாங்கியமைக்கு நன்றி.

நூலின் உள்ளடக்கம், உருவாக்கம், அட்டைப்படம் இன்ன பிற அம்சங்கள் பற்றிய உங்கள் கருத்துகளையும் ஆலோசனைகளையும் காலச்சுவடு வரவேற்கிறது. தகவல், எழுத்து, வாக்கியப் பிழைகள் தென்பட்டால் அவசியம் தெரிவித்து உதவுங்கள். நூல் தயாரிப்பில் கடும் குறைபாடு இருப்பின் மாற்றுப் பிரதி உங்களுக்குக் கிடைக்கக் காலச்சுவடு ஏற்பாடு செய்யும்.

மின்னஞ்சல்: **publisher@kalachuvadu.com**

காலச்சுவடு நாகர்கோவில் அலுவலகத்திற்குக் கடிதம் அனுப்பலாம்.

தங்கள்
எஸ்.ஆர். சுந்தரம் (கண்ணன்)
பதிப்பாளர் — நிர்வாக இயக்குநர்

Unauthorised use of the contents of this published book, whether in e-book or hardcopy format, for any type of Artificial Intelligence (AI) training — including but not limited to Machine Learning, Deep Learning, Natural Language Processing, Computer Vision, Chatbot Training, Image Recognition Systems, Recommendation Engines, and Language Models — is strictly prohibited without prior licensing from the publisher. Any such unauthorised use may result in legal action.

கி. ராஜநாராயணன்

கோபல்ல கிராமம்

காலச்சுவடு பதிப்பகம்

கோபல்ல கிராமம் ✦ நாவல் ✦ ஆசிரியர்: கி. ராஜநாராயணன் ✦ கி.ரா. திவாகரன், கி.ரா. பிரபி (எ) பிரபாகர், க. சங்கர் (எ) இளவேனில் ✦ முதல் பதிப்பு: ஜூலை 1976, காலச்சுவடு முதல் பதிப்பு: டிசம்பர் 2006, இருபத்திரெண்டாம் பதிப்பு: ஆகஸ்ட் 2025 ✦ வெளியீடு: காலச்சுவடு பப்ளிகேஷன்ஸ் (பி) லிட்., 669 கே.பி. சாலை, நாகர்கோவில் 629001

koopalla kiraamam ✦ Novel ✦ Author: Ki. Rajanarayanan ✦ © Ki.Ra.Diwakaran, Ki.Ra. Prabhakar, K. Sankar (Puduvai Ilavenil) ✦ Language: Tamil ✦ First Edition: July 1976, Kalachuvadu First Edition: December 2006, 22nd Edition: August 2025 ✦ Size: Demy 1 x 8 ✦ Paper: 18.6kg maplitho ✦ Pages: 208

Published by Kalachuvadu Publications Pvt. Ltd., 669 K.P. Road, Nagercoil 629001, India ✦ Phone: 91-4652-278525 ✦ e-mail: publications @kalachuvadu.com ✦ Illustrations: K.M. Adimoolam ✦ Printed at Mani Offset, Chennai 600077

ISBN: 978-81-89359-46-1

08/2025/S.No.189, kcp 5942, 18.6 (22) rsss

எங்கள்
தகப்பனாரைப் பெற்ற
பாட்டியார்
ராயங்கல அக்கம்மாள்
அவர்களுக்கு

கோவிந்தப்ப நாயக்கர் அப்பொழுதுதான் ஆகாரம் பார்த்துவிட்டு வீட்டின் முற்றத்திலுள்ள வேம்படியிலுள்ள பலகைக் கல்லில் வந்து உட்கார்ந்து வெற்றிலை போட்டுக் கொண்டிருந்தார். எதிரே கோட்டைச்சுவர் நிழலில் ஊர்க் குடும்பன் அவருக்கு முன்பாக கைகளைக் கட்டிக்கொண்டு நின்றுகொண்டிருந்தான்... கோவிந்தப்ப நாயக்கர் திரும்பவும் வெற்றிலை போட ஆரம்பித்தார். ஒரே தடவையில் ஐந்து களிப் பாக்குகளுக்குக் குறைந்து அவர் போடுகிற வழக்கம் இல்லை! சாதாரணமாக எல்லோருக்கும் ஒரு பாக்கே போதுமானது. சிலர் அபூர்வமாக இரண்டு பாக்குகள் போடுகிறதும் உண்டு. முதலில் மூன்று பாக்கை எடுத்து வாயில் போட்டுக்கொண்டார். தனித்தனி வெத்திலையாக எடுத்து சுண்ணாம்பு தேய்க்கும் வழக்கம் இல்லை. மும்மூன்று வெத்திலையாகவே எடுத்து, வளமான சுண்ணாம்பைத் தடவி, இறுக்கமாக மடித்து வாயில் இட்டு மொறுக் மொறுக் என்று மெல்லும்போது காதுகளின் பக்கத்தில் மேல்தாடையின் எலும்புப்புடைப்பு மேலும் கீழும் வந்து வந்து போவது தெரியும். இப்படியாக அவர் ஒரு தேரத்துக்கு ஐந்து பாக்கும் அரைக்கட்டு வெத்திலையையும் 'தகர்த்து' விடுவார்.

"வெத்திலை போடுகிறவர்கள் ஏன் அதைத் துப்புகிறார்கள் தெரியுமா? திரும்பவும் வெத்திலை போடுறதுக்குத்தான்!" என்று அவர் சொல்லுவார்.

இடதுபுறங்கை விரல்களின்மீது வெத்திலைச் சக்கையைத் துப்பி வீசிவிட்டு மூன்றாவது வட்டத்துக்குப் போடத் தயாரானார். பத்துத்தரம் வெத்திலைபோட்டால் ஒருதரம்தான் சேர்மானம் சொகமாய் அமைகிறது. அந்த ஒரு தரத்துக்கு ஏங்கித்தான் இத்தனை தடவைக்கு அவஸ்தைப் பட வேண்டிய திருக்கிறது. வெத்திலை 'பிடித்து' வருகிறது என்றால் போட்டுக்கொண்டே வரும்போது அது தெரிந்துவிடும். அந்த மணமே ஒரு தனி.

நூலிலிருந்து

முன்னுரை

கோபல்லம் என்ற கிராமத்தினுள்ளே. . .

*1979*இல் புதுமைப்பித்தனின் காஞ்சனை தொகுதி படிக்கக் கிடைத்தது. அடுத்ததாக, ஒரு நண்பனின் ஆலோசனையின் பேரில் கோபல்ல கிராமத்தை எடுத்துப் படித்தேன். அமெரிக்கன் கல்லூரி நூலகத்தில் இதுபோன்ற நூல்கள் ஏகப்பட்டவை இருந்தன. ஒருவேளை, அந்தச் சமயத்தில் இரண்டாவது புத்தகமாக மௌனியின் கதைகளைப் படிக்க நேர்ந்திருந்தால் என்ன ஆகியிருக்கும் என்று சிலசமயம் நினைத்துக் கொள்வேன். திகைத்துப் போய் மிரண்டு விலகவும் நேர்ந்திருக்கலாம். மாற்று எழுத்தின்பால் எனக்கு உண்டான ஆர்வத்துக்கு ஆரம்பக் காரணங்களில் ஒன்றாக கோபல்ல கிராமம் இருந்தது இனிமையான ஒரு தற்செயல என்று கருதுகிறேன். அதுவரை நான் படித்தவை நாவல் என்ற பெயரில் தொகுக்கப்பட்ட தொடர்கதைகள்தாம் என்று உடனடியாகப் புரிந்தது. புதுமைப்பித்தனை விடவும் கி. ராஜநாராயணனிடம் கூடுதலாக இருந்த ஒரு அம்சம், அவர் எழுத்தாளர் என்ற பீடத்திலிருந்து என்னுடன் உரையாடவில்லை என்பது. கோபல்ல கிராமவாசிகளில் ஒருவராக இருந்து தமது வம்சக் கதையைச் சொல்லும் கதைமாந்தராகவே தென்பட்டார்.

கதைமாந்தர்களில் ஒருவர் நூலுக்குள்ளிருந்து வெளியேறி கோபல்ல கிராமத்தை வாசிக்க நேர்ந்தால் இந்த நூலின் ஒரு வரியும் ஒரு அம்சமும்

அவருக்குப் புரியாமல் போகாது. தீவிர வாசகனுக்கான உள்ளோட்டமும், மேலோட்டமான வாசிப்புக்கும் உகந்த எளிமையும் உள்ள ஆபூர்வமான வசீகரம் கொண்ட எழுத்து.

வாசிப்பவனின் தோள்மீது கைபோட்டுக்கொண்டு இயல்பான குரலில் பேசும் எழுத்து. பேச்சு வழக்குக்கும் எழுத்து மொழிக்குமான இடைவெளியை மெல்லமெல்ல அழித்துச் செல்லும் எழுத்து. எளிமையாகவும் நேரடியாகவும் கதை சொல்வதால், மொழியின் அழகிலும் லாகவத்திலும் சமரசம் செய்து கொள்வதில்லை கி.ரா.

...இப்படியாக ராவும் பகலும் அந்த ஊருணியில் உயிர் தின்று உயிர் வாழும் காரியம் நடந்த வண்ணமிருக்கும்...

...ஐம்புத்தட்டைகள் கொழுத்து வளர்ந்து கம்மங் கதிர்கள்போல் கதிர் வாங்கியிருந்தது. கொஞ்ச தூரத்தில் ஒரு கதுவாலிப் பறவை 'குட்டிச் சேர் ஆ குட்டிச் சேர்' என்று கத்தியது... ஐம்புத்தட்டையையும் கதுவாலிப் பறவையையும் அறியாத வாசக மனமும் கூட இந்தச் சித்தரிப்பில் திளைக்கத்தான் செய்யும்.

துலுக்க ராஜாவுக்கு அஞ்சி தெற்கு நோக்கி ஓடிவரும் தெலுங்குக் குடும்பம் கோபல்லம் என்ற புதிய கிராமத்தை உருவாக்கி நடைமுறையாக வாழ்ந்து வரும் காலகட்டம். ஊருக்கு வெளியில் உள்ள ஊருணியில் ஒரு கொலை நடந்துவிடுகிறது. கொலைகாரனை விசாரித்துக் கழுவேற்றுகிறார்கள். பிற்பாடு, பாரதம் முழுக்கப் பரவிய ஆங்கிலேயர் கோபல்ல கிராமத்துக்கும் வருகை தருகிறார்கள்.

இவை நிகழ்ந்துகொண்டிருக்கும்போதே, கோட்டையார் குடும்பத்தின் மூத்த ஜீவனான மங்கத்தாயாரு என்கிற பூட்டியின் நினைவுகூரலாகப் பூர்வ கதை விரிகிறது.

பூட்டியின் விவரிப்பில் இறந்தகாலத்திலும், கோவிந்தப்ப நாயக்கரின் பார்வையில் நிகழ்காலத்திலுமாக ஒரே சமயத்தில் இரு காலங்களில் நிகழ்கிறது கதை. நிகழ்காலம் திறந்த விதமாக நடப்பியல் சார்ந்தும், இறந்தகாலம் மர்மம் சூழ்ந்ததாக தேவதைக் கதைகளின் கனவுத் தன்மை கொண்டும் விளங்குகின்றன.

வாசிப்பவனுக்குள்ளிருக்கும் முதிர்மனத்தையும் குழந்தை மனத்தையும் ஒரே சமயத்தில் கிளர்த்துகிறது கதையின் போக்கு.

துலுக்க ராஜாவிடமிருந்து தப்பி ஓடி வரும் வழியில் மங்கத்தாயாருவின் குடும்பத்தை நதியின் மறுகரை சேர்ப்பதற்காக கிளை வளைந்து ஏந்தும் எதிர்க்கரை அரச மரமும்,

இவர்கள் ஒரு கோயிலுக்குள் பதுங்கியிருக்கும் சந்தர்ப்பத்தில் பெண் தெய்வமொன்று அடைக்கலம் தருவதும், இவர்களைத் தேடிவந்த குதிரைவீரர்களின் எதிரில் இருந்தும் அவர்கள் பார்வைக்கு இவர்கள் தட்டுப்படாமல் போவதும், வேறொரு துலுக்க ராஜாவின் துரத்தலுக்கு அஞ்சி ஓடும் துளசி என்ற சிறுமியைப் பூமி பிளந்து விழுங்குவதும், கிராமத்தை நிறுவுவதற்காகக் காட்டை எரிக்கும் சந்தர்ப்பத்தில், 'சுத்தக் கட்டியில் செய்ததைப் போன்ற வெள்ளியின் நிறத்தில், கைப்பருமனும் ஒன்றரைப் பாகம் நீளமுள்ளதாக' வெளியே வந்து ஓடும் பாம்பும், நடப்பியலின் தர்க்கத்துக்கு அப்பால் நடப்பவை என்றாலும் கதையோட்டத்தின் ஈர்ப்பில் இவற்றில் எதையுமே நம்புவதற்குத் தயக்கமில்லை வாசகனுக்கு.

மங்கத்தாயாருவின் சுற்றத்தாரைக் காக்கும் பெண் தெய்வமும் பூமி விழுங்கிய துளசி என்ற சிறுமியும் ஒருவரேதானோ என்ற ஐயமும் எழத்தான் செய்கிறது.

ஒரு ஜனசமூகம் தன் பூர்விக நிலத்தை விட்டு நிர்ப்பந்தத்தின் பேரில் இடம்பெயரும் வரலாறு, அதன் சமூகவியல் அழுத்தங்களை உதிர்த்து ஒரு தேவதைக் கனவுபோல விவரிக்கப்படுகிறது. மங்கத்தாயாருவின் சுற்றத்தாரைத் துரத்திய துலுக்க ராஜா யார், அவன் எந்த ராஜ்யத்தை ஆண்டவன், எந்தக் காலகட்டம் என்பதுபோன்ற வரலாற்றுத் தகவல்கள் விடுபட்டிருக்கின்றன. பூர்வகதையின் புகைமூட்டத்துக்கு உதவிகரமாக இருக்கும் அம்சம் இது.

கதைமாந்தருடன் படைப்பாளிக்கு எவ்வளவு நெருக்கமும் வாஞ்சையும் இருக்கிறதோ, அதே அளவு நெருக்கம்தான் வாசகனுக்கும் கதைமாந்தருக்கும் இருக்கும். இந்த நெருக்கம் வெளிப்படையாகத் தெரிவது அல்ல. ஆசிரியரின் புகாரற்ற விவரிப்பின் வழியாகவும், கதைமாந்தர் ஒருவருக்கொருவர் கொள்ளும் நேசத்தின் வழியாகவும் மௌனமாகத் தொற்றுவது.

தமது பரம எதிரியான கொத்த பாவையாவின் மந்தைப் புஞ்சையில் கம்மம் பயிர் அமோகமாக விளைந்திருப்பதைக் கண்டு வயிற்றெரிச்சல் கொள்ளும் பங்காரு நாயக்கர் இரவோடிர வாகக் கதிர்களை உழுது தள்ளிவிடுகிறார். அடுத்துப் பெய்த மழையில் கம்மம் பயிர் பல மடங்கு அதிகமாகப் பொங்கிப் பெருத்துவிடுகிறது. கெடுதல் நினைத்துச் செய்திருந்தாலும் விளைவு நல்லதாக இருந்ததால் கிராமம் அவரை மன்னிக்கிறது.

கோட்டையார் வீட்டில் கொள்ளையடிக்க வந்த தீவட்டிக் காரர்கள் தோற்றுத் திரும்பிப் போகும்போது 'கிடையில்

இருக்கும் ஆடுகளில் நல்ல கொழுத்த கிடாயாக நாலு கிடாய்களைப் பிடித்துக்கொண்டு' போய்விடுகிறார்கள். அவர் களில் நாலுபேரையாவது கொன்று புதைத்திருந்தால் இப்படி நடந்திருக்குமா என்று கீதாரி கோபப்படுகிறார். ஊர்க்குடும்பன் அக்கையாவையும் அக்கையா கிருஷ்ணப்ப நாயக்கரையும் பார்க்கிறார்கள். கிருஷ்ணப்பர் தமது தமையன் கோவிந்தப்ப நாயக்கரை ஏறிட்டுப் பார்க்க சிரமப்படுகிறார். திருட வருகிறவர்கள் யாரையும் கொல்லக் கூடாது என்று ஏற்கெனவே ஒரு முடிவு எட்டப்பட்டிருக்கிறது என்பது வாசகனுக்கு மறைமுகமாகத் தெரிவிக்கப்படுகிறது.

கழுவேற்றப்பட்ட கொலைகாரன் தாகம் என்று தவிக்கும் போது, 'தவிச்ச வாய்க்குத் தண்ணீர் தரக்கூடாதுண்ணு யார் சொன்னா. கொடு. ஓடு ஓடு.' என்கிறார் கோவிந்தப்ப நாயக்கர்.

கோபல்ல கிராமம் கெட்டவர்களே இல்லாத ஆதரிச கிராமமாக விளங்குகிறது. நல்ல மனசு திரவத்தி நாயக்கர் என்றே ஒரு பாத்திரத்திற்குப் பெயர். தீயவர்களாகச் சித்தரிக்கப்படும் ஓரிருவரும் கிராமத்துக்கு அந்நியர்களாய் இருக்கிறார்கள் – துலுக்க ராஜா, கழுவன் போன்றவர்கள் மாதிரி.

என்றாலும் ஒரே ஒரு இடத்தில் மட்டும் 'மனுசப்பயல்கள்' மேல் விமர்சனம் பதிவாகிறது. உடும்பையும் குழிமுயலையும் பிடிக்கும் தந்திரோபாயங்களையும் உணவாகவும் மருந்தாகவும் அவற்றைப் பயன்படுத்துவதையும் இயல்பாக விவரித்துச் செல்கிறார் ஆசிரியர். ஆனால் வேறு மாட்டுக்குப் பிறந்த கன்றைத் தன்னுடையது என இன்னொரு பசு நம்பிப் பால்கொடுக்க வைப்பதற்கு வாகடம் புல்லையா ஒரு தந்திரம் செய்கிறார். 'தழையிறது' என்று அதற்குப் பெயர்.

வேத்துக் கன்றைத் தனது கன்றாக நினைத்துப் பாசத்தோடு நக்கிக்கொடுக்கும் பசுவைப் பார்த்து அந்தக் கிராமத்து மனிதன்கள் சிரிப்பார்கள். அந்தச் சிரிப்பில் பெண்டுகளும் சேர்ந்துகொள்வாள்கள்.

எழுத்தின் போக்கு தனது மையத்தை விட்டு விலகுவது இயல்பாக நிகழ்கிறது. சொல்முறை அதற்கு உதவுகிறது.

ஆசிரியர் சொல்லும் பகுதி எது, கதையை நவில்வோன் சொல்லும் பகுதி எது, கதை மாந்தர் சொல்லும் பகுதி எது என்ற மயக்கம் நூல் முழுவதும் விரவிக் கிடக்கிறது. நவீன எழுத்து சகஜமாகக் கைக்கொள்ளும் உருவக் குழப்பமும்,

மொழிப் புழுக்கமும் இல்லாமலே இது நிகழ்ந்துவிடுகிறது. எளிமை என்ற பெயரில் மொழி தட்டையாகவும் நகர்வதில்லை.

ஒன்றுக்கொன்று தொடர்பற்றவை போலத் தென்படும் உதிரிச் சம்பவங்கள் பலவும் சூட்சுமமாகக் கோக்கப்பட்டு கோபல்ல கிராமம் என்ற பெருநிகழ்வாக உருவாகின்றன. கதை தன்னிச்சையாக நகர்ந்துகொண்டே போகிறது – ஆசிரியர் கையை மீறி.

வாஸ்தவத்தில் யாருடைய கதை இது, கம்மாளப் பெண்ணைக் கொன்றதற்காக தீரவாசத்துக்காரன் கழுவேற்றப்பட்டதைச் சொல்லவந்த கதையா, துலுக்க ராஜாவின் பெண்ணாசைக்குத் தப்பி தெற்கே ஓடிவந்து குடியமர்ந்த நாயக்கர்களின் கதையா, அல்லது நாவல் தொடங்கும்போதும் முடிந்த பின்னும் உயிருடனிருக்கும் பூட்டி மங்கத்தாயாருவின் வம்சம் தழைத்த கதையா என்று அறுதியாகச் சொல்வதற்கில்லை. நிகழ்வுகளின் கால வரிசை குலையும்போது வாசிப்பின் சுவாரசியம் மேலும் அதிகரிக்கிறது.

நடைமுறை வாழ்வையே என்றோ நடந்தது போன்ற தொலைவுடன் சொல்ல முற்படும்போது நடப்பியல் வாழ்வே கர்ணபரம்பரைக் கதையின் சாயல் கொள்கிறது. அன்றாட நிகழ்வுகளுக்குள் இருக்கும் கதைத்தன்மையைப் பறித்தெடுக்கும் யுக்தி அற்புதமாகப் பதிவாகியிருக்கும் சந்தர்ப்பம் என்று கழுவனை விசாரிப்பதற்காகக் கூடும் பஞ்சாயத்துக் காட்சியைச் சொல்லலாம்.

பஞ்சாயத்துக்கு வந்து சேரும் ஒவ்வொருவரும் அவர்களின் பட்டப்பெயர்களுடனும், அவை சூட்டப்பட்டதற்கான காரணங்களுடனும் அறிமுகமாகிறார்கள். ஒவ்வொருவரையும் சுற்றித் தனித்தனியான கதை மையங்கள் உருவாகின்றன. இவற்றின் வழியாக கோபல்ல கிராமம் பற்றிய பெருங்கதை பின்னப்படுகிறது.

கோபல்ல கிராமத்துக்குள் ஆங்கிலேயரின் வருகை சொல்லப்பட்டதற்கு அடுத்த அத்தியாயத்தில் விட்டில்கள் படையெடுத்து உண்டாக்கும் அழிவு விவரிக்கப்படுகிறது. விட்டில்கள் ஆங்கிலேயருக்குக் குறியீடாக மாறுவதும் வெகு இயல்பாக நிகழ்கிறது.

90களின் ஆரம்பத்தில் தமிழில் வந்திறங்கிய சில இலக்கியக் கோட்பாடுகள் முன்வைத்த வாசிப்பின் இன்பம், மையமற்ற எழுத்து, நேர்கோட்டிலல்லாத எழுத்து போன்ற

கருதுகோள்கள் இந்த நூலில் அதற்கு இருபது வருடத்துக்கு முன்பே செயல்பட்டிருக்கிறது. சமூகவியல் பார்வையும் இலக்கிய விமர்சனமும் கூட்டாக இயங்கி உருவாக்கும் கோட்பாடுகளைவிடவும் படைப்பாளியின் நுண்ணுணர்வு மேலாண்மை கொண்டது என்பதும் உறுதி செய்யப்படுகிறது.

ஒரு கதை எப்போது நாவலாகிறது என்பது மிகப் பெரிய கேள்வி. நாவல் என்ற அகண்ட தளத்தின் நிபந்தனைகள் அழுத்தமானவை. நாவல் முழுவதும் வெளிப்படையாகவோ, மறைமுகமாகவோ ஒரு தத்துவ விசாரம் ஓடுவது; கதையின் பரப்பில், கதை நிகழும் கால = வெளிப்பரப்பில் இருக்கும்மாறு பாடுகளின் வீச்சும் விந்நியாசங்களும் என்று ஆரம்பித்து அவற்றைப் பட்டியலிட்டுக்கொண்டு போகலாம்.

ஒரே குடும்பமாக ஓடிவந்தவர்கள் ஓரிரு தலைமுறைகளுக்குள் பல குடும்பங்களாகப் பிரிந்து விடுவதும், அவரவருக்கான நிலத்தை உடமையாக்கிக்கொள்வதும் பிற குடும்பங்களைவிடவும் கோட்டையார் குடும்பம் பொருளாதாரரீதியில் மேலானவர்களாக உருவாவதும் விஸ்தாரமாகச் சொல்லப்பட்டிருக்கும் பட்சத்தில் கோபல்ல கிராமத்தின் நரம்பு மண்டலம் வேறு ஒரு கோணத்தில் பதிவாகியிருக்கும்.

உண்மையில், விவரிக்கப்பட்டிருப்பது கோபல்லம் என்ற கிராமத்தின் கதை என்பதைவிட மங்கத்தாயாருவின் குடும்பக் கதை என்றுதான் சொல்ல வேண்டும். இந்தக் குடும்பத்துக்கும் கிராமத்தில் குடியமர்த்தப்படும் தச்சர்கள் கொல்லர்கள் போன்ற பிற சாதிகளுக்கும் உள்ள உறவு நிலைகள் விவரிக்கப்பட வில்லை. அவ்வாறு விவரிக்கப்படும்போது இந்தக் குடும்பத்தின் இன்னொரு முகம் தெரிவதற்கு வாய்ப்பிருக்கிறது. அப்போது கதையின் போக்கு வேறு திசையில் நகர்ந்து ஆழம் பெறவும் வாய்ப்புண்டு.

இன்றைய பின்னோக்கிய பார்வையில், தமிழ் நாவல் வந்து சேர்ந்திருக்கும் இடத்தை முன்னிட்டு, நாவலின் இலக்கணம் எனக்குள் மாறியிருக்கிறது. என்றாலும் கோபல்ல கிராமம் ஒரு முன்மாதிரியான நெடுங்கதை என்பதில் எனக்குச் சிறிதும் சந்தேகமில்லை. கி.ரா.வின் பிற படைப்புகளிலிருந்தும் தனித்துவ மான படைப்பு இது.

சொல்லலின் சுவாரசியத்தில், அறியாத ஊரின் வழிகாட்டி போல ஆசிரியர் பேசத் துவங்கும் இடங்கள் கதையோட்டத்தைத் தடைசெய்யும் விவரணைகளாக மாறுகின்றன. கிராமங்களில் பொதுவாக மனிதர்களுக்குத் துலங்கும் பெயர்கள் வந்து

சேரும் விதம், குந்தம் என்ற கண் நோய் பற்றிய விவரிப்பு, சென்னா தேவியின் சிரிப்பு வகைகள் இவற்றை உதாரணமாகச் சொல்லத் தோன்றுகிறது.

நாட்கள் மனப்புண்ணை ஆற்றினாலும் நினைப்பு என்னும் கோல் படும்போது அதில் மீண்டும் ரத்தம் கசிகிறது...

பெண்ணுக்கு அநீதி என்றால் அவர் இப்படித்தான் கொதிப்பார். சாந்த மூர்த்தியான ராமனைத் தெய்வமாக வழிபட்டாலும், அவர் லக்ஷ்மணன்போல கோபியாகவே இருக்கிறார்...

என்பது போன்று, கதைமாந்தர்களில் ஒருவராகவே தென்படும் கதைசொல்லி, நேரடியாகவும் தத்துவத்தொனியிலும் குறுக்கிடும் இடங்களும் உணர்வொன்றிய வாசிப்பைத் தடை செய்வதாகவே இருக்கின்றன.

அக்கையாவின் வெற்றிலைக் குறும்பில் சிக்கிக்கொண்ட சுந்தரப்ப நாயக்கர் எழுத்தின் வேகத்தில் கிருஷ்ணப்ப நாயக்கராக மாறுகிறார்.

என் பதின்பருவத்தின் இறுதிப் பகுதியில் கோபல்ல கிராமத்தை வாசித்தேன். ஏகப்பட்ட கதாபாத்திரங்களும் சம்பவங்களும் வரிசைகட்டி வரும் நூலில் கோவிந்தப்ப நாயக்கர் தமக்குத்தாமே உருவாக்கிக்கொள்ளும் பிரமைகள் பற்றிய பகுதியைப் படித்தபோது அடைந்த பரபரப்பு இன்னமும் நினைவிருக்கிறது. ஒரு மிகப்பெரிய கூட்டுக் குடும்பத்தின் தலைவராகவும், ஊரின் தலையாய மனிதராகவும் இருப்பவர் அவர்.

திடீரென்று மனோராஜ்யத்தில் இறங்கி, தனது இரண்டு கண்களும் குருடாகிவிட்டதாகவும் தன்னுடைய சகோதரர்கள் தன்னைக் கைவிட்டு விட்டதாகவும் தான் ஏழையாகி அநாதையாகிவிட்டதாகவும் இந்த இலைகளைத் தைத்து விற்றுத்தான் பிழைப்பதாகவும் நினைத்துக்கொண்டு கண்களை மூடிக்கொண்டு கண்ணீர் விட்டுக்கொண்டே தைப்பார்.

என்னுடைய இயல்பான மனோபாவம் காரணமாகவும் குடும்பச் சூழ்நிலை காரணமாகவும் வயதின் காரணமாகவும் விதவிதமான உணர்ச்சிச் சந்திகளைக் கற்பிதமாக உருவாக்கிக் கொண்டு அவற்றில் மிதந்து மிதந்து நான் தப்பிக்கொண்டிருந்த நாட்கள்.

கோவிந்தப்ப நாயக்கருடன் எனக்கு ஆழமான பிடிப்பு உடனடியாக உருவாகிவிட்டது. பிராயம் காலகட்டம் சமூக

பொருளாதார வாழ்க்கைச் சூழல் என்பன போன்ற பல்வேறு அம்சங்களின் வழியாக தடைச்சுவராக எழுந்து நின்ற வேறுபாடுகள் யாவும் ஒரே நொடியில் தகர்ந்துவிட்டன. என்னுடைய நகலாக கோபல்ல கிராமத்துத் திண்ணையில் அவர் உட்கார்ந்து கொண்டிருக்கிறார் என்று பட்டது.

இலக்கியத்தின் செயல்பாடு பற்றியும் படைப்புநிலையின் கூர்மை பற்றியும் அடிப்படையான ஒரு அம்சம் புலப்பட்ட சந்தர்ப்பம் அது.

யுவன் சந்திரசேகர்

(காலச்சுவடு பதிப்பகத்தின் கிளாசிக் வரிசைப் பதிப்புக்காக எழுதப்பட்ட முன்னுரை)

1

கிராமம் ஆழ்... ந்த தூக்கத்தில் லயித்திருந்தது.

நிலவு பட்டாய்ப் பிரகாசித்துக் குளுமையாய்க் காய்ந்துகொண்டிருந்தது.

மேல் காற்று அப்பொழுதுதான் சற்று அமர்ந்திருந்தது.

வெகு தூரத்திலிருந்து தினமும் பறந்து வரும் பழ வௌவால்கள், குளத்தங்கரை அத்தி மரங்களில் வயிறு முட்டப் பழங்கள் தின்றுவிட்டு, அவைகளின் இருப்பிடத்துக்குப் புறப்படுகிற வேளை.

இரவு ஜீவராசிகளின் அரவம் சன்னஞ்சன்னமாக ஒடுங்கிக்கொண்டு வந்தது. பூனைகள் வேட்டையை முடித்துக்கொண்டு வீடு திரும்பிக் கொண்டிருந்தன. கூகை, ஆந்தை முதலிய பறவைகள் பொந்துகளுக்குத் திரும்ப ஆரம்பித்துவிட்டன. பெருச்சாளிகள் அவைகளின் செலவை நோக்கித்

திரும்ப ஆரம்பித்துவிட்டன. ரா முச்சூடும் பாடிய சுவர்க் கோழிகளும் வாய் ஓய்ந்து தூங்க ஆரம்பித்துவிட்டன. நாய்கள் அவைகளது காவல் வேலையை முடித்துக்கொண்டு சுருண்டு படுக்கத் துவங்கிவிட்டன. இரவு தூங்க ஆரம்பித்துப் பகல் விழிக்கப் போகும் நேரம்.

பகல் ஜீவராசிகளின் முன்னோடியான சேவல் சிறகுகளைத் தட்டி கிராமத்தை விழிக்கச் சொல்லிக் கூவியது. கரிச்சானும் ஆள்க்காட்டியும் ஏற்கெனவே சத்தங்கொடுக்கத் துவங்கியிருந்தது. காகங்களும் கரைய ஆரம்பித்துவிட்டன.

கோவிலில் சங்கும் நகராவும் முழங்கியது.

முடிவுத் தூக்கத்தில் சோம்பல் முறித்துக் கண்விழித்தது கிராமம்.

முனகும் ஒலிகள்.

ஒட்டியிருந்த உடம்பைப் பிரித்துக் கொள்ளும்போது ஏற்படும் செல்லச் சிணுக்கட்டங்கள்.

பச்சிளம் குழந்தைகள் தாலியுடனோ மறு காம்பை நெருடிக்கொண்டோ முலை உண்ணும் மெல்லொலிகள்.

பெரியவர்கள் சிறுசுகளை எழுப்பும் அன்பான கண்டிப்புக் குரல்கள்.

கதவுகள் கிறீச்சிடும் ஒலிகள்.

செருமல்கள்; இருமல்கள்.

சாணிப்பால்கொண்டு முற்றம் தெளிக்கும் சத்தங்கள்.

கன்றுகளின் பால் தாகக் குரல்கள்; அதை வாங்கி எதிரொலிக்கும் தாய்மாடுகளின் கத்தல்கள்.

ஒரு ஜீவ இயக்கத்துடன் கிராமம் பூரணமாக விழித்துச் செயல்பட ஆரம்பித்துவிட்டது.

பெரியவர்கள் 'மந்தை'க்குப் போகிறார்கள். குழந்தைகள் 'தெரு'வுக்குப் போகிறார்கள். கிராமம் மலம்கழித்து சுத்தப்படுவதின் மூலம் சூழல் அசுத்தமாகிறது.

தெருவில் வந்து நின்றுகொண்டு தன் குழந்தையைப் பெயர் சொல்லி பலமாகக் கூவி அழைக்கிறாள் ஒருதாய்.

பொதுக்கிணற்றில் தண்ணீரைத் தட்டி சேந்தும் 'திடும்' சப்தங்கள். மாற்றுக்குடங்களை எதிரே பெற்றுக் கொள்கிறவர்களோடு சிறிய சம்பாஷணைகள்.

வீதியில் நிறுத்தியுள்ள மொட்டை வண்டியின் இருப்புச் சட்டத்தில் சாய்ந்து நின்றுகொண்டு ஒரு விடலைப் பிள்ளை குச்சியால் பல் தேய்த்துக்கொண்டே தண்ணியெடுக்கும் பொம்பிள்ளைகளைப் பார்த்துக்கொண்டிருக்கிறான்.

தொழுவங்களிலுள்ள கல் உரல்களில் பருத்திவிதை அறைபடும் ஓசை கேட்கிறது.

இளஞ்சூரியனின் செவ்வொளியில் இப்பொழுது கிராமம் குளித்துக்கொண்டிருக்கிறது.

குழந்தைகள் அன்றைய விளையாட்டை விளையாட ஆரம்பித்தனர். பெரியவர்கள் அன்றைய வேலைகளுக்குச் செல்ல ஆரம்பித்தனர்.

ஊரின் மேலத்தெருவிலுள்ள அந்த மாடி வீட்டைத்தான் கோட்டையார் வீடு என்று சொல்லுகிறது. கோட்டை கட்டி ஆண்டதினால் அந்தப் பெயர் வரவில்லை; அந்த வீட்டைச் சுற்றி கோட்டைச்சுவர் கட்டியிருந்தார்கள் ஒரு காலத்தில். அதனால் அந்த வீட்டாரை ஊரிலும் பக்கத்திலும் கோட்டையார் என்று அழைத்தார்கள்.

ரொம்பத் தாட்டியமாய் வாழ்ந்த குடும்பம். இப்பொழுது, சிதிலமடைந்த வீடும் இடிபாடுகள் அடைந்த கோட்டைச் சுவரும் ஏதோ புராதனச் சின்னங்கள்போல் சோகமாய் நின்று கொண்டிருந்தன. அந்தக் காரை வீடு கருப்பு நிறமாகிவிட்டது. மழைக்காலங்களில் அது இன்னும் கருப்பாகத் தெரியும். நத்தமண்ணினால் கட்டப்பட்ட கோட்டைச்சுவரில் பச்சை வெல்வெட் மாதிரி பாசி படர்ந்திருக்கும்.

வீட்டின் மாடியில் யாரும் குடியிருப்பு இல்லை. அதில் காட்டுப்புறாக்கள் வந்து தன்னிச்சையாக அடையும். கோட்டை யாருக்கு இதில் லாபம் உண்டு. விருந்தாளிகள் யாராவது வந்த அன்று கறிக்குச் சதை நிரம்பிய புறாக்குஞ்சுகள் கிடைக்கும்.

ஒரு காலத்தில் வீட்டைச் சுற்றிலும் பெரிய பெரிய மரங்கள் நின்றதுண்டு. இப்பொழுது அவ்வளவையும் வெட்டி விறகாக்கிச் 'சாப்பிட்'டாகிவிட்டது.

அந்தத் தெருவின் வழியாக இப்போதும் போகும் கிராம மக்கள் பவ்யமாக நடந்து செல்வார்கள். அப்படிச் செல்லும்

போது அவர்களுடைய பார்வையில், ஒட்டிய வயிறும் சிறுத்த இடையும் பசியினால் ஒளிரும் கண்களும் கொண்ட கோட்டையார் வீட்டு ஆட்கள் தட்டுப்படுவார்கள்.

எவ்வளவுதான் நொடித்துப்போனாலும் அவர்களிடம் உள்ள காம்பீர்யம் இன்னும் குறைந்த மாதிரி தெரியவில்லை. வீட்டுக்கு உள்ளே அவர்கள் நடந்து திரியும்போது உடம்பைத் தொய்வாகத்தான் வைத்துக்கொண்டு நடக்கிறார்கள். வேத்து ஆட்கள் முன்பு மார்பை நிமிர்த்தி மூக்கைச் சற்றே விடைத்துக் கொண்டு தக் தக் என்றுதான் அடிவைத்து நடப்பார்கள்.

வீட்டின் தலைவாசல் நிலையில் மரத்தில் செதுக்கப்பட்ட சங்கு சக்கரமும் நாமமும் பெரிதாகத் தெரிகிறது.

முற்றத்தைத் தாண்டி உள்ளே போனால் விசாலமான நீண்ட தாழ்வாரத் திண்ணை. அதன் இடதுபக்கத்தில் ஆள் உயரத்துக்கு ஒரு பெரிய்ய ஓழுக்கரைப்பெட்டி. அதன் இரண்டு கதவுகளிலும் பித்தளையினால் செய்து பதிக்கப்பட்ட சங்கு சக்கரமும் நாமமும். அந்தப் பெட்டிக்குள் ஒரு காலத்தில் விலைமதிக்க முடியாத நவரத்தினங்கள் பதித்த பொன் ஆபரணங்கள் நிறைந்திருந்தன. இப்பொழுது எருமைத்தோலினால் முறுக்கப்பட்ட உழவுவடங்களை எலிகள் கடித்துவிடாமல் இருப்பதற்காக – வைத்து மூடியிருக்கிறார்கள்.

பிரதான வாசலுக்கு நேராய் இப்போதைய வீட்டின் அதிகாரியும் மூத்தவருமான மணியம் அரசப்ப நாயக்கர் கல்த்தூணில் சாயாமல் நிமிர்ந்து உட்கார்ந்திருக்கிறார். காலை யில் வந்து உட்கார்ந்தவர்; மதியம் அடித்திரும்பியும் கூட அதே நிலையில் அப்படியே உட்கார்ந்திருக்கிறார். விடியிறதிலிருந்து அடையறதுவரை அவரால் அப்படியே உட்கார்ந்திருக்க முடியும்.

தினம் தவறினாலும் ஊருக்குள்ளிருந்தும் வெளியிலிருந்தும் வழக்குகள் அவரிடம் விசாரணைக்கு வருவது தவறாது. வியக்கும் பொறுமையுடன் காதுகொடுத்துக் கேட்டுக்கொண்டிருப்பார்.

கிராமத்தில் உருவாகும் வழக்குகளை இரண்டு வகையாகப் பிரிக்கலாம்.

(1) ஊர்ப்பொது கூடித் தீர்க்கும் வழக்குகள்.

(2) தனிநபர் செல்வாக்கின் கீழ் விசாரணைக்கு வரும் வழக்குகள்.

தரகு, மகிமை, காவல், அழிம்பு, நில ஆக்கிரமிப்பு, ஜாதியத் தகராறு, பொழிக்கல்லை நகட்டுதல், தீவைப்பு, தொள்ளாளித்

தலைக்கட்டுத் தகராறு இன்னும் இந்த மாதிரியான பொது விவகாரங்கலெல்லாம் ஊர்ப்பொதுச் சபை கூடித்தான் விசாரித்துத் தீர்ப்பு வழங்கும்.

குடும்பங்களுக்குள் ஏற்படும் உள்த்தகராறுகளான தாயாதிச் சண்டை, கணவன் – மனைவித் தகராறு, வயசாளிகளுக்கான அன்னவஸ்திரம், பாகப்பிரிவினை, சீதனத் தகராறு, இந்த மாதிரியான விவகாரங்கள்தான் தனிநபர் செல்வாக்குள்ளவர்களிடம் வரும். இவைகளில் சிக்கல் மிகுந்த வழக்குகள் சில சமயம் வந்துவிட்டால், நாள்க்கணக்கு மாசக்கணக்கு என்றாகி விடும் தீர்த்துவைக்க. ஏனெனில் காலமே இவைகளுக்கான அருமருந்து. ஒரு நீதிபதியால் தீர்த்துவைக்க முடியாத விவகாரத்தைக் காலம் சரியாக்கி விடுவதும் உண்டு.

எல்லாவற்றிலும் கஷ்டம் இந்த வழக்குகளைக் கேட்டுப் புரிந்துகொள்வதுதான்! கிராம மக்கள் தங்கள் வழக்குகளைத் தெரிவிக்க அவர்களுக்கு என்று ஒரு தனியான ‘சொல்நடை’ வைத்திருக்கிறார்கள்; இதிலே நபருக்கு நபர் வித்தியாசம் வேறு!

வாதியானவன்(ள்) வழக்கைக் கேட்டுக்கொண்டு இருப்பவரையே தனது பிரதிவாதியாகப் பாவித்துக்கொண்டு(!) “பாவிப் பயலே, உனக்கு நா என்ன செஞ்சேன்? எனக்கு நீ இப்படிச் செய்யலாமா?” என்று கேட்பான்(ள்)!

பார்ப்பவர்களுக்கு, வழக்குரைப்பவனுக்கும் கேட்பவனுக்கும் தான் தகராறோ என்று நினைக்கத் தோன்றும்.

“நீ விளங்குவயா; தொலங்குவயா; நீ நாசமாத்தான் போவெ” என்றெல்லாம்கூட வழக்கைக் கேட்பவரைப் பார்த்துக் கேட்பார்கள்!

இப்படிச் சமயங்களில் அரசப்ப நாயக்கர் குறுநகை காட்டி, அபயமுத்திரைபோல் தன் இடதுகையை உயர்த்தி ‘சற்றே அமைதி கொள்’ என்பதுபோல அசைப்பார். பேசியவள் மௌனமாகி தலைவணங்கி ஒதுங்கி நின்றுகொண்டு வழியும் கண்களை முந்தானையால் துடைத்துக்கொள்வாள்.

வழக்குத் தீர்க்கும் விஷயத்தில் கோட்டையார்கள் உயர்ந்த பண்புகளைக் கைக்கொண்டு வந்தார்கள். அவருடைய ‘பாட்டனாரின் பாட்டனார்’ காலத்திலிருந்தே இது அவர்களுக்குக் கை வந்த கலையாக இருந்தது.

நாட்டில் அப்போது பாளையப்பட்டுகளின் ஆட்சி முடிந்து ‘கும்பினி’ யானின் ஆட்சி சரியாக அமுலுக்கு வராத நேரம். ‘இடைவெளி’யான அந்த நேரத்தில் எங்கே

கண்டாலும் ஒரே கலவரம், பீதி, தீவட்டிக்கொள்ளை, வழிப்பறி, களவுகள் இப்படியாக ஒழுங்கு குலைந்து விட்டிருந்தது. எந்த அரசும் அமுலில் இல்லாததால் மக்களே கூடி தங்களையும் உடமைகளையும் தற்காத்துக்கொள்ள வேண்டியிருந்தது. போக்கிரிகளையும் திருடர்களையும் மக்களே பிடித்து ‘மக்கள் நீதி மன்றங்க’ளில் விசாரித்துத் தண்டனையும் வழங்கினார்கள்.

அந்தக் காலத்தில் ஒரு நாள்...

2

சரியான கோடைக்காலம்.

கயத்தாற்றுக்குப் பக்கத்திலுள்ள ஒரு கிராமத்தில் தன்னுடைய வீட்டிலிருந்து கோபித்துக்கொண்டு கம்மாளர் ஜாதியைச் சேர்ந்த ஒரு பெண் மங்கம்மா சாலை வழியாக நடந்து வந்துகொண்டிருந்தாள்.

கிடை எழுப்புகிற நேரத்துக்கும் மேலாகிவிட்டது. தாங்க முடியாத வெயில். குடிக்க எங்கேயாவது ஒரு சிரங்கைத் தண்ணீர் கிடைக்காதா என்று சுற்றும் முற்றும் பார்த்துக் கொண்டே வந்தாள்.

இப்போது மாதிரியில்லை; எந்தப் பக்கம் திரும்பினாலும் அப்போது இந்தக் கரிசல் காடு அடிவானம்தெரியாமல் கருவை மரங்கள் அடர்ந்து தெரியும். பல இடங்களில் தொகுதி தொகுதியாக உடைமரங்கள் அழுங்கலான – வெண்ணிறத்தில் அந்த மரங்களின் மேலே மெத்தை விரித்தது போலப் பூக்கள் பூத்துத் தேன் மணத்துக்கொண்டிருந்தது. அந்த உடைமரங்களின் அடிப்பாகம் தெரியாதபடி கோவைக் கொடிகள் குத்திப் படர்ந்திருந்தன. உடைப்பூவின் தேன் மணம் ஒரு கிறக்கத்தைத் தருவதாயிருந்தது. சிள் வண்டுகளின் எச்சான ஸ்தாயியின் ஒலிநீளம் நிற்காமல் போய்க்கொண்டே... இருந்தது. கடும் வெக்கையினால் காற்று விரிவடைந்திருந்தது. அதனால் மிகச் சிறிய

ஒலிகள்கூடத் தெளிவாகவும், இதற்கு முன்பு அந்த ஒலிகளைக் கேட்டதில்லையோ என்று எண்ணும்படியாகவும் காதில் விழுந்துகொண்டிருந்தது.

அவளுக்கு நாக்கு உலர்ந்துகொண்டே வந்தது. காதுகளில் நீண்டு தொங்கிக்கொண்டிருந்த பாம்படங்கள் வெளியே தெரியாமலிருக்கவும் வெயிலுக்காகவும் முக்காடு போட்டிருந்தாள். வியர்வையால் ஆடை தெப்பமாக நனைந்து போயிருந்தது. தாகமும் தனிமையும் அவளை வாட்டியெடுத்தது. முக்காடு சரிந்து விழாமல் இருக்க பற்களால் கடித்துக் கொண்டிருந்ததால் அந்தத் துணி வேறு வாயை உலர்த்தியது.

இப்படி நடந்துவந்துகொண்டே இருந்தவளுக்கு ஒரு இடத்தில் வந்ததும் கிளிகளின் கெச்சட்ட ஒலி கேட்டது. கொஞ்சம் நின்று கவனித்தாள். சமீபத்தில் எங்கோ தண்ணீர் நிரம்பிய ஒரு சோலை இருக்க வேண்டும் என்று நினைத்தாள். அவள் நின்றிருந்த இடத்திலிருந்து இரண்டு ஒற்றையடிப் பாதைகள் கிழமேலாகப் பிரிந்துபோனது. தொடர்ந்து சாலை வழியே போவதா ஒற்றையடிப் பாதையில் திரும்புவதா என்று அவளுக்கு விளங்கவில்லை. அவளை அறியாமலேயே அவளுடைய கால்கள் ஒற்றையடிப் பாதையில் நடந்தன.

நடந்துகொண்டே போன கொஞ்ச தூரத்துக்கெல்லாம் அங்கே தண்ணீர் இருப்பதுக்கான அடையாளங்கள் தெரிந்தன. செழிப்பான உயரமான நவ்வாமரங்கள் தட்டுப்பட்டது. அவளைக் கண்டு தண்ணீர்க்கோழி ஒன்று தன் குஞ்சுகளுடன் புதருக்குள் மறைந்தது. ஐம்புத்தட்டைகள் கொழுத்து வளர்ந்து கம்மங் கதிர்கள் போல் கதிர் வாங்கியிருந்தது. கொஞ்ச தூரத்தில் ஒரு கதுவாலிப் பறவை "குட்டிச்சேர் ஆ குட்டிச்சேர்" என்று கத்தியது.

அந்தப் பாதை அவளை ஒரு ஊருணிக்குக் கொண்டு வந்துவிட்டது. அந்த ஊருணியை ஒட்டித்தான் அந்த இடத்தில் மங்கம்மா சாலையும் சென்றது. அவள் தொடர்ந்து சாலை வழியே வந்திருந்தாலும் இந்த ஊருணியை வந்து அடைந்திருக்கலாம்.

இந்த ஊருணி கடுங்கோடையிலும் கூட வற்றாது. தண்ணீர் தேங்காய்ப்பால் மாதிரி இருக்கும். வழிப்போக்கர்களுக்கு இயற்கையன்னை கொடுத்த சீதனம்.

தண்ணீர்த்துறையில் பொதுவாகவே பல காரியங்கள் நடக்கும். தண்ணீர் ஒரு அரிய செல்வம். செல்வமானது இப்படி ஒரு இடத்தில் தனிமையாகத் தேங்கிக் கிடந்தால் அங்கே என்னதான் நடக்காது?

நண்டு தனது சொந்த சௌகரியத்துக்காக வளை தோண்டி வைத்திருக்கிறது. ஆனால் அங்கே இந்தக் குரவை மீனுக்கு என்ன சோலி! அந்த வளை நீரின் நிலையை ஒட்டி அதன் சிற்றலைகள் அந்த வளைக்குள் சென்று வரும்படியாக அமைத்திருக்கும். மண்ணும் தண்ணீரும் சேர்ந்து பதப்பட்டிருக்கும் அந்தச் சொதமண்ணில் வசிக்கும் மண்புழுவைத் தின்ன குரவை மீனுக்கு ரொம்பப் பிரியம். அந்தக் குரவை மீனைப் பிடித்துத் தின்ன நாரை ஒற்றைக்காலில் நிற்கிறது. நாரையைப் பிடித்துத் தின்ன நரி பதிப்போட்டுக் காத்துநிற்கிறது.

வேட்டையாடுகிறவன்கூட நீர்நிலையில் வந்துதான் காத்துக்கொண்டிருக்கிறான். அவனுக்குத் தெரியும், மிருகங்கள் எங்கே சுற்றித் திரிந்தாலும் கடேசியில் இங்கேதான் தண்ணீர் குடிக்க வர வேண்டும் என்று. மிருகங்களும் தங்கள் இரையைத் தேடி நீர்நிலையில் காத்திருப்பதுண்டு.

பகலில்தான் இந்த ‘உயிர்வாழும் பிரச்சினை’ என்று இல்லை; ராத்திரியும் கூட இதே கதைதான். ஊருணியின் கரை மரங்களில் தூங்கிக்கொண்டிருக்கும் பறவைகளை வேட்டையாட மரநாய்கள் வரும். வெருகுப்பூனைக்கும் மரநாய்க்கும் இந்தப் போட்டியில் கோரமான சண்டை நடக்கும். மரங்களுக்கும் புதர்களுக்கும் ஊடே புனுகுப்பூனைகள் முள்ளெலிகளை வேட்டையாடிக்கொண்டிருக்கும். இப்படியாக ராவும் பகலும் அந்த ஊருணியில் உயிர் தின்று உயிர் வாழும் காரியம் நடந்த வண்ணமிருக்கும்.

அந்தப் பெண் வேகமாகத் தண்ணீர் குடிக்க வந்து கொண்டிருந்தாள். அவள் வருவதையே ஒருவன் வைத்த கண் வாங்காமல் பார்த்துக்கொண்டிருந்தான். அவனும் ஒரு ‘வேட்டை’க்காகத்தான் காத்துக்கொண்டிருந்தான் அங்கே.

கைகளால் மொண்டு குடிப்பதைவிட அப்படியே அந்தக் குளிர்ந்த நீரில் விழுந்து வாயாலேயே குடிப்போமா என்றிருந்தது அவளுக்கு. சேலையைத் திரைத்து எடுத்துச் சொருகிக்கொண்டாள். மளமளவென்று தண்ணீருக்குள் இறங்கி இருகைகளையும் சேர்த்துவைத்துக்கொண்டு வாரிவாரிக் குடித்துக்கொண்டே இருந்தாள். முகத்தில் கழுத்தில் தண்ணீரை எடுத்து அறைந்துகொண்டாள். கைகளால் கோரி அந்தக் குளுமையான தண்ணீரில் முகத்தை வைத்து அளைந்தாள். ஒரு குழந்தையை வாரி எடுத்து அதன் மெல்லிய வயிற்றில் முகத்தைப் புதைத்து சுகம் காணும் ஒரு தாயின் செய்கையைப் போலிருந்தது அவள் செய்தது.

கரையில் நின்றுகொண்டிருந்த அந்த மனிதனுக்கு அவள் காதுகளில் அணிந்துகொண்டிருந்த பாம்படங்களின் மீதே கண்ணாக இருந்தது. சுற்றும் முற்றும் பார்த்துக்கொண்டே அவன் அவளை நெருங்கினான்.

ஓரக்கண்ணில் நிழலாடிய அந்த உருவத்தை அவள் சட்டென்று திரும்பிப் பார்த்தாள். தன்னை நோக்கி வந்து கொண்டிருந்த அவனைப் பார்த்து அவள் பயங்கொள்ள வில்லை; மாறாகச் சிரித்தாள்!

"என்னமா இருக்கு இந்தத் தண்ணி; நாய்க்குட்டி வளக்கலாம் போலிருக்கே!" என்றாள் மனம் திறந்த ஆனந்தத்தோடு அவனைப் பார்த்து. அந்த வெள்ளைச் சிரிப்பு அவனையும் தொட்டு சற்றே சிரிக்க வைத்தது கோணலாய். தான் எங்கே பின்வாங்கி விடுவோமோ தன் காரியத்திலிருந்து என்று அவன் பயந்தான்.

திடீரென்று, "ஓங் காதிலிருக்கிற பாம்படத்தை பேசாமெ களத்திக் குடுத்திரு. சத்தம்போட்டே, அப்படியே தண்ணியிலெ அமுக்கிக் கொன்னுருவேன்" என்று வேகமாகச் சொல்லி "இம்" என்று துரிதப்படுத்தினான்.

அப்படியே பிரமித்துப்போய் நின்றுவிட்டாள் அவள். வாயையோ உடலையோ அசைக்க முடியவில்லை. தண்ணீரை யேந்திய கைகள் அப்படியே நின்றிருந்தது. அது அவனிடம் தயவுகாட்டு என்பதுபோல் இருந்தது. அந்தக் கைகளிலிருந்து நீர் சொட்டிக்கொண்டிருந்தது.

அவளுடைய பீதிநிறைந்து குத்திட்ட பார்வையும் மௌனமும் அவனை வேகமடையச் செய்தது. சீக்கிரம் சீக்கிரம் என்று அவன் மனசு அடித்துக்கொண்டது. யாராவது வந்து விடக் கூடாதே என்று பயந்து அவளை அவன் தண்ணீருக்குள் பிடித்துத் தள்ளி அமிழ்த்தினான். அப்போது அவள் ஒரு குரல் கொடுத்தாள். அது பெற்ற தாயின் பெயரும் இல்லை; கடவுளின் பெயரும் இல்லை.

"அம்மானோ... வ்..."

மூக்கினுள்ளும் வாயினுள்ளும் தண்ணீர் ஏறியது.

தண்ணீருக்குள் வைத்து அவளைக் காலால் மிதித்துக் கொண்டே அவளுடைய பாம்படங்களைப் பறித்து எடுத்து மடியில் வைத்துக்கொண்டான்.

கி. ராஜநாராயணன்

இந்தச் சமயத்தில்தான் எதிர்பாராதவிதமாக அந்த இரண்டு காரியங்கள் நடந்தன.

ஒன்று:

அவன் அவளுடைய முகத்தைத் தண்ணீருக்குள் மிதித்துக் கொண்டிருந்தபோது அவனுடைய வலது கால் பெருவிரலை அவள் பலமாகப் பற்றிக் கடித்துக்கொண்டிருந்தாள். அந்தக் கடி வரவர இறுகிக்கொண்டிருந்தது.

இரண்டு:

அதே நேரத்தில் ஒரு மாட்டுவண்டி அங்கே வந்து நின்றது.

O

3

வண்டியைப் பத்திக்கொண்டு வந்தவர் அதில் ஆஜானுபாகுவாக வீற்றிருந்தார். மங்கம்மா சாலையிலிருந்து அந்த வண்டி ஊருணிக்குள் மெதுவாக இறங்கி வந்தது.

அந்த வண்டியோட்டியின் பெயர் கிருஷ்ணப்ப நாயக்கர். பிடிகயிற்றை இழுத்துப் பிடித்து லாவகமாய் அவர் ஊருணிக்குள் வண்டியை இறக்கினார்.

மாடுகள் ஆவலோடு தண்ணீர் குடித்துக் கொண்டிருந்த அதேநேரத்தில் பிடிகயிறுகளை மார்புக்கு நேராகப்பிடித்தபடியே அவனை அவர் உற்றுப் பார்த்தார். அவனும் அவரையே கூர்ந்தும் அதேசமயத்தில் பராக்காகவும் கவனித்தான்.

அவர் லேஞ்சியை சுங்குவிட்டுக் கட்டியிருந்தார். அகலமான மார்பு. மார்பில் முளைத்திருந்த ரோமங்கள் கீழ்நோக்கி முளைக்காமல் மேல்நோக்கி வளர்ந்திருந்தது. மூக்கைப் பார்த்தாலே பெரிய்ய முன்கோபியாக இருப்பாரோ என்று தோன்றியது. மீசைக்குக் கீழே வெற்றிலைச் சாரால் சிவந்த ஈக்கி உதடுகள். கடினமான வேலைகளைச் செய்து செய்து

காய்ப்பேறிப் போன தடித்த கைகள். அந்தக் கைகளிலும் முதுகுப்புறமும் தகுணு தகுணாய் சதையின் மேடு பள்ளங்கள். இருப்புச் சட்டத்திலிருந்து தொங்கும் கால்களில் அகலமான பாதங்கள்.

அவருடைய வண்டிப் பைதாவின் பட்டைகள் வெய்யிலுக்கு விரிந்து கழலும்போல் தெரிந்ததால் அதன்மேலே குளிர்ந்த நீரை இறைத்து இறுகும்படி செய்வதற்காக அந்த ஊருணிக்குள் வண்டியைக் கொண்டுவந்தார்.

மாடுகள் தண்ணீரைக் குடித்தானதும் அவர் பைதாக்களைத் தண்ணீர் இறைப்பதற்குத் தோதாக வண்டியைத் திருப்ப முயன்றார். பைதாக்கள் சகதியில் புதைந்து சிரமங்கொடுத்தது. கீழே இறங்கி ஆரக்கால்களைப் பிடித்துத் திருப்பிப் பார்த்தார். முடியாததால், இடுப்பளவு தண்ணீரில் பேசாமல் நின்று கொண்டிருந்த அவனை உதவிக்கு அழைத்தார். அவன் ஊமை போல் நின்றுகொண்டிருந்தான்.

அவனுக்கு தான் எப்படித் தண்ணீரைவிட்டு வெளியே வருவது என்று தெரியவில்லை. அடி எடுத்து வைத்தால் காலோடு பெருவிரலைக் கவ்விக்கொண்டு அவளுடைய உடலும் வருகிறது.

தனது முழுச் சக்தியையும் உபயோகித்து கிருஷ்ணப்ப நாயக்கர் வண்டியைத் திருப்பினார். திருப்பிவிட்டு அவனைப் பார்த்தார். அவன் அசையாமல் அவரையே பார்த்துக் கொண்டிருந்தான்.

அவர், பைதாக்களின் இரும்புப்பட்டைகள் நனையும்படி தண்ணீரை இருகைகளாலும் குனிந்து வாரிவாரி இறைத்தார். அப்படி இறைக்கும்போதே அவனை ஒரு பார்வை பார்த்துக் கொள்ளுவார்.

இப்பொழுது அவனே வாய் திறந்து பேசினான்.

"உஷ்ணக் கடுப்பு தாங்க முடியலை; அதான் இப்பிடி தண்ணியிலே நிண்ணுக்கிட்டிருக்கேன்."

அவனுடைய சமாதானத்துக்கு கிருஷ்ணப்ப நாயக்கர் பதில் ஒன்றும் சொல்லவில்லை; அவர் பாட்டுக்குக் கேட்டுக் கொண்டு தண்ணீரை இறைத்துக்கொண்டிருந்தார். அவருடைய கைகளிலிருந்து பைதாக்களின் மேல் போய் விழும் தண்ணீர், ஒரு ஓணியால் இறைக்கப்படும் தண்ணீரளவுக்கு இருந்தது. அது ஆரக்கால்களில்பட்டு ஒரு ஓசை உண்டாக்கியது. பேய் இறைக்கிற மாதிரி என்று சொல்லுவார்களே அந்த மாதிரி இருந்தது.

அவருடைய மௌனமான செய்கைகளையும் முரட்டுத் தனத்தையும் பார்த்த அவனுக்கு வயிற்றைக் கலக்கியது.

அந்தச் சமயத்தில் அங்கே இன்னொரு ஆள் வந்து சேர்ந்தான். அவன் கருப்பாகவும் ஒல்லியாகவும் குள்ளமாகவும் இருந்தான். மேல்வேட்டியை தலையில் போட்டுக்கொண் டிருந்தான். அந்தக் கருப்பு உடம்பில் வெண்ணிறமான பூணூல் தெளிவாகத் தெரிந்தது.

"ஐயா, இப்பிடிக்கூடி ஒரு பொம்பிளை போனதைப் பாத்தியளா?" என்று அவன் இந்த இருவரையும் பார்த்துக் கேட்டான்.

தண்ணீர் இறைத்து முடிந்திருந்த கிருஷ்ணப்ப நாயக்கர், 'என்ன கேட்டே?' என்பதைப்போல அவனைப் பார்த்தார். வந்தவன் திரும்பவும் அதே மாதிரியாகக் கேட்டுவிட்டு, கட்டிய தொண்டையைச் செருமிச் சரி செய்துவிட்டு "வீட்லெயிருந்து கோவிச்சிக்கிட்டு தனிவளியாப் புறப்பட்டு வந்துட்டாய்யா. காதுல பாம்படம் போட்டிருப்பா; ஈருசுரு ஆள்[1], சேப்புக் கண்டாங்கிச் சேலை உடுத்தியிருப்பா." அவன் சொல்லியவிதம் 'பாவமாய்' இருந்தது.

'எல்லாத்துக்கும் காரணம் நானேதான்' என்பது போலிருந்தது. "அய்யாமாரே பாத்தியளா; பாத்தியளா அவளை? இப்பத்தான் செத்த நேரத்துக்கு மின்னாடி இந்த சாலை வழியாத் தான் வந்தாளாம்" என்றான் அவன்.

கிருஷ்ணப்ப நாயக்கர், வடக்கேயிருந்து வண்டியைப் பத்திக்கொண்டு வருகிறார். இந்த ஆளோ தெக்கேயிருந்து தேடிக்கொண்டு வருகிறான். மத்தியில் எங்கே அவள் மாயமாய் மறைந்து போயிருக்கக் கூடும்? அவருக்குக் காரணமில்லாமல் திடீரென்று தண்ணீரில் நின்றுகொண்டிருப்பவன் பேரில் சந்தேகம் வந்தது. 'இவனுக்குத் தெரிஞ்சிருக்கணும்; இவனுக்குத் தெரியாமெ முடியாது.'

ஆனால் அவனோ வாய் திறப்பதாக இல்லை.

கிருஷ்ணப்ப நாயக்கர் பூணூல்க்காரனைப் பார்த்து "வர்ணம் என்ன?" என்று கேட்டார்.

"நா ஆசாரி அய்யா."

"அப்பிடியா; சரி. ஆசாரியாரே ஒண்ணும் நீர் கவலைப் படாதீரும். இந்த வண்டியை செத்தப்பிடியும்; சாலை மேலே

---

1. கர்ப்பிணி

கி. ராஜநாராயணன்

கொண்டுபோயி மரத்தடியிலெ நிறுத்திட்டு நாம தேடுவோம் அவளை.”

நாயக்கர், இருப்புச் சட்டத்தில் குதித்தேறி உட்கார்ந்து கொண்டு மாடுகளை அதட்டிப் பத்தினார். ஆசாரியார் மேல் வேட்டியைத் தலையில் வரிந்து கட்டிக்கொண்டு, ஆரக்கால்களைப் பிடித்தார். பைதா கொஞ்... சம் நகர்ந்து திரும்பவும் வந்து சகதியில் வசமாகப் பதிந்துகொண்டது.

ஆசாரியார் தண்ணீருக்குள் நின்றுகொண்டிருந்தவனைப் பார்த்து, “வாய்யா, வந்து ஒரு கை பிடியேன்; அங்கே என்னத்தக் கையில பிடிச்சிக்கிட்டு நிண்ணுக்கிட்டுருக்கே தண்ணிக்குள்ளே?” என்று கூப்பிட்டார். ம் ஹூ ம்; அவன் அசைவதாய்க் காணோம்.

நாயக்கர் வண்டியிலிருந்து குதித்தார். இடுப்பில் ரெண்டு கைகளையும் வைத்துக்கொண்டு கண்ணைச் சுரித்துக்கொண்டு அவனையே பார்த்தார். பிறகு, திடீரென்று மரியாதையில்லாமல் “ஏய், இங்கெ வா” என்றார்.

பின்னால் திரும்பி வண்டியிலிருந்து ஒரு பக்கத்தின் இருப்புச் சட்டத்தை உருவினார். அவருடைய கோபாவேசத்தைக் கண்ட ஆசாரியாருக்கு ஆச்சரியமாகவும் பயமாகவும் இருந்தது.

❍

நாயக்கர் எப்பவுமே இப்படித்தான். மற்றவர்களுக்கெல்லாம் கோபம் வந்தால் வண்டியிலிருந்து ஊணுக்கம்பைத்தான் உருவுவார்கள். ஆனால் இவரோ இப்படி இருப்புச் சட்டத்தைத் தான் உருவுவார். இவருடைய அண்ணாச்சி கோவிந்தப்ப நாயக்கருக்குக் கோபம் வந்துவிட்டால் உலக்கையைத்தான் எடுப்பார். பாரியான அவருடைய உருவத்துக்கு உலக்கை ஏதோ ஒரு பூண் பிடித்த சிறிய கம்பு மாதிரிதான் தெரியும். இவர்களுடைய தகப்பனார் நாரணப்ப நாயக்கருக்குக் கோபம் வந்துவிட்டது என்றால் நோக்கலை (நுகந்தடி) எடுத்து அடிக்க ஆரம்பித்துவிடுவார். இவர்களுடைய தாத்தா வெங்கடப்ப நாயக்கர் கலப்பையையே எடுத்துக்கொண்டு வருவாராம். அவருக்குப் பெரிய்ய முன்கோபி என்று பெயர்.

“நீ இப்போ வெளியே வாரயா, இல்லே நா அங்கெ வரவா?” என்று கேட்டார்.

அவனுடைய அசையாத்தனம் அவரை அவன் பக்கம் பாய்ந்து போகச் செய்தது. நெடுக ஓங்கிக்கொண்டே அவன் மேல் ஓங்கி வீசி அடித்தார். அவன் விலகிக்கொண்டதால்,

மூங்கிலில் செய்த அந்தக் கனமான இருப்புச் சட்டம் தண்ணீரில் பட்டுப் பெருத்த ஓசையுடன் ரெண்டாகப் பிளந்துவிட்டது.

நாயக்கர் வேகமாகத் திரும்பி வந்து இன்னொரு பக்க இருப்புச் சட்டத்தை உருவிக்கொண்டே, "தாயோளி; நீ எங்கே போனாலும் நா விட மாட்டேன். தப்பிச்சிட்டேங்கிற நெனப்பா? இரு, வந்திட்டேன்" என்று ஆவேசமாகப் புறப்பட்டார்.

அவன் மளமளவென்று ஒற்றைக்காலைக் கிந்திக் கிந்தி இழுத்துக்கொண்டே தண்ணீருக்குள்ளிருந்து வெளியே வந்தான்.

கரைக்குப் பக்கத்தில் வந்ததும் தடுமாறி விழுந்து கையை ஊன்றி ஒரு காலை மடித்து உட்கார்ந்து மற்றொரு காலை தண்ணீருக்குள் நீட்டிக்கொண்டிருந்தான். அவனுடைய இரண்டு கைகளும் தலைக்கு மேலாக கிருஷ்ணப்ப நாயக்கரைப் பார்த்துக் கும்பிட்டன.

அவனுடைய நீட்டிய காலையொட்டி தண்ணீருக்கு வெளியே சரியாகத் தெரிந்தும் தெரியாமலும் இருந்த 'அது' என்ன? கொஞ்ச நேரத்துக்கு என்னதென்றே இருவருக்கும் விளங்கவில்லை. கீழே விழுந்து கிடந்தவனுக்குப் பக்கத்தில் தரையில் மின்னிய பாம்படத்தை எடுத்து ஆசாரியார் பார்த்தார். பார்த்த உடனே...

அது யாருடையது என்று அவருக்குத் தெரிந்துவிட்டது. அவர் ஒரு 'தொள்ளாளி.' அதிலும் அவருடைய கைப்படச் செய்து போடப்பட்ட பாம்படம் அது.

பாம்படத்தைப் பார்த்து அடையாளம் தெரிந்துகொண்ட தற்குப் பிறகுதான் அந்த உடலை அவர் கண்டுகொண்டார்.

இருப்புச் சட்டத்தை ஓங்கிக்கொண்டிருந்த நாயக்கர் அதைத் தரையில் ஊன்றி அதன் பலத்தில் நின்றார்! பிறகு தண்ணீரில் இறங்கி சடலத்தை இழுத்துக் கரையில் போட்டார்.

அந்தக் கொள்ளை கொலைகாரன் தன்னுடைய கால் பெருவிரலை அவளுடைய பற்களின் கடியிலிருந்து விடுவித்துக் கொள்ள முயன்றான். முடியவில்லை. பெருவிரலில் பற்கள் நன்றாகப் பதிந்துபோயிருந்தது. கிருஷ்ணப்ப நாயக்கர், அவனுடைய இடுப்பில் செருகியிருந்த வங்கியை எடுத்து அவனுடைய பெருவிரலை அறுத்துக் காலை விடுவித்தார்.

அறுக்கும்போது வலிதாளாமல் அவன் கூச்சலிட்டான். அப்போது நாயக்கர் ஆவேசமுடன் அவனுடைய மார்பில் தனது

கி. ராஜநாராயணன்

முழங்கையினால் ஓங்கி ஒரு இடி வைத்தார். குரலெழுப்பக் கூட முடியாத அளவு வலிக்கும்படியான அந்த முழங்கை இடியினால் அவன் வாயை மட்டிலும் திறந்து திறந்து மூடினான்.

விரலை அறுத்து முடிந்ததும், வண்டியிலிருந்த பாரக் கயிற்றை எடுத்து அவனுடைய கைகளைப் பின்பக்கமாக மடக்கி ‘இளிச்சாக்கட்டு’ கட்டித் தூக்கிக்கொண்டு போய் வண்டிப் பைதாவின் ஆரக்கால்களில் வைத்துச் சேர்த்துக் கட்டினார் அவனை. பெருவிரல் இல்லாத அவனுடைய பாதத்திலிருந்து மளமளவென்று இரத்தம் சொட்டிக்கொண்டிருந்தது.

அறுந்த காதுகளோடு அந்தப் பெண் வாயில் கடித்த பெருவிரலோடு – ஏதோ கரும்புத் துண்டைக் கடித்து வாயில் வைத்துக்கொண்டது மாதிரி – பற்கள் தெரியச் ‘சிரித்து’க் கொண்டு கண்களை அகட்டி பயம் காட்டுவது போன்ற முகத்துடன் மல்லாந்து கிடந்தாள்.

மிரண்டு, பிரமை பிடித்த மாதிரி நின்றுகொண்டிருந்த ஆசாரியாரைப் பார்த்து நாயக்கர் கையமர்த்திவிட்டு, தரையில் இரத்தமும் மணலும் தோய்ந்துகிடந்த வங்கியை எடுத்துக்கொண்டு கிராமத்தைப் பார்க்க வேகமாய் நடந்தார். அவர் பாதையின் முக்குத்திரும்பி நடக்கையில் நெஞ்சை உலுக்கும்படியான வார்த்தைகள் இப்படிக் கேட்டன:

“அட பாதகத்தி; உனக்கு இப்பிடி ஒரு சாவு வரும்ண்ணு நா நினைக்கலையே ஆத்தா... ஐயோ ஐயோ என் உயிரு போகமாட்டேங்குதே; என் உயிரு போ மாட்டேங்குதே..”

அவர் தனது முகத்தில் ஓங்கி ஓங்கி அறைந்துகொண்டு அவள்மீது விழுந்து புழுவாய்த் துடித்தார்

“ஒரு எறும்பைக்கொண்ணாக்கூட பாவம்ண்ணு சொல்வயே என் ராசாத்தி, உன்னைக் கொல்றதுக்கு எப்படியாத்தா மனசு வந்தது... ஐயோ...”

ஒரு ஆண் குரல் ஓசை எழுப்பி அழும்போது உண்டாகும் கனமும் விகாரமும் அந்தக் குரலில் தொனித்தது.

4

கோவிந்தப்ப நாயக்கர் அப்பொழுதுதான் ஆகாரம் பார்த்துவிட்டு வீட்டின் முற்றத்திலுள்ள வேம்படியிலுள்ள பலகைக் கல்லில் வந்து உட்கார்ந்து வெற்றிலை போட்டுக்கொண்டிருந்தார். எதிரே கோட்டைச்சுவர் நிழலில் ஊர்க் குடும்பன் அவருக்கு முன்பாகக் கைகளைக் கட்டிக்கொண்டு நின்றுகொண்டிருந்தான்.

அவன் அந்த வீட்டின் பண்ணைக்காரன். வேலை இருந்தாலும் இல்லாவிட்டாலும் அவன் அங்கே எப்போதும் நின்றுகொண்டே இருப்பான், ஒரு உயிருள்ள சிலை மாதிரி.

கோவிந்தப்ப நாயக்கர் திரும்பவும் வெற்றிலை போட ஆரம்பித்தார். ஒரே தடவையில் ஐந்து களிப் பாக்குகளுக்குக் குறைந்து அவர் போடுகிற வழக்கம் இல்லை!

சாதாரணமாக எல்லோருக்கும் ஒரு பாக்கே போதுமானது. சிலர் அபூர்வமாக இரண்டு பாக்குகள் போடுகிறதும் உண்டு.

கி. ராஜநாராயணன்

ஐந்து பெரிய பாக்குகளை எடுத்து முன்னால் வைத்துக் கொண்டார். அரைக்கட்டு வெற்றிலை, சுண்ணாம்பு, வெள்ளைப் புகையிலை முதலியவைகளை எடுத்துக் கடை பரப்பிக் கொண்டார்.

முதலில் மூன்று பாக்கை எடுத்து வாயில் போட்டுக் கொண்டார். தனித்தனி வெத்திலையாக எடுத்து சுண்ணாம்பு தேய்க்கும் வழக்கம் இல்லை. மும்மூன்று வெத்திலையாகவே எடுத்து, வளமான சுண்ணாம்பைத் தடவி, இறுக்கமாக மடித்து வாயில் இட்டு மொறுக் மொறுக் என்று மெல்லும்போது காதுகளின் பக்கத்தில் மேல்தாடையின் எலும்புப்புடைப்பு மேலும் கீழும் வந்து வந்து போவது தெரியும்.

இருந்த இடத்தில் இருந்துகொண்டே எச்சிலைப் பீச்சித் துப்பினால் வெகுதூரம் தாண்டி மத்தியில் ஒரு சொட்டுக்கூடச் சிதறாமல் போய் விழும்.

இப்படியாக அவர் ஒரு தேரத்துக்கு ஐந்து பாக்கும் அரைக்கட்டு வெத்திலையையும் 'தகர்த்து' விடுவார்.

"வெத்திலை போடுகிறவர்கள் ஏன் அதைத் துப்புகிறார்கள் தெரியுமா? திரும்பவும் வெத்திலை போடுறதுக்குத்தான்!" என்று அவர் சொல்லுவார்.

இடதுபுறங்கை விரல்களின்மீது வெத்திலைச் சக்கையைத் துப்பி வீசிவிட்டு மூன்றாவது வட்டத்துக்குப் போடத் தயாரானார். பத்துத்தரம் வெத்திலைபோட்டால் ஒருதரம்தான் சேர்மானம் சொகமாய் அமைகிறது. அந்த ஒரு தரத்துக்கு ஏங்கித்தான் இத்தனை தடவைக்கு அவஸ்தைப் பட வேண்டியதிருக்கிறது. வெத்திலை 'பிடித்து' வருகிறது என்றால் போட்டுக்கொண்டே வரும்போது அது தெரிந்துவிடும். அந்த மணமே ஒரு தனீ.

கோவிந்தப்ப நாய்க்கர் பாக்குப்பெட்டிக்குள் கையை விட்டார். கண்களை மூடிக்கொண்டு பாக்குகளை அள்ளினார். சரியாக ஐந்து பாக்குகள் வர வேண்டுமென்று நினைத்தார். அவரை மீறி அவருடைய கைக்குள்ளிருக்கும் பாக்குகளை விரல்கள் உணர்வினால் எண்ணிப்பார்த்தன. 'சை அது தப்பு. பட்டெண்ணு எடுக்கணும்; பிறகு அதை எண்ணிப் பார்க்கணும்; இப்படி எடுத்தால் அது கூட்டா?' கையில் வந்த பாக்குகளைப் போட்டுவிட்டுத் திரும்பவும் எடுக்க ஆரம்பித்தார். அப்பொழுது அவர் முன்னே ஒரு உருவம் வந்து நிற்பதுபோல ஒரு பிரமை உண்டானது. பாக்குகளை எடுத்துக்கொண்டு கண்ணைத் திறப்பமா அல்லது... என்று நினைத்தபோது, அவரை அறியாமலேயே கண்ணைத் திறந்துவிட்டார்!

கையில் இரத்தம் தோய்ந்த வங்கியுடன் வந்து நின்று கொண்டிருக்கும் தனது தம்பியைப் பார்த்த கோவிந்தப்ப நாயக்கர் பதறிப்போனார்.

கிருஷ்ணப்ப நாயக்கர் விறுவிறு என்று நடந்த சங்கதிகளைச் சொல்லி முடித்தார்.

ஊர்க்குடும்பனை கோவிந்தப்ப நாயக்கர் உடனே அந்த இடத்துக்குக் கையில் கவணுடன் ஓடச்சொன்னார். கவணை, அவன் எப்போதும் அரைவேட்டியின் மேல் இடுப்பில் சுற்றிக் கட்டிக்கொண்டிருப்பான்.

"ஊர்க்குடும்பா, அவன் கூட்டத் திருடங்களைச் சேர்ந்தவனா தனீ ஆள்தானான்னு தெரியலை, முதல்லெ அவன் அங்கெருந்து தப்பிச்சிரப்பிடாது. அடுத்தாப்லெ, அந்த ஆசாரியார் அவனை எக்குத்தப்பா ஆத்திரப்பட்டு எதையாவது செஞ்சிரப்பிடாது; பாத்துக்கோ. நாங்க இப்பொ உனக்குப் பின்னாலெயே இந்தா வந்திருவோம்."

குடும்பன் இடுப்பில் சுற்றியிருந்த கவணை அவித்துக் கையில் பிடித்தான். கையில் கவண் வந்தவுடன் அவனை ஆள் அடையாளம் தெரியாது. முகத்தில் உடனே வீரலட்சுமி துதி கொண்டுவிடுவாள். கொஞ்ச நேரத்துக்கு முன்னால் பவ்யமாகக் கையைக் கட்டிக்கொண்டு நின்றிருந்த அந்த மனிதனா இவன் என்று தோன்றும்.

துப்பாக்கி அமுலுக்கு வராத அந்தக் காலத்தில் அவன் கவணில் செய்துகாட்டிய சாகசங்கள் அனந்தம். அதில் சிகரம், இருட்டில் ஒலிவரும் இடத்தை நோக்கி துல்லியமாகக் கவண் எறிந்து குறியை வீழ்த்திவிடுவான் என்பதே

ஓடுகிற முயல் அவன் எறிக்குத் தப்பியதே கிடையாது. மலைப்பன்றியை வேட்டையாடும்போது இன்னயிடத்தில் இப்பொ விழப்போகிறது என்று உடம்புறுப்பின் பெயரைச் சொல்லிக்கொண்டே எறிந்து வீழ்த்துவான். போய்ப் பார்த்தால் அவன் சொன்ன இடத்தில் அது தப்பாமல் விழுந்திருக்கும். வானத்தில் பறந்துகொண்டிருக்கும் பறவைகளை கவண் கல்லால் அடித்து வீழ்த்திக் காண்பிப்பான். கண்ணால் நேரில் பார்த்தாலல்லாது அவன் விஷயத்தில் நம்ப முடியாது.

தெல்லுத்தண்டி கல்லிலிருந்து தேங்காய்த்தண்டி கல்வரை கவணில் வைத்து வீசுவான். கல் இரைந்து சத்தங் கொடுத்துக் கொண்டே செல்ல வேண்டுமானாலும் செய்வான். சத்தமே கேட்காமல் எதிரிக்குக் கல் எந்தத் திசையிலிருந்து வருகிறது என்று தெரியாமல் எறியவேண்டுமானாலும் செய்வான்.

குடும்பன் வேகமாய்ப் போவதைக் கண்டு அவர்கள் ஒருவருக்கொருவர் அவனைப்பற்றிய கௌரவமான புன்னகையைப் பரிமாறிக்கொண்டார்கள்.

கோவிந்தப்ப நாயக்கர், தன்னுடைய தம்பியிடம் ஊர் சாட்டச் சொல்லுவதற்குமுன் கிராம முக்கியஸ்தர்களிடம் கலந்துகொள்ளச் சொன்னார். அது செய்து முடித்த பிற்பாடு சில இளவட்டங்களுடன் போய் அந்தக் கொள்ளைக்காரனை ஊர்ப்பொதுவுக்குக் கொண்டு வருவோம் என்று சொன்னார்.

தம்பி அங்கிருந்து போனவுடன் கோவிந்தப்ப நாயக்கர் யோசித்துக்கொண்டே பாக்குப் பெட்டிக்குள் கைவிட்டு ஐந்து பாக்குகளை எடுத்தார். 'கலி முத்திப்போச்சி' என்று தனக்குள் சொல்லிக்கொண்டார்.

கிராமமும் சுற்றுப்பக்கமும் அமைதி இழந்துவிட்டது. எங்கும் பரபரப்பு. எந்தச் சமயத்தில் என்ன நடக்கும் என்று யாராலும் சொல்லமுடியாத நிலை.

❍

ஒருநாள் இப்படித்தான் கோவிந்தப்ப நாயக்கர் வெற்றிலை புகையிலை குதப்பிக்கொண்டு ஆலிலை தைத்துக்கொண் டிருந்தார். அப்பொழுதெல்லாம் கரிசல்காட்டில் வாழை இலை பிரபல்யம் அடையாத காலம். கோபல்ல கிராமத்தின் மக்கள் விரதம்விடும் நாட்களில் மட்டும், ஆல இலைகளைச் சேர்த்து வைத்து அதைச் சோளத்தட்டை ஈக்கிகளால் தைத்து அந்த 'இலை'யில்தான் சாப்பிடுவது வழக்கம். மற்ற நாட்களிலெல்லாம் அவர்கள் கும்பா, வட்டில், தாலம், மரவை முதலியவைகளில் தான் உண்பார்கள்.

கோட்டையார் கோவிந்தபப நாயக்கருக்கு இந்த இலை தைப்பது ஒரு இனிய பொழுதுபோக்கு. தனது இடதுகைப் பெருவிரல் நகத்தை அவர் அவ்வளவு நீளமாகவும் கூர்மையாக வும் வைத்திருப்பது இந்தச் சோளத்தட்டை ஈக்கிகளை நூல் கனத்தில், மிகவும் நுண்ணிதமாகக் கிழிப்பதற்குத்தான்.

ஊர்க்குடும்பனிடம் சொல்லி அகலமான தளதளப்பான ஆல இலைகளைப் பறித்துக்கொண்டு வரச் சொல்லுவார். இலைகளை எத்தனையோ மாதிரியாக, விதமாகத் தைப்பார். பல்வேறு உருவங்களைக்கொண்டு வருவார் அதில்.

கண்ணைத் திறக்காமல் ஒரு இலையைத் தைத்து முடித்து அது எப்படி அமைந்திருக்கிறது என்று பார்ப்பார். திடீரென்று மனோராஜ்யத்தில் இறங்கி, தனது இரண்டு

கண்களும் குருடாகிவிட்டதாகவும் தன்னுடைய சகோதரர்கள் தன்னைக் கைவிட்டுவிட்டதாகவும், தனது வீட்டில் எல்லோருமே இறந்துபோய்விட்டதாகவும், தான் ஏழையாகி அனாதையாகி விட்டதாகவும், இந்த இலைகளைத் தைத்து விற்றுத்தான் பிழைக்க வேண்டியதிருப்பதாகவும் நினைத்துக்கொண்டு கண்களை மூடிக்கொண்டு கண்ணீர் விட்டுக்கொண்டே தைப்பார். அப்புறம் ஒரு யோசனை வரும்; மனோராஜ்யத்தில் ஒரு திருத்தம் செய்வார். தான் அனாதை ஆகவில்லையென்றும்... இல்லை இல்லை அனாதை ஆகிறதுதான் சரி. ஊர்க்குடும்பனை இந்தச் சமயத்தில் பக்கத்திலேயே வைத்துக்கொள்வதா, வேண்டாமா? சிரிப்பு வந்துவிட்டது அவருக்கு! அவன் இல்லையென்றால் ஆலமரத்தின் மேல் ஏறி இலைகளை யார் பறித்துப்போடு வார்கள்?

கண்ணீரைத் துடைத்துக்கொண்டு சுற்றும்முற்றும் பார்த்தார். நல்லவேளை யாரும் கவனிக்கவில்லை. இப்பொழுது அவர் இலையைத் தைத்துக்கொண்டே வேறொரு மனோ ராஜ்யத்தைத் தொடங்குவது என்று தீர்மானித்த சமயத்தில் ஊர்க்குடும்பன் வந்தான். அவன் ஒரு தகவலைக்கொண்டு வந்திருந்தான். அதாவது அன்று ராத்திரி தீவட்டிக் கொள்ளைக் காரர்கள் கிராமத்தைக் கொள்ளையடிக்க வருகிறார்கள் என்று.

"இந்த மாதிரித் தகவல்கள் இது எத்தனாவது தபா?" என்று சொல்லிச் சிரித்தார் நாயக்கர். "ரொம்பத் தபா இப்படிச் சொல்லிச்சொல்லியே நாம தயாரில்லாத சமயமாகப் பார்த்து வந்துட்டா?" என்று கேட்டான் ஊர்க்குடும்பன்.

"ஆமா ஆமா, அது ஞாயந்தான்; நாம முழிப்பா இருந்ததைப் பத்தி குத்தமில்லெ."

கி. ராஜநாராயணன்

அவர் கண்ணை மூடிக்கொண்டார். கண்களை மூடிக் கொண்டுதான் யோசனை செய்வார்.

பிறகு அவர் சொன்னார்.

"ஊருக்கு ஒரு பாதை இல்லை. திட்டாந்திரமா இன்ன பாதை வழிதான் வருவாங்கெண்ணு தெரிஞ்சா நீ ஒருத்தன் போதும்டா; ஊர் என்னத்துக்கு?" என்றார். கோட்டையாரிட மிருந்து இப்படி மனம் திறந்து வரும் புகழ்ச்சியைக் கேட்கும் போதெல்லாம் வெட்கத்தினால் குங்கிப்போவான் அவன்.

இவர்கள் இப்படிப் பேசிக்கொண்டிருக்கும் போது அக்கையா வந்தார். அவர் கோட்டையாருக்குச் சம்மந்தகார முறை. ஆள் கொஞ்...சம் குட்டை. நாப்பது வயசை எட்டிய உடல்; ஆனால் வயசு தோணாது. பிரம்மச்சாரி. மீன்களின் கண்ணைப் போல் வட்டமான கண்கள். கொஞ்சம் மேலே ஏற்றி 'உச்சிக்கொண்டை' போட்டிருப்பார். நீளமான மேல் வேட்டியை, வேலை செய்கிற நேரம் தவிர மற்ற நேரங்களில் ஏத்தாப்பு போட்டுக்கொண்டிருப்பார். அவரைப் பார்த்ததும் பெண்களுக்குச் சிரிப்பு பொத்துக்கொண்டு வரும். குதிங்கால் தரையில் பாவாமல் முன்னங்கால்களாலேயே தேய்த்துக் கொண்டு எக்கி எக்கி நடப்பார். முகத்தை ஒன்றுமே தெரியாத அப்பாவிமாதிரி வைத்துக்கொண்டிருப்பார்.

கோவிந்தப்ப நாயக்கர் தனக்கு இளையவரே ஆனாலும் மரியாதைக்காக அவரை மாமா என்றே அழைப்பார். இவர் கோட்டையார் வீட்டில்தான் வேலை செய்துகொண்டிருந்தார்.

◯

5

அந்தக் காலத்தில் ஊர்விட்டு ஊர்போக நடந்தேதான் போக வேண்டுமென்ற காரணத்தினாலோ சொந்தக்காரர்களின் ஊர்கள் தொலைவில் இருக்கிறது என்ற காரணத்தினாலோ, அல்லது பழக்கதோஷமோ விருந்தாட வரும் விருந்தாளிகள் ஒரு வீட்டுக்கு வந்தால் குறைந்தது ஒரு மாசமாவது தங்கிவிட்டுத்தான் போவார்கள். வீட்டுக்காரர்களும் அதுக்குக் குறைந்து அவர்களை விடவும் மாட்டார்கள். கோட்டையார் வீட்டுக்கு வரும் விருந்தாளிகளோ இரண்டு மூன்று மாசம் தங்கித்தான் போகிறது வழக்கம்.

சமையல் பிரையில், மூன்று அடுப்பங்கட்டிகளில் ஒன்றுக்குப் பதிலாக ஒரு பெரிய மடா பதித்திருப்பார்கள். அதில் எப்பொழுதும் தண்ணீர் நிறைந்திருக்கும். ஒருநாளில் அடுப்பு இரண்டு அல்லது மூன்று முறை எரியும் காரணத்தினால் அந்தத் தண்ணீர் சதா வென்னீராகவே இருக்கும். வருகிற விருந்தாளிகள் வென்னீரில் குளிக்க வேண்டியது; சமைத்து வைத்திருக்கும் சாப்பாட்டைப் போட்டுச் சாப்பிட வேண்டியது.

கோட்டையார் வீட்டுப் புகை போக்கியிலிருந்து எந்நேரமும் புகைபோன வண்ணமாகத்தானிருக்கும். பெண்டுகள், வீட்டுக் கிணற்றிலிருந்து தண்ணீர் சேந்துகிறவர்களும், காய்கறி நறுக்குகிறவர்களும், ஊறுகாய் வடகம் போடுகிறவர்களும், கம்மம்புல் குத்துகிறவர்களுமாக ஒரே பரபரப்பாக இருப்பார்கள். வீட்டினுள் சில கிழவிகள் காதுகளில் வண்டிக் கம்மல் ஆட ஒரே சீரான இரைச்சலுடன் திருகைகளில் வரகு திரித்துக்கொண்டிருப்பார்கள். பக்கத்தில் சில திருகைகளில் 'பட்டு' போடப்பட்டுக் காய்ந்துகொண்டிருக்கும்.

கி. ராஜநாராயணன்

வீட்டின் வட பாரிசத்தில் இறக்கப்பட்டிருக்கும் நாழி ஓட்டின் சாய்ப்பிலுள்ள நீளமான மாட்டுத் தொழுவத்தில் நாட்டு எருமைகளும் நாட்டுப் பசுக்களும் உழவு ஜோடிக் காளைகளும் வெண்கலமணி ஓசையிட அசைபோட்டுக்கொண்டும் கூளம் தின்றுகொண்டுமிருக்கும். அவை தண்ணீர் குடிப்பதற்கு ஒரு ஆள் படுத்துக்கொள்ளும் அளவுக்கு நீளமான இரண்டு கல்தொட்டிகள். பக்கத்தில் நெஞ்சளவுக்கு உயரமான, பருத்திக்கொட்டை ஆட்டும் அகலமான கல் உரல்கள்.

கோட்டையாரின் குடும்பம் கூட்டுக்குடும்பமாகவே இருந்து வந்தது. குடும்பத்தில் நடக்கும் சகல காரியங்களுக்கும் அக்கையாதான் மேல்பார்வை. எந்த இடத்தில் பார்த்தாலும் அங்கே அக்கையா நின்று கொண்டிருப்பார். அவருடைய உள்ளங்கால்களில் பாதசக்கரம் இருக்கிறது என்று கேலி பண்ணுவார்கள் பெண்கள் அவரை.

வீட்டின் இளையவர் கண்ணப்ப நாயக்கர். அவர் கோட்டையார் வீட்டின் செல்லப்பிள்ளை.

செல்லப்பிள்ளை கண்ணப்ப நாயக்கர் தினமும் செய்கிற வேலைகள்:

இரும்புக் கரண்டியில் கட்டியான தீக்கங்குகளை எடுத்துக் கொண்டுவந்து மாடுகளின் மேலுள்ள உண்ணிகளைச் சாமணத்தினால் தேடிப்பிடித்து எடுத்துக் கரண்டியிலுள்ள கங்குகளில் போட வேண்டியது.

இடுப்பு உயரம் வளர்ந்துள்ள, வெண்மையும் சாம்பலும் கலந்த இரண்டு ஜாதி நாய்களுக்கு அதுக்கென்றுள்ள சிறிய கல்தொட்டிகளில் சுத்தமான பாலைப் படிக்கணக்கில் ஊற்றி அவை சளப் சளப் என்று நாக்கை நீட்டி நக்கிக் குடிப்பதைப் பார்த்துக்கொண்டிருப்பது.

வான்கோழியின் குஞ்சுகளுக்கு, பொடுதலை இலைகளைப் பறித்துக் கொண்டுவந்து கோழிமுட்டைகளைப் பொரித்து அதோடு கலந்து தீனியாக வைப்பது.

புனுகுப்பூனைகளைக் கூட்டில் அடைத்து வளர்ப்பது; அதிலிருந்து புனுகு எடுப்பது. சேவல் கட்டுக்காக வளர்க்கும் ஜாதிச் சேவல்களுக்கு நனையப்போட்டு ஊறிய கேப்பையை ஊட்டுவது.

விடலைப் பனைகளிலிருந்து குருத்தோலையை வெட்டிக் கொண்டுவந்து விதவிதமான விசிறிகளைச் செய்து பிரியமானவர்களுக்கு அன்பளிப்பாக வழங்குவது.

இன்னும் இம்மாதிரியான காரியங்கள் அவருடைய ஆனந்தம் மிகு ஆத்மார்த்திகமான பொழுதுபோக்கு. செல்லப் பிள்ளை அழகாகப் பாடுவார். சங்கின் நாதத்தைப்போல சாரீரம். ஏதாவது ஒரு ராகத்தைக் குரலெடுத்து முனகிய வண்ணமாக இருப்பார். கொஞ்சம் ஸ்திரீலோலன். பனம்பால் சாப்பிடுவார். காமரசம் சொட்டும் தெலுங்குப் பதங்களை சொகமாய் பாடுவார். கிராமத்துப் பெண்டுகளுக்கு – முக்கிய மாக வெடைகளுக்கு – எப்பவும் அவர் பேரில் 'ஒரு கண்' உண்டு!

செல்லப்பிள்ளைக்கு முந்தியவர் சுந்தரப்ப நாயக்கர். இவருடைய கவனம் எருமை மாடுகளின் மேல். குட்டியானை மாதிரியுள்ள எருமைப் பொலிகிடாயைப் பேணுவதிலும், அதைப் பருவமடைந்த எருமை மாடுகளின் மேல் பயிராக விடுவதிலும் இவருக்குக் கொள்ளை இன்பம்!

இவரை விசுவாமித்திரன் என்று அக்கையா வேடிக்கை யாகச் சொல்லுவார். அதுக்கு அவர் சொல்லும் காரணம், ஆதியில் பிரம்மா உலகத்தைப் படைத்தபோது பசுமாடுகளைத் தான் உண்டாக்கினாராம். போட்டி உலகத்தை உண்டாக்கிய விஸ்வாமித்திரன்தான் பசுமாடுகளுக்குப் போட்டியாக எருமை மாடுகளையும், தென்னைமரத்துக்குப் போட்டியாக பனை மரத்தையும், மூஞ்சூறுக்குப் போட்டியாக பெருச்சாளியையும் உண்டாக்கியதாக அக்கையா சொல்லுவார்! இப்படியாக ஒவ்வொரு பொருளுக்கும் போட்டியாக இருக்கும் மற்றொன்றைச் சுட்டிக் காண்பித்துச் சிரிப்பார்.

கோட்டையார் வீட்டுச் சகோதரர்கள் ஏழு பேர்கள். இவர்கள் ஏழு பேரும் நாரணப்ப நாயக்கரின் மூத்த பாரியாள் கொண்டம்மாவின் புதல்வர்கள். இளைய பாரியாள் ரங்கம்மா வுக்கு ஒரே ஒரு பெண்; மங்கம்மா என்று பேர்.

அண்ணன் தம்பி ஏழு பேரும் குடும்பத்தில் ஒவ்வொரு 'இலாகா'வை நிர்வகித்தார்கள்.

மூத்தவர் – கோவிந்தப்ப நாயக்கர், குடும்ப மேல் பார்வை, பொதுநிர்வாகம்.

இரண்டாவது – கிருஷ்ணப்ப நாயக்கர், விவசாயம்.

மூன்றாவது – கோவப்ப நாயக்கர், பசுமாடுகள்.

நாலாவது – ராமப்ப நாயக்கர், ஆடுகள், கிடை பராமரிப்பு.

ஐந்தாவது – தாசப்ப நாயக்கர், உள்ளூரிலும், சொந்தக் காரர்கள் வசிக்கும் வெளியூர்களிலும் நடக்கும் இழவு, கல்யாணம், சடங்கு, கிரஹப்பிரவேசம், முடிஇறக்கு, காதுகுத்து முதலிய

விசேஷங்களுக்குக் குடும்பத்தின் சார்பாகப் போகவும் வரவுமே அவருக்கு நேரம் சரியாக இருக்கும்.

ஆறாவது – சுந்தரப்ப நாயக்கர், எருமை மாடுகள்.

ஏழாவது – கண்ணப்ப நாயக்கர், செல்லப்பிள்ளை. இவர் ஒருத்தர்தான் வீட்டில் இருப்பார். முன்னே சொன்ன வேலைகளைச் செய்துகொண்டு.

கோட்டையார் வீட்டுக்கு, முன்புறம் இரண்டு வாசல்களைத் தவிர வீட்டின் பின்புறம் தள்ளி இரண்டு பக்கங்களிலும் பக்கவாசல்கள் இருந்ததினாலோ என்னமோ அந்த வீட்டுக்குப் புறவாசல் – புழக்கடை வாசல் – கிடையாது. அந்த இருபக்க வாசல்கள்கூட, இரண்டு பக்கமும் உள்ள தொழுவங்களுக்காக விடப்பட்டிருக்கலாம். கோபல்ல கிராமத்திலுள்ள எல்லா வீடுகளையும் போலவே இவர்களுடைய வீட்டுக்கும் புறவாசல் கிடையாது.

வீட்டைச் சுற்றிலும் இருப்பதைப் போலவே வீட்டுக்குப் பின்புறமும் அடர்ந்த வேப்பமரங்கள். வெயில் காலத்தின் இரவு நேரங்களில் அந்த மரங்கள் கொத்துக் கொத்தாய் வெண்மை நிறத்தில் மனசுக்கு இதமான ஒரு கசந்த வாசனையோடு பூத்துக் குலுங்கும். பெண் ஒருத்தி பச்சை உடுக்கை உடுத்தி வெண்ணிற ரவிக்கை அணிந்துகொண்டிருப்பதைப் போலிருக்கும். அக்கையா வேப்பமரத்தை வேப்பம்மாள் என்றே சொல்லுவார். காய்கள் காய்த்துக் குலுங்கும்போது "வேப்பம்மா குணுக்கு போட்ருக்கா" என்பார். இலை அவ்வளத்தையும் உதிர்த்து விட்டு நெத்துகள் மட்டுமே கொண்டுள்ள வாகைமரத்தைப் பார்த்தால், "இந்த வாகைக்கு லச்சை கிடையாது; எல்லாத்தையும் உதுத்துட்டு அம்மணமாய் நிற்கிறதைப் பார்!" என்பார்.

வீட்டின் நீண்ட திண்ணையை ஒட்டி ஆள் உயரத்துக்கு இருக்கும் நான்கு ஜன்னல்கள். வடக்குக் கடைசி ஜன்னல் வழியாகப் பார்த்தால் ஒரு தனி அறையில் பனைநார்க் கட்டிலில் ரொம்பவும் வயசான ஒரு பெரியம்மாள் இருப்பது தெரியும். எலும்பும் தோலுமாய் நீண்ட மூக்குடன் இருக்கும் அந்த உருவத்தைப் பார்க்கும்போது, ரோமத்தையெல்லாம் இழந்துவிட்ட ரொம்ப வயசான ஒரு கழுகின் ஞாபகம் வரும். அந்தப் பூட்டியின் பெயர் மங்கத்தாயாரு அம்மாள். அவளுக்கு இப்பொழுது நூற்றி முப்பத்தி ஏழு வயசாகிறது.

கணிப்பிள்ளை அடைத்த, தோலினால் செய்த திண்டில் சாய்ந்து, தலைகுனிந்து கண்களை மூடி இறைவணக்கம் செய்வதுபோல் – வயிற்றை ஒட்டி கூப்பியதுபோல் துவண்டு கிடக்கும் கைகள். காதுகளில் தொங்கும் வட்ட வளையமான வண்டிக் கம்மல்கள். அவை தொங்கும் தோலின் நீளம் நீண்டு பெரிதாக இருப்பதால் அவை நழுவிக் கீழே விழுந்துவிடாமல் இருக்கப் பூண் பிடிக்கப்பட்டிருக்கிறது.

பூட்டி தூங்கி வெகு வருஷங்கள் ஆகிறது. சாய்ந்தவாறே உட்கார்ந்து தூங்கும் கோழித்தூக்கம்தான். எப்பவாவது தொண்டையைச் சரிசெய்ய செருமும் ஒலிமட்டும் கேட்கும். இரண்டுதரம் தொடர்ந்து அந்த ஒலி கேட்டுவிட்டால் கோவிந்தப்ப நாயக்கர், என்ன என்று கேட்க ஓடி வந்து விடுவார்.

பூட்டிக்குக் காதுகள் பரவாயில்லாமல் கேட்கிறது. பற்கள் இல்லாததால் அவளுடைய குரல் ஒலியோடு பழகியவர்களுக்குத் தான் அவள் சொல்வது இன்னது என்று சரியாக விளங்கும்.

"கோயிந்தப்பா" என்று அழைத்து அவரைப் பக்கத்தில் இருத்திக்கொண்டு அவருடைய உடம்பைத் தடவித்தடவி விடுவாள். அவரை மட்டும் என்றில்லை, யார் அவளுடைய அருகில் போனாலும் இழுத்து உட்காரவைத்துத் தடவி விடுவாள். அந்தத் தடவுதலுக்கு எத்தனையோ அர்த்தங்கள் உண்டு. சௌக்யமாய் இருக்கயா, உடம்பெல்லாம் எப்படி இருக்கு, அடிக்கடி இப்படி என் அருகே வரக் கூடாதா, உன்னை விட்டுட்டு இருக்க முடியலையே... மெலிந்து சுருக்கம் விழுந்த கையின் அந்தத் தடவுதலுக்கு இப்படி எத்தனையோ அர்த்தங்கள் உண்டு.

எவ்வளவு உப்பிய சரீரமுடையவர்களாக இருந்தாலும் மெலிஞ்சி போய்ட்டயே குழந்தை; நல்லாச் சாப்பிடு; நெய் விட்டுக் கொள்றயா? எண்ணெய் தேய்த்து ஒழுங்காகத் தலை முழுகிறயா? காலையில் எழுந்ததும் ஒழுங்காகத் தயிர்

சாப்பிடுறயா; நிறைய மோர் சாப்பிடு. பேதிக்கு விளக்கெண்ணெய் ஒழுங்கா சாப்பிடுறயா? என்றெல்லாம் கேட்பாள்.

பூட்டி சாப்பாட்டை நிறுத்தி ரொம்ப வருஷங்கள் ஆகிறது. இப்போது அவளுடைய உணவு தயிரும் கருப்பட்டியும்தான்.

பாசத்தோடு அப்படித் தடவும் நடுங்கும் கைகளின் அந்த ஸ்பரிசம் கோவிந்தப்ப நாயக்கரின் உடம்பை சிலசமயம் புல்லரிக்க வைக்கும்; கண்கள் பனித்துவிடும்.

"இண்ணைக்கு என்ன கிழமை, என்ன நட்சத்திரம்?" என்று அவரிடம் கேட்பாள். இப்பொழுதெல்லாம் இவை அவளுக்குக் குழப்படியாகப் போய்விட்டது. பகலில் தூங்கி வழிந்து அதை இரவாகக் கற்பித்துக்கொள்கிறதும், இரவைப் பகலாக நினைத்து விழித்துக்கொண்டிருப்பதுவும் ஒரு காரணமாக இருக்கலாம்.

அவள் தனது பாலியப் பருவத்தில், யௌவனத்தில், முதுமையில் நடந்த அதிசய நிகழ்ச்சிகள், ஆனந்த சம்பவங்கள் முதலிய எத்தனைகளையோ சொல்லி இருக்கிறாள். அவள் இன்னும் சொல்லி முடிக்காத, சொல்லாத சம்பவங்களும் உண்டு. கோவிந்தப்ப நாயக்கருக்கு அவைகளைக் கேட்டுக் கேட்டு அனுபவிப்பதில் எல்லையில்லா ஆனந்தம். சிலதுகளைத் திரும்பத்திரும்பச் சொல்லிக் கேட்பதில் ஒரு நிறைவு. பூட்டியம்மாள் ஓர் அனுபவக் களஞ்சியம்.

ஆந்திர நாட்டிலிருந்து கம்மவார்கள் புறப்பட்டு இங்கே தமிழ்நாட்டுக்கு வரும்போது இவளும் அவர்களுடன் வந்தவள். அந்த நாட்களில் ஜனங்களுக்கு ஏற்பட்ட அனுபவங்களை, துன்ப துயரங்களை விவரித்துச் சொல்லும் போது சில இடங்களில் உணர்ச்சி வசப்பட்டுவிடுவாள். பொலபொலவென்று கண்ணீர் சிந்தும் இடங்கள், கலகலவென்று சிரிக்கும் கட்டங்கள். தாங்க முடியாத உணர்ச்சிவயப்படும் தெய்வ விஷயங்களுக்குத் தலைக்குமேல் இரண்டு கைகளையும் கூப்பி பாட ஆரம்பித்துவிடுவாள். உடனே சுற்றியுள்ள யாவரும் மௌனமாகக் கலைந்துவிடுவார்கள். அன்றைக்குக் கதை அவ்வளவுதான்.

○

6

ஆந்திர தேசத்திலிருந்து கம்மவார் மட்டும் இங்கே வரவில்லை. ரெட்டியார், கம்பளத்தார், செட்டியார், பிராமணர், பொற்கொல்லர், சக்கிலியர் இப்படி எத்தனையோ.

இவர்கள் இங்கே புறப்பட்டு வந்ததற்கும் காரணங்கள் எத்தனையோ.

தெலுங்கு அரசர்கள் இங்கே ஆட்சி செலுத்தியதையொட்டி வந்தவர்கள், பஞ்சம் பிழைக்க வந்தவர்கள், முஸ்லீம் ராஜாக்களுக்குப் பயந்துகொண்டு வந்தவர்கள், இப்படி இப்படி.

கம்மவார் என்று பெயர் வந்ததற்கு மங்கத்தாயாரு அம்மாள் சொல்லும் காரணம், காதுவளர்த்து வளையம் போன்ற 'கம்ம' என்ற காது ஆபரணத்தை இந்தப் பெண்கள் அணிந்து கொள்வதால் இப்பெயர் வந்தது என்று சொல்லு வாள். கம்மவாரின் முதல் தோன்றலைப் பற்றியும் ஒரு பூர்வ கதை சொல்லுவாள். நாகார்ஜூன மலையில் வீரம் நிறைந்த ஒரு ராட்சதப்பெண் இருந்தாளாம். அவளை அடக்க யாராலும் முடியவில்லையாம். அழகும் வீரமும் கொண்ட ஒரு பிராமணன் அவளை அடக்கி அவளுடைய மூக்கில் துறட்டியைப் போட்டு இழுத்துக்கொண்டு வந்தானாம்.

மூக்கில் தொறட்டியைப் போட்டு அவளை இழுத்துக்கொண்டு வந்ததால் அந்தத் தொறட்டியையே அவள் ஆபரணமாக விரும்பிப் போட்டுக்கொண்டாளாம். ஆகவேதான், அவர்களுடைய சந்ததியாராகிய நமது பெண்டுகள் இன்றும் மூக்கில் தொறட்டி என்ற ஆபரணத்தை அணிந்து கொண்டிருக்கிறோம் என்பாள்.

"ஆந்திர தேசத்திலிருந்து நீங்கள் புறப்பட்டு வந்ததை இன்னொருதரம் சொல்லு" என்று கேட்பார், கோவிந்தப்ப நாயக்கர். அவர் இப்படி கேட்பது இது ரெண்டாவது தடவை அல்ல; எத்தனையோவாவது தடவை.

மங்கத்தாயாரு அம்மாள் ஒரு கவிஞையாகப் பிறந்திருக்க வேண்டியவள். விஷயங்களைப் பார்க்கிறதிலும், அதை மனசுக்குள் கொண்டுவந்து வெளியீடு செய்யும் அழகும் கோவிந்தப்ப நாயக்கரும் அக்கையாவும் தனித்திருக்கும் போது பேசிப்பேசி மகிழ்வார்கள். அவளுக்கும் தனது அந்தக் கதையைத் திரும்பத் திரும்பச் சொல்லிப் பார்ப்பதில் ஒரு தீராத பிரேமை. அவளால் இந்தத் தள்ளாமையில் செய்யக்கூடிய காரியம் அது ஒன்றே.

கோவிந்தப்ப நாயக்கர் அப்படிக்கேட்டதும் மங்கத்தாயாரு வின் மலர்ந்த முகம் கொஞ்சங் கொஞ்சமாகச் சுருங்கிக் கொண்டே வரும். கண்கள் இடுங்கி, இங்குள்ள பொருள்கள் எதிலும் பதியாமல் மனதூரத்தில் எங்கோ பார்க்கும். அப்புறம் சற்றே முகம் மலருவதைப் போல் வந்து, முகம் அழுவதைப் போல் உணர்ச்சி வயப்பட்டுப் பின்பு செருமிச் சரி செய்துகொண்டு தொடங்குவாள்.

என்னுடைய ஒன்றுவிட்ட சகோதரியாக்கும் அந்த சென்னாதேவி. என்னைவிட ஆறு வயசு மூத்தவள். அப்பொ எனக்கு ஒம்பது வயது.

கோயிந்தப்பா, எனக்கு இத்தனை வயசாகிறது; இன்னும் இப்படி ஒரு ரூபலாவண்யமுள்ள 'சிறை'யை நான் பார்த்ததில்லைடா!

சென்னாதேவி இருக்குமிடத்தில் அவளுக்கு அருகே அவளைச் சுற்றி ஒரு பிரகாசம் குடிகொண்டிருக்கும். அவள் நிறை பௌர்ணமி அன்று பிறந்ததினாலோ என்னமோ அப்படி ஒரு சோபை அவளுடைய முகத்தில்.

பசுமாடுகள் ஒவ்வொரு பிரதேசத்திலும் அந்த அந்த பிரதேசத்துக்குரிய அங்கலட்சண ஜாடைகளோடும் சுத்தத்தோடும் விளங்குவதில்லையா; அதுமாதிரிதான் மனிதர்களுடைய ஜாடையும் அழகும். ஆந்திர தேசத்தின், அந்தத் தேசத்துக்குரிய அழகு தேவதையின் லட்சணம் கொண்டவளாக்கும் அவள்.

அவளுடைய அழகு பக்கத்துக் கிராமங்களுக்கு மட்டு மில்லை, வெகுதூரம் பிராபல்யம் அடைந்தது. அந்தப் பிராபல்யமே அவளுக்கு வினையாக முடிந்தது.

கோபல்ல கிராமம்

அவளுடைய குரல்தான் என்ன இனிமை என்கிறாய்! அவள் பாட ஆரம்பித்தால் இந்தப் பிரபஞ்சமே ஒலியடங்கி மௌனியாகிவிடும். காற்று அசைவதை நிறுத்திவிடும். கொடிகள் ஆடாமல் நிற்கும். பூமியில் நம்முடைய பாரம் லேசாகி அப்படியே கொஞ்சங் கொஞ்சமாக மேலே கிளம்பி காற்றில் மிதப்பதுபோல் ஆகிவிடும். பெருங்குளத்தின் நிறை தண்ணீரைப் போல ஆனந்தம் தாங்காமல் தத்தளிக்கும் நம் மனசு.

அவள் அபூர்வமாகத்தான் வாய்விட்டுச் சிரிப்பாள். இன்னொருதரம் அப்படிச் சிரிக்க மாட்டாளா என்று இருக்கும். அவளுடைய சிரிப்பிலேதான் எத்தனை விதம்!

கண்களால் மட்டும் சிரித்துக்காட்டுவது.

கண்கள் சிரிப்பதற்குப் புருவங்கள் அப்படி ஒத்துழைக்கும்!

கடைக்கண்ணால் சிரிப்பது.

முகத்தில் எந்தவித சலனமும் இல்லாமல் நேர்பார்வையில் சிரிப்பது. தரையைப் பார்த்துச் சிரிப்பது. (அவளுடைய சிரிப்பிலேயே இதுதான் அழகு.) கண்களைச் சுழற்றி – பறவையாடவிட்டு – ஒரு சிரிப்புக் காட்டுவாள். (அப்போது கண்கள் ஜொலிக்கும்.) சில சமயம், சற்றே மூக்கை மட்டும் விரித்து மூக்கிலும் ஒரு சிரிப்பை வரவழைப்பாள்!

உதடுகள் புன்னகைக்கும்போது வாயின் அழகு பல மடங்கு அதிகமாகிவிடும். சிரிப்பை அடக்க உதடுகளை நமட்டும் போது அவை இளஞ்சிகப்பின் எல்லையைத்தாண்டி குருவி இரத்தம்போல் செஞ்சிகப்பாகிவிடும்.

அவளுடைய மூக்கில் தொங்கும் புல்லாக்கின் கீழ் ஒரு முத்து தொங்கும். பற்கள் மின்ன அவள் சிரிக்கும் போதெல்லாம் அந்த முத்துக்கும் பற்களுக்கும் போட்டிதான்! புல்லாக்கில் அப்படி ஒரு முத்தைக் கோத்து, பற்களுக்கு நேராய்த் தொங்க விடணும் என்று ஒரு ஆசாரிக்குத் தோணியிருக்கே, அது எப்பேர்ப்பட்ட ரசனை!

அவள் பூப்பதுக்குக் கொஞ்சநாள் முந்திதான் அந்தச் சம்பவம் நடந்தது.

அவளுக்கு மாணிக்கமாலை செய்வதற்காகக் கெம்புக்கற்கள் வாங்கத் தீர்மானித்தார்கள். வீட்டில் ஏற்கெனவே கொஞ்சம் கெம்புக்கற்கள் இருந்தன. காணாததுக்கு மேலுங் கொஞ்சம் வேண்டியதிருந்தபோதுதான், "அவர்கள்" அந்த ஊருக்கு வந்தார்கள். அவர்கள் வந்தது கெம்புக்கற்கள் விற்பதற்காக அல்ல; வாங்குவதற்கு.

சென்னாதேவியின் தகப்பனார், அவர்களிடம் கற்கள் விலைக்குக் கிடைக்குமா என்று கேட்டார். அவர்களைக் கூப்பிட்டுத் தன்னிடமுள்ள கற்களையும் காட்டினார். ரத்ன வியாபாரிகளான அந்தத் துலுக்கர்கள் இந்தக் கெம்புக் கற்களைப் பார்த்து அசந்து போய்விட்டார்கள். “இதை எங்கிருந்து வாங்கினீர்கள்?” என்று கேட்டார்கள். இது எங்கிருந்து வாங்கினது என்பது தங்களுக்குத் தெரியாது என்றும், குடும்பத்தில் பூர்வீகமாகவே இருந்து வருகிறது என்றும் சென்னாவின் தகப்பனார் சொன்னார்.

அந்த வியாபாரிகள் அந்தக் கெம்புக்கற்களிலிருந்து தங்கள் கண்களை எடுக்க முடியாமல் திணறினார்கள். வீடே அதன் சிகப்பினால் ஒரு பிரகாசம் அடைந்தது போலத் தோன்றியது. அவர்கள் அதிலுள்ள சில தேர்ந்த கற்களை எடுத்துக் கையில் வைத்துக்கொண்டு முற்றத்தில் போய்ப் பார்ப்பதும், அதிக வெளிச்சத்தில் கொண்டுபோய் வைத்து அப்படியும் இப்படியும் புரட்டி ஒருவரைப் பார்த்து ஒருவர் மனம்திறந்து அதிசயச் சிரிப்புச் சிரித்து அவர்களுக்குள் அவர்கள்

பாஷையில் சத்தம்போட்டுப் பேசிக் கொண்டுமிருந்தார்கள். அவர்கள் அப்படி பேசிக்கொண்டதைப் பார்த்தால், ஒருவன் வைத்திருக்கும் கல்லைவிட மற்றவன் வைத்திருக்கும் கல்லே சிறந்தது என்று அடித்துச் சொல்லுவதுபோலிருந்தது.

அந்த நேரத்தில் சென்னாதேவி அங்கே தற்செயலாய் வந்தாள். அவர்களுடைய தலைப்பாகைகளையும், வெட்டி ஒழுங்கு செய்துவிடப்பட்ட தாடிகளையும் அவர்களுடைய பருத்த முழிகளையும் பார்த்து, ‘கக்ரே புக்ரே’ என்று வேகமாகச் சொல்லும் பேச்சையும் கேட்ட அவளுக்குச் சிரிப்பை அடக்க முடியவில்லை!

அவர்களில் வயசாளியான ஒருத்தன் இந்த இனிமையான சிரிப்பொலி வந்த திக்கில் பார்த்தான். கூர்ந்து பார்த்தான். கண்ணைக் கசக்கிவிட்டுப் பார்த்தான். தான் பார்ப்பது நிஜம் தானா என்பது போலிருந்தது. சென்னாவுக்கு அவன் அப்படிச் செய்தது வேடிக்கையாக இருந்தது. முத்துமாலைகள் தொடர்ந்து ஒன்றன்பின் ஒன்றாய் விழுவதுபோல் அவள் விழுந்து விழுந்து சிரித்தாள்.

அன்று சென்னாதேவி நீலநிறத்தில் பட்டுப்பாவாடை கட்டியிருந்தாள். காவி நிறம் மாதிரியான ஒரு நிறத்தில் ஜரிகைப் புட்டா போடப்பட்டுள்ள பட்டுத்தாவணி அணிந்து அதன்மேல் வைரக்கற்கள் இழைத்த ஒட்டியாணம் அணிந்திருந்தாள்.

மாணிக்கக் கற்களின் மேல் பதித்த கண்களை எடுக்க முடியாமல் திண்டாடிய அந்த ரத்ன வியாபாரிகள் இப்பொழுது இந்த ஸ்திரீ ரத்னத்தின் மேல் பதித்த கண்களை எடுக்க முடியாமல் திண்டாடினார்கள்!

அந்த வயசாளி அவர்களுடைய மொழியில் பகவானைத் தோத்தரிப்பதுபோல் கண்களையும் கைவிரல்களையும் ஆகாயத்தை நோக்கி உயர்த்தி ஏதோசொல்லி, சென்னாவைப் பார்த்து ஆசீர்வதிப்பதுபோலக் கைகளை அசைத்தார்.

அந்த வயசாளி அப்படிச்செய்ததில் ஒன்றும் அதிசய மில்லை. சென்னாதேவியைப் பார்க்கும் எந்தப் புதியவர்களும் இந்த மாதிரி ஏதாவது ஒன்றுசெய்ய நான் பார்த்திருக்கிறேன்.

ஒரு நாள் நாங்கள் கோவிலுக்குள் போய்விட்டு வெளியே வந்தபோது ஒருவன், கண்களுக்கு சென்னாதேவி மறையும் வரையிலும் அவளைப் பார்த்துக் கும்பிட்டுக்கொண்டே இருந்தான்.

இன்னொரு நாள் அவளைக்கண்ட மற்றொருவன் வைத்த கண் வாங்காமல் அவளையே பார்த்திருந்துவிட்டுப் பிறகு மௌனமாக அழுதான்!

இதையெல்லாம்விட எங்கள் சின்ன வயசில் ஒன்று நடந்தது. அன்று நடு மத்தியானம். ஜனசந்தடி இல்லாத காட்டுப்பாதை. மூடு பல்லக்குக்குள் நானும் சென்னாவும் மட்டுமே இருந்தோம். அவளுடைய அம்மாவைப் பிறந்த வீட்டில் கொண்டுபோய் விட்டுவிட்டுத் திரும்புகிற வழி. சென்னா என்னைத் தன் பக்கத்தில் இழுத்து உட்கார வைத்துக்கொண்டு சிறு குழந்தைகள் தங்களுக்குள் சொல்லி மகிழும் கதைகளில் ஒன்றை எனக்கு சுவாரஸ்யமாகச் சொல்லிக்கொண்டு வந்தாள். இரண்டு ஈக்களுக்குக் கல்யாணமாம். மாப்பிள்ளை ஈ என்னென்ன

கி. ராஜநாராயணன்

நகைகள் போட்டுக்கொண்டிருந்தது, பொண்ணு ஈ என்னென்ன நகைகள் போட்டுக்கொண்டிருந்தது தலையிலிருந்து பாதங்கள் வரை என்று வர்ணித்துக்கொண்டு வந்தாள். பொண்ணு ஈ கழுத்தில் அவ்... வளவு நகை போட்டுக்கொண்டிருந்ததாம். கழுத்தைத் திருப்...ப முடியலையாம். மாப்பிள்ளை ஈயின் முகத்தை ஒருதரம் பார்க்கணும்ணு பொண்ணு ஈக்கு ரொம்...ப ஆசை. கழுத்தில் கிடக்கிற நகைகளோ கழுத்தைத் திருப்ப முடியாமல் செய்துகொண்டு இருக்கிறது. அந்தச் சமயத்தில்... என்று சென்னாதேவி சொல்லிக்கொண்டு வரும்போதே, மூடு பல்லக்கு பலமாக ஆடி எங்களைக் குலுக்கியது. நான் அவளைப் பலமாகச் சேர்த்துப் பிடித்துக் கொண்ட அதேவேளையில் வெளியே பரபரப்பான கூக்குரல்களும் சத்தங்களும் கேட்டது. மூடு பல்லக்கு தரையில் வைக்கப்பட்டது தெரிந்தது.

பல்லக்கு திறக்கப்படாமலே உள்ளேயிருந்து கொண்டு வெளியிலுள்ள காட்சிகளைப் பார்க்க வசதியான துவாரங்கள் உண்டு. அதுவழியாக நானும் சென்னாவும் என்ன என்று கவனித்தோம். எங்களைக் கொள்ளைக்காரர்கள் நாலுபக்கமும் சூழ்ந்துகொண்டிருந்தார்கள். அந்த மனிதர்களைப் பார்க்கவே பயமாக இருந்தது. கருப்புநிற வேட்டிகளால் இறுக்கமாகத் தார்ப்பாய்ச்சிக்கொண்டிருந்தார்கள். குளிக்காத காட்டு யானைகள் மாதிரி மேலெல்லாம் மண்ணும் புழுதியும். உடம் பெல்லாம் அடர்ந்த செம்பட்டை பாய்ந்த ரோமக்கற்றைகள். எண்ணெய் படாத சிலிர்த்த தலைகள். அணில் வாலைப் போன்ற நீண்ட மீசைகள். பருத்த துருத்திய முழிகள். ஒவ்வொருத்தர் கையிலும் ஒரு வேல்.

"மூடுபல்லக்கை நீங்களே திறக்கிறீர்களா, இல்லை நான் திறக்கவா?" என்று கனமான குரல்கேட்டு நான் பதறிப் போனேன். சென்னாதேவியோ அமைதியாகத் துவாரத்தின் வழியாக அவனைப் பார்த்துக்கொண்டிருந்தாள்

அவனுடைய முகத்தில் துல்லியமான பெரிதாக நெற்றியில் இட்ட குங்குமம் பளிச்சென்று தெரிந்தது. அதன் கீழ் நீளமாக இழுக்கப்பட்ட சந்தனக் கீற்று. கழுத்தில் துளசி மணிமாலை. கருநீல நிறத்தில் தார்ப்பாய்ச்சிக் கட்டிய வேட்டி, தோள்களில் நீளமாகப் போடப்பட்ட மஞ்சள் நிறப் பட்டு அங்கவஸ்திரம். முக்கால் பாக நீளமுள்ள, கண்ணைப் பறிக்கும் ஒளி வீசும் ஒரு வாளைக் கையில் ஏந்தியிருந்தான். வளர்ந்...த தாட்டியமான உருவம்.

யாரும் ஒன்றும் பேசவில்லை. அடுத்தகணம் என்ன நடக்கும் என்று யாருக்கும் திகையவில்லை. பளிச்சென்று சென்னாதேவி

மூடுபல்லக்கின் கதவைத் திறந்துவெளியில் இறங்கி நின்றாள். கூட்டத்தைப் பூராவும் ஒருதரம் தலையைத் தூக்கி முகத்தில் புன்னகையோடு மிகவும் நிதானமாகச் சுற்றிலும் பார்த்தாள். பின்பு அவளுடைய அருள்கண்கள் அந்தக் கொள்ளைக்கூட்டத் தலைவனிடம் வந்து நிலைத்தது.

சென்னாதேவி அப்படியே ஒரு சிலை மாதிரி நின்று கொண்டிருந்தாள். அவள் முகத்தில் அந்தப் புன்னகை மாறவே இல்லை. அவளுடைய புல்லாக்கில் பதிந்திருந்த பெரிய வைரத்திலிருந்து ஒரு பிரகாசமான ஒளி பளீரிட்டது.

❍

7

கொள்ளைக்கூட்டத் தலைவன் மெதுவாக நடந்து தேவியின் அருகில் வந்தான். அவன் எங்கள் அருகில் வந்ததும் கற்பூர வாசனை அடித்தது. வந்தவன், செம்பஞ்சு பூசப்பட்ட அவள் பாதங்களையே பார்த்துக்கொண்டிருந்தான், பிறகு அவன் அந்த வாளின் நுனியைத் தரையில் ஊன்றி ஒரு காலை மட்டும் மடக்கி மண்டியிட்டான். வாளின்மேல் கைகள் கோத்து இருந்தன. தலையைத் தாழ்த்தி கண்களை மூடிக்கொண்டான். பிறகு எழுந்து இரண்டடி பின்வாங்கி நின்றுகொண்டு கண்களை மூடி தியானத்தில் இருப்பவனைப் போல் சற்றுநேரம் இருந்து, தொண்டை கட்டிய ஒரு அழும் குரலில், 'அடே பொம்மா' என்று மெதுவாகக் கூப்பிட்டான்.

அரையில் இடைவாருக்குப் பதிலாக இரும்புச்சங்கிலி அணிந்த ஒருவன், வேலை இடதுகைக்கு மாற்றி அதைப் பின் பக்கமாகப் பிடித்துக்கொண்டு வலது கையால் வாயைப் பொத்திக்கொண்டு, தலைவருக்கு இடதுபக்கத்தில் வந்து சற்றே குனிந்து நின்றான்.

"இந்த வனம் முடிகிறவரையிலும் இவர்களோடே நீ போய் வழியனுப்பிவிட்டு வா" என்று சொன்னான். சொல்லிய பிறகும் அவன் அதே நிலையில் நின்றுகொண்டிருந்தான்.

கூட்டம் விலகி வழி கொடுத்தது. பொம்மன் வேலை மார்பில் சாத்திக்கொண்டு, இரண்டு கைகளையும் மரியாதையாக, கதவு திறந்திருந்த பல்லக்கின் ஆசனங்களை எங்களுக்குக் காட்டினான்.

சென்னாதேவி அதே கம்பீரத்தில் பல்லக்கினுள் என் அருகே வந்து அமர்ந்தாள். பல்லக்கின் கதவு அடைக்கப்பட்டதும் பிரயாணம் தொடர்ந்தது.

பயந்த என் முகத்தைக் கண்ட சென்னா, "செல்லீ[1] பயந்து போயிட்டியா!" என்று என்னை அணைத்துக்கொண்டு சிரித்தாள்.

எங்களுக்குப் பிறகுதான் தெரிந்தது, அவன்தான் பிரபலமான கொள்ளைக்காரன் மல்லையா என்று. திடுக்கிட்டுப் போனோம்!

கோயிந்தப்பா, அவன் செய்த கொலைகளுக்கும் கொள்ளைகளுக்கும் கணக்கு வழக்கே இல்லை. சென்னாதேவியை அவன் கொல்லாமலும் அவளிடமிருந்த நகைகளைப் பறித்துக்கொள்ளாமலும் விட்டதுக்குக் காரணம் அவளுடைய தெய்வீக அழகுதான். அது பூஜிக்கிற அழகு.

மல்லையா பெரிய்ய கொள்ளைக்காரன்தான் என்றாலும் மகாபக்திமான். பெண்களைத் தாயாக நினைப்பவன். அவன் பூஜிக்கிற சண்டிகாதேவியின் வீர அழகை சென்னாதேவியிடம் அவன் தர்சித்தான் போலிருக்கிறது.

ஆனால் கோயிந்தப்பா, பெண்ணுக்கு இப்படி ஒரு அழகு இருந்தால் அவள் சௌக்யமாக வாழவே முடியாது. சென்னாதேவிக்கு எந்த அழகு கீர்த்தியைக் கொடுத்ததோ, அதே அழகு அவளுக்கு சோகத்தையும் கொடுத்தது. இது அவளுக்கும் அவளுடைய குடும்பத்துக்கு மட்டுமில்லை; அந்தச் சமூகத்துக்கும் துன்பம் கொடுத்தது என்று சொல்லிவிட்டுப் பூட்டி கொஞ்சம் ஓய்வாக இருந்துவிட்டு, பிறகு தொடர்ந்தாள்.

சென்னாவின் வீட்டுக்கு முதலில் வந்த துலுக்கர்களான ரத்ன வியாபாரிகளைப் போலவே ரெண்டாவது தரமும் சில வியாபாரிகள் வந்தார்கள். இவர்கள் ரத்தினங்களை விற்பவர்கள் என்று வந்தார்கள். இவர்களிடம் வேண்டிய அளவு கெம்புக் கற்கள் இருந்தது. சென்னாவின் தகப்பனார் சிகப்பு பார்ப்பதில் தேர்ந்தவர். அவரே ஒரு பொற்கொல்லரின் உதவியுடன் வேண்டிய கற்களை அவர்களிடமிருந்து தேர்ந்தெடுத்தார்.

அவர்கள், ஏற்கெனவே தங்களிடம் ஒரு மாணிக்க மாலை இருப்பதாகவும் அதை வேண்டுமானாலும் பார்க்கலாம் என்றும் சொன்னார்கள்.

அதை வாங்கிப் பார்த்த பெரியப்பா – சென்னாவின் தகப்பனார் – அசந்துபோனார்! அப்புறம் அவர் சொன்னார், இது மனிதர்கள் அணியக்கூடியதில்லை; கோயிலுக்கு உரியது என்று சொல்லிவிட்டு, இதை வேண்டுமானால் நாம் வாங்கி

---

1. தங்கச்சி

திருப்பதியிலுள்ள அலர்மேலுமங்கைக்குச் சாத்தலாம் என்றார். பாதி உண்மையாகவும் பாதி வேடிக்கையாகவும்.

ஆனால் அது விலை திகையவில்லை. அவர்கள் சொன்ன விலைக்கும் இவர்கள் நினைத்ததுக்கும் ஏணிபோட்டாலும் எட்டாது.

சென்னாவின் பாட்டிக்கு, இதை நாம் வாங்கத்தான் முடியலை; எப்படி இருக்கிறது என்று சென்னாவின் கழுத்தில் போட்டுப் பார்க்கலாமே என்று தன் ஆசையை வெளியிட்டாள். பெரியப்பா, அதெல்லாம் கூடாது; வாங்குகிறதாக இருந்தால் மட்டுமே போட்டுப் பார்க்கணும்; வெறுமனே அதெல்லாம் கூடாது; அது முறையில்லை என்று தடுத்துப்பார்த்தார். ஆசை யாரை விட்டது! "நாமதான் மாலை செய்யப் போறமே; வேண்டாம் அம்மா இது" என்று திரும்பவும், சொல்லிப் பார்த்தார் பெரியப்பா.

நீ பேசாமல் இருடா என்று சொல்லிவிட்டு உள்ளே திரும்பி, "நா அபரஞ்சீ" என்று கூப்பிட்டாள். அவள் சென்னாவை அபரஞ்சி என்றுதான் செல்லமாகக் கூப்பிடுவாள்.

இவ்வளவையும் ஜன்னல் மறைவிலிருந்து கவனித்துக் கொண்டிருந்த சென்னா, பாட்டியின் கையிலிருந்த மாணிக்க மாலையைப் பார்த்ததும் வெளியே வந்துவிட்டாள்.

மாலையை அணிந்த சென்னாதேவியின் அழகு ரெண்டு மடங்கு ஆயிற்று.

திருஷ்டி விழாமல் இருக்க, பாட்டி அவள் கன்னங்களைத் தடவி இரண்டு கைவிரல்களையும் மடக்கி அழுத்தி சடசட வென்று சொடக்குகள் விழ வைத்தாள்.

கோயிந்தப்பா, அந்தத் துலுக்க வியாபாரிகளை நாங்கள் நிஜமான வியாபாரிகள் என்று நினைத்து மோசம் போனோம். அவர்கள் அப்பொழுது எங்களை அரசாண்ட துலுக்க ராஜாவின் கையாட்கள் என்பதை நாங்கள் அறியவில்லை.

மறுநாள் காலை எங்கள் குடும்பத்தாருக்கும் சுற்றத்தாருக் கும் நல்லமுறையில் விடியவில்லை. அதிகாலையிலேயே எங்கள் வீட்டுக்கு முன்னால் துலுக்க ராஜாவின் பட்டாளமும் அந்தப்புர மூடுபல்லக்குகளும் வந்து நின்றன. நாங்கள் வீட்டை விட்டு ஓடிப்போகாமலிருக்க சுற்றிலும் பாராக்காரர்கள். வந்தவர்கள், இதை நாங்கள் தப்பிதமாக எங்கே நினைத்துக் கொள்வோமோ என்று, அது மரியாதைக்காக என்று எங்களிடம் சொன்னார்கள்!

ராஜாவின் காரியஸ்தர் ஒரு பிராமணனைப் போலிருந்த வயசாளி; அவர்தான் எங்கள் பெரியப்பாவைக் கூப்பிட்டு, பல்லக்குகளில் கொண்டு வந்திருந்த வைர வைடூரிய நகைகளையும் முத்துமாலைகளையும் பட்டாடைகளையும் ராஜாவின் மற்ற சன்மானங்களையும், மரியாதைகளையும் ஏற்றுக்கொள்ளும்படி சொன்னார். ராஜாவினுடையதை மறுக்க முடியுமா? ஆனால் துலுக்க ராஜாவிடமிருந்து வரும் இப்படி மரியாதைகளை ஏற்றுக்கொள்வதிலுள்ள அபாயங்களையும் நாங்கள் கேள்விப்பட்டிருந்தோம்.

கடேசியில் நாங்கள் பயந்தபடி ஆயிற்று. வந்தவர்கள் சென்னாதேவியைத் துலுக்க ராஜாவுக்குப் பெண் கேட்டார்கள். அந்த வயசான 'பிராமணன்' பெரியப்பாவைப் பார்த்து, "அப்பாயி, நீ ஒண்ணும் பயப்படாதே. ராஜா உன் பொண்ணைக் கல்யாணம் செய்து தனக்கு ராணியாக ஆக்கிக்கொள்ளவே இஷ்டப்படுகிறான். உனக்கும் உன் குடும்பத்துக்கும் அதிர்ஷ்டம் வந்திருக்கு; யோஜிக்காதே" என்று சொன்னான்.

பெரியப்பா ஒன்றும் பேசவில்லை. அந்தப் பிராமணனையே பார்த்துக்கொண்டிருந்தார். பிராமணன் பளிச்சென்று சுற்றிலும் ஒரு கண்வீச்சு பார்த்துவிட்டு முணுமுணுக்கும் குரலில் பெரியப்பாவின் தோளில் கை வைத்துக்கொண்டு "மாட்டேண்ணு நீ சொன்னாலும் உன் மகளை அவன் தூக்கிட்டுப் போகத்தான் போறான். கடவுள்விட்ட வழிண்ணு பேசாமல் சம்மதிச் சுடு" என்றான்.

காரியஸ்தனின் கையைப் பெரியப்பா தனது தோளிலிருந்து தள்ளினார்.

தனது மகள் இவ்வளவு அழகாய் இருக்காளே என்று பெருமைப்பட்ட சென்னாவின் தாய், ஐயோ இவள் ஏன் இவ்வளவு அழகோடு பிறந்தாள் என்று கண்ணீர்விட்டாள்.

யாரும் எதுவும் பேசவில்லை; பேச்சுநின்று போய் விட்டது. அன்ன பானம் கிடையாது. வீட்டில் ஒரு துக்கம் நடந்திருந்தால்கூட இவ்வளவு வருத்தப்பட்டிருக்க மாட்டார்கள்.

பெரியவர்கள் யோசித்து யோசித்துப்பார்த்தார்கள். ஒரு முடிவுக்கும் வர முடியவில்லை அவர்களால். எல்லோரும் எதையாவது தின்று இறந்து போய்விடலாம் என்றாலும் முடியாதுபோலிருக்கு; வந்தவர்கள் சூழ்ந்...து கொண்டிருக்கிறார்கள். புறப்பட்டுப் போவதாகத் தெரிய வில்லை. யோசித்துச் சொல்கிறோம் என்று சொன்னாலும் நகருவதாக இல்லை.

பாட்டி பெரியப்பாவைப் பூஜை அறைக்குள் கூட்டிக் கொண்டுபோனாள். பெரியம்மாவும் அங்கே போனாள். எல்லோரும் ஒருவரை ஒருவர் கட்டிக்கொண்டு சத்தமில்லாமல் அழுதார்கள்

எவ்வளவு நேரம்தான் அழ முடியும்?

குடும்பத்தார் எல்லோரும் பார்த்துக்கொண்டிருக்க பாட்டி குத்துவிளக்கைப் பிரகாசமாகத் தூண்டினாள். திருப்பதி மலை இருக்கும் திசையை நோக்கி, "ஓ ஏடுகொண்டலவாடா; ஸ்ரீனிவாசமூர்த்தி..." என்று உரக்கச்சொல்லி பூமியில் விழுந்து நமஸ்கரித்தாள். எழுந்திருந்து இரண்டு வெற்றிலையை எடுத்து ஒன்றில் செவ்வரளிப்பூவையும் இன்னொரு இலையில் பிச்சிப்பூவையும் திருத்துளாயையும் வைத்துக்கட்டிக் குலுக்கிப் போட்டாள்.

"மங்கத்தாயாரு" என்று பெயர் சொல்லி பாட்டி என்னை அழைத்தாள். நான் போய் விளக்குநாச்சியாரை விழுந்து கும்பிட்டு, அதில் ஒன்றை எடுத்து பாட்டியிடம் கொடுத்தேன்.

பாட்டி அதைப் பிரிப்பதை எல்லோரும் ஆவலோடு பார்த்தோம். பிரித்த வெற்றிலையில் பிச்சிப்பூவும் திருத்துளாயும் இருந்தது! "பகவானே... நீ என்ன நினைச்சிருக்கே என்பது உனக்குத்தான் தெரியும்; எங்களுக்கு ஒண்ணும் தெரியலையே அப்பா..." என்று பாட்டி அழுதுகொண்டே, அதைத் தன் கண்களில் ஒற்றிக்கொண்டு பெரியப்பாவிடம் கொடுத்தாள்.

○

8

ராஜாவின் அரண்மனையிலிருந்து வந்த சேடிப் பெண்கள் சென்னாதேவியை அலங்காரம் செய்தார்கள். எத்தனையோ கழுத்தணிகளுக்கு மத்தியில் அரண்மனையிலிருந்து ராஜாவால் கொடுத்தனுப்பப்பட்ட அந்த மாணிக்க மாலை சென்னாதேவியின் கழுத்தையொட்டி அளவெடுத்ததுபோல் அவ்வளவு பொருத்தமாக இருந்தது. அவள் ராணி ஆவதற்காகவே பிறந்தவள். தலையில் கிரீடம் வைக்க வேண்டியது ஒன்றுதான் பாக்கி.

அரண்மனைக்குக் கொஞ்சதூரத்தில், எங்கள் குடும்பத்தாரும் சுற்றத்தார் பலரும் தங்குவதற்குப் பல மண்டபங்களையொட்டி கொட்டகைகள் போட்டு அதில் ஏற்பாடு செய்யப்பட்டிருந்தது.

அது மழைக்காலத்தின் முன்னிரவு நேரம். விடிந்தால் கல்யாணம். நீண்ட பிரயாணத்தினால் எல்லோரும் அசதியினாலும் பசியினாலும் பாதிக்கப்பட்டிருந்தார்கள். முழுப் பனை மரங்களை இடுப்புயரத்துக்கு அப்படி அப்படியே குறுக்காக வெட்டி அதைத் தரையில் நட்டமாக நிறுத்தி வைத்து அதன்மேல் அகலமான உலைமூடிகளை வைத்து அதில் நிறைய எண்ணெய் விட்டு மூன்று விரல் தண்டியுள்ள நூல் சிட்டங்களைப் போட்டு எரியவிட்டிருந்தார்கள். இந்தப் பனை விளக்குகள் ஐந்து பாகங்களுக்கு ஒன்று வீதம் எரிந்து கொண்டிருந்தன.

கொட்டகையைச் சுற்றிப்பார்க்கும் ஆவலில் எங்களில் சிலர், எங்களுக்காக ஏற்பாடு செய்யப் பட்டிருந்த சமையல் புறை பக்கம் சுற்றிப் பார்த்துக்கொண்டு வந்தார்கள். அங்கே ஒரு ஓதுக்குப்புறமாக ஒரு பெரிய கூடை கவிழ்த்து

வைக்கப்பட்டிருந்தது. எங்களில் யாரோ ஒருவர் அது என்னது என்று தற்செயலாகத் திறந்து பார்த்தார். உடனே எல்லோரும் பதறிப் போய்விட்டார்கள். அது வெட்டிய ஒரு பசுமாட்டின் தலை!

ஆஹா, மோசம் போய்ட்டமே; இதுதான் நமக்கு நடக்கும் சமையலா! என்ன ஆனாலும் சரிதான், இங்கிருந்து நாம் தப்பி ஓடிப்போயிற வேண்டியதுதான் என்று ரகசியமாக உடனே தீர்மானம் செய்தோம்.

நாங்கள் செய்துகொண்ட ஏற்பாட்டின்படி, ‘வெளிக்கு’ப் போகிறமாதிரி கொஞ்சம் கொஞ்சம் பேராய்க் கிளம்பினார்கள். சென்னாதேவியின் அலங்காரம் கலைக்கப்பட்டு, அந்த துலுக்க ராஜா கொடுத்த ஆடை, ஆபரணங்கள் எல்லாத்தையும் அங்கேயே ஒரு மறைவிடத்தில் வைத்துவிட்டு, அவள் ஒரு பழைய ஆடையைக் கட்டி மறைத்துக்கொண்டு, ரொம்ப சாதாரணமாகவும் பரபரப்பு இல்லாமலும் நாங்கள் ஊருக்கு வெளியிலுள்ள ஒரு தோப்பில் வந்து கூடினோம்.

எங்கள் மேல் யாருக்கும் அங்கே சந்தேகமில்லாததால் யாரும் எங்களைத் தொடரவில்லை. பாதிப்பேர் கொஞ்சம் கொஞ்சமாகக் கொட்டகைக்குத் திரும்பிப்போகிறது என்றும், பாதிப்பேர் சென்னாதேவியுடன் தப்பித்து ஓடிவிடுவது என்றும், கொட்டகையில் உள்ளவர்களைச் சாப்பிடும்படி உபசரித்தால் இன்று இரவு மட்டும் விரதம், காலையில் ஆகாரம் செய்கிறோம் என்று சொல்லிவிடுவது என்றும், ராத்திரி எல்லோரும் தூங்கிய பிறகு அவர்களும் தப்பித்து ஓடிவிடுவது என்றும் தீர்மானித்தோம்.

நாங்கள் சென்னாவைக் கூட்டிக்கொண்டு காட்டுப்பாதையில் வேகமாக நடந்தோம். தெற்கு நோக்கிப் போக வேண்டும் என்பது எங்கள் திட்டம். ஆனால் இப்பொழுது எந்தத் திசையில் போகிறோம் என்று தெரியவில்லை. வானத்தில் மேகங்கள் கூடி நட்சத்திரங்களே தெரியவில்லை. எந்த நேரமும் மழை வரும் போல் இருந்தது.

எவ்வளவு வேகமாக எங்களால் நடக்க முடியுமோ அவ்வளவு வேகமாக நடந்தோம். வழியெல்லாம் முள்ளாக இருந்தும் காலில் ஒரு முள்கூடத் தைக்கவில்லை! மின்னலையும் இடியையும் கண்டு எங்களுக்கு பயமே தோணவில்லை. பின்னால் யாரோ எங்களை வெட்டுவதற்கு வாளை உருவிக்கொண்டு குதிரைமேல் ஏறி துரத்திக்கொண்டு வருவதாக ஒரு அருக்கு. ஓரே ஓட்டம். ஓட முடியாத நேரத்திலெல்லாம் நடந்தோம்; நடையோட்டம்.

மின்னல் எங்களுக்கு வழி காட்டும்போது சந்தோஷமாக இருக்கும்; அதே மின்னல் எங்களைக் காட்டியும் கொடுத்து விடுமோ என்று பயம்.

கடைசியில், இனி நடக்க முடியாது என்று உடம்புக்கு ஒரு நிலைமை வந்ததும்தான் ஒரு இடத்தில் உட்கார்ந்தோம்.

பெரியப்பா சொன்னார் பாட்டியிடம், “அம்மா இனியும் நீங்கள் நடப்பது என்பது முடியாது. இங்கே எங்காவது பக்கத்துக் கிராமத்தில் நம்முடைய இந்து மதத்தைச்சேர்ந்த பெரியவர்கள் யாராவது இருப்பார்கள். அவர்களிடம் போய் நான் உங்களுக்கு அடைக்கலம் கேட்டு வருகிறேன். நீங்கள் அமைதியாக தைரியமாக இங்கேயே இருங்கள். விடிவதற்கு இன்னும் கொஞ்ச நேரமே இருக்கும் என்று தோணுகிறது” என்று அலுப்பில் மூச்சு இறைத்துக்கொண்டே சொன்னார்.

பாட்டியால் பேச முடியவில்லை; அவ்வளவு அலுப்பு. பெரியப்பாவின் வாயை மட்டும் பொத்தினாள். பிறகு கொஞ்சம் அசுவாசம் அடைந்து, “அப்பாயி, நீ இங்கே எங்களை விட்டுட்டுப் போறதாவது! அதைவிட உன் கையால் எங்களைக் கொண்ணு போட்டுப் போயிறலாம். அப்பா, இந்தக் கணத்தில் நாம் பிரியவே கூடாது; நமக்கு சாவு வந்தாலும் சரி, வாழ்வு வந்தாலும் சரி; நமக்கு எல்லாம் அவனே துணை” என்று கைகளையும் தலைமீது குவித்து வைத்துக்கொண்டாள்.

ஓடிக் களைத்த மான்குட்டிபோல் பக்கத்தில் அமர்ந்திருந்த சென்னாதேவியைப் பாட்டி பிரியத்தோடு தனது மடிக்கு இழுத்து அவளைத் தனது மடியில் தலைவைத்துப் படுத்துக் கொள்ளும்படி செய்து “பங்காரு; நா அபரஞ்சி” என்று சொல்லிக் கொண்டே உடம்பைத் தடவிவிட்டாள். பின்பு தொண்டை அடைக்க “சீத்தா பிறந்தாள்; லங்கை அழிஞ்சது. நீ பிறந்ததினால் எந்த துலுக்க நாடு அழியப் போகுதோ...” என்றாள் பாட்டி.

இதைக் கேட்ட பெரியப்பா துக்கத்தோடு சிரித்தார். “துலுக்க நாடு ஒண்ணும் அழியராப்லெ தெரியலை; நாம தான் அழிஞ்சிக்கிட்டிருக்கோம் இப்பொ” என்றார்.

தூரத்தில் கொள்ளிவாய்ப் பிசாசுகள்போல் வரிசையாகத் தீப்பந்தங்கள் தெரிய ஆரம்பித்தன. பயங்கரமான மனித ஓலங்களும் அதைத் தொடர்ந்து கேட்க ஆரம்பித்தன.

நம்மைத்தான் தொடர்கிறார்கள் என்று பெரியம்மா சொன்னாள். வேட்டையில் மருண்டு உயிருக்குப் பயந்து ஓடும் மிருகங்களைப் போல் பழையபடியும் ஓட ஆரம்பித்தோம்.

இந்த அலுப்பிலேயே ஈரல் வெடித்து இறந்துபோய்விட்டால் தேவலையே என்று இருந்தது.

நேரம் விடிந்துகொண்டே இருந்தது. மழை கொட்ட ஆரம்பிக்கும்போல் இருந்தது.

பல்லென்று விடிந்தபோது ஒரு நதிக்கரையை அடைந்திருந்தோம். நதியில் வெள்ளம் கரைபுரண்டு போய்க் கொண்டிருந்தது. இனி முன்னால் ஓட முடியாது. நதி எங்களைக் குறுக்காட்டி நிறுத்திவிட்டது. படகோ படகோட்டிகளோ இருந்தால் அக்கரைக்குப் போய்விட்டால் கொஞ்சம் நிம்மதி.

என்ன செய்வது என்று திகைத்து நின்றுகொண்டிருந்த போது எங்களைத் துரத்திக்கொண்டு தூரத்தில் குதிரை வீரர்கள் நிறையப் பேர் கையில் ஈட்டிகளோடு எங்களைப் பார்த்து வேகமாய் வருவது தெரிந்தது.

உயிரோடு துலுக்கர்களிடம் சிக்குவதைவிடப் பொங்கி ஓடும் இந்த நதியின் வெள்ளத்தில் குதித்து எல்லோருமே மாண்டு போவது என்று தீர்மானித்தோம் என்று சொல்லிக்கொண்டு வந்த பூட்டியின் முகம் தயங்கி இந்த இடத்தில் சொல்லொணாப் பரவசம் ஆகியது.

கோயிந்தப்பா... கோயிந்தப்பா, அந்தக் சமயத்தில்தான் அந்த அற்புதம் நடந்தது.

நதியின் எதிர்க்கரையில் கோபுரம் உயரமிருந்த ஒரு பிரம்மாண்டமான அரசமரம் அப்படியே இக்கரைக்கு எங்களை நோக்கி வளைந்தது. நாங்கள் முதலில், அந்த மரம் ஒடிந்துதான் நதியின் குறுக்கே சாய்கிறதோ என்று நினைத்தோம். நாங்கள் நின்றுகொண்டிருந்த கரையை அதன் கிளைகள் தொட்டுக் கொஞ்சநேரம் இருந்துவிட்டுத் திரும்பவும் நிமிர்ந்தபோதுதான் ஏதோ தெய்வ சங்கல்பம் நடக்கிறது என்று அறிந்துகொண்டோம். இதை எங்களில் முதலில் அறிந்து கூக்குரலால் சொன்னவள் எங்கள் பாட்டிதான்.

நட்டமாக நிமிர்ந்த மரம் திரும்பவும் எங்களை நோக்கி வளைந்தது. "என் குழந்தைகளே, என் மக்களே இந்த அரசமரத் தின் கிளைகளைப் பத்திரமாகப் பிடித்துக்கொள்ளுங்கள். இது நம்மைக் காப்பாற்றி அக்கரை கொண்டு சேர்க்கும்" என்று பாட்டி கூவினாள்.

இக்கரையின் தரையைத் தொட்ட அந்த அரசமரத்தின் கிளைகளின் மீது ஏறி கெட்டியாகப் பிடித்துக்கொண்டோம். குதிரை வீரர்கள் எங்களை நெருங்கும் சமயத்தில் நாங்கள்

கோபல்ல கிராமம்

பற்றியிருந்த மரம் நிமிர ஆரம்பித்தது. தாங்க முடியாத சந்தோஷ மிகுதியால், எங்கே எங்கள் கைகளை விட்டுவிடுவோமோ என்று பயந்தோம்!

அந்தக் குதிரை வீரர்கள் எங்களைப் பார்த்தது பார்த்த படியே திகைத்து நின்றது இன்னும் என் கண் முன்னாடி அப்படியே தெரிகிறது. கோயிந்தப்பா, அரசமரத்தை நம்ம பெரியவர்கள் தலைமுறை தத்துவமாய் சுத்திசுத்தி வந்து கும்பிட்டது வீண் போகலை.

நாங்கள் அக்கரையில் தரையிறங்கியதும் பிடித்த மழை போல் நான் எண்ணைக்குமே பார்த்ததில்லை. மறுகரையிலுள்ள குதிரை வீரர்கள் மட்டுமில்லை, எங்களுக்குப் பக்கத்திலுள்ள ஒருவரை ஒருவர் கூடத் தெரியாத அளவு அப்படி ஒரு மழை என்று சொல்லிக்கொண்டே வந்த மங்கத்தாயாருவின் கண்களிலிருந்து நீர் கொட்டியது. பகவானே; எம்பெருமானே என்று உரக்க அழைத்துவிட்டுத் தலைக்குமேல் கைகூப்பி உணர்ச்சிவயப்பட்டுப் பாட ஆரம்பித்துவிட்டாள்.

சரி; கதை இன்று இவ்வளவுதான் என்று ஒவ்வொருவ ராகக் கலைய ஆரம்பித்தார்கள்.

9

அக்கையாவுக்கு,"திவான் அக்கையா" என்று ஒரு கேலிப்பெயர் பிற்காலத்தில் ஏற்பட்டது. அவர் காலத்தில் அவர் கோட்டையார் வீட்டுக்கு மேல் பார்த்தார் என்கிற காரணத்தால் கிராமத்தார் அப்படி வேடிக்கையாகக் குறிப்பிடுவார்கள்.

சின்ன வயசிலிருந்தே அவர் வேடிக்கைக்குப் பேர் போனவர். யாரும் அவரைக் கிண்டலோ கேலியோ செய்ய முடியாது. யார் வழிக்கும் போக மாட்டார்; யார் தனது வழிக்கு வந்தாலும் விடமாட்டார்.

ஒரு சமயம் துணிநெய்பவர்கள் தலைச்சுமையாக விற்பதற்கு சேலைகள் கொண்டு வந்திருந்தார்கள். கோட்டையார் வீட்டில் எல்லாரும் துணிகளை எடுத்துப் பார்த்தார்கள். அக்கையாவும் பார்த்தார். சில துணிகளின் நிறங்கள் மனசைக் கவர்வதாக இருந்தது. அவை நெசவான செய்நேர்த்தி, இவைகளைக் கவனித்து மனசுக்குள் பாராட்டிக்கொண்டிருந்தார்.

அங்கே வந்த சுந்தரப்ப நாயக்கர் இவரிடம் வேடிக்கைக்காக "இந்தச் சேலை சாயம் போகுமா?" என்று கேட்டார்.

அவ்வளவுதான்!

அவருக்கே உண்டான பார்வையோடு சுந்தரப்ப நாயக்கரைப் பார்த்து அந்தச் சேலையைக்காட்டி "குளத்துத் தண்ணியிலே அலசுனா சாயம் போகாது..." என்று சொல்லி நிறுத்தினார். அவர் அப்படிச் சொன்னது யாருக்கும் புரியலை. நெசவாளிகள் அவரை ஆச்சரியத்தோடு பார்த்தார்கள். அந்தப் பார்வை 'அதென்ன குளத்துத் தண்ணியிலே அலசுனா சாயம் போகாது?' என்று கேட்பது மாதிரி இருந்தது.

அக்கையா நிறுத்தின இடத்திலிருந்து தொடர்ந்தார். "...ஆத்துத் தண்ணியிலே அலசுனா சாயம் போயிடும்!... ஏன்னா குளத்துத் தண்ணியெச் சுத்...தி நாலுபக்கமும் கரை போட்டிருக்கு; சாயம் போகாது!"

நெசவாளிகளுக்கும் மற்றவர்களுக்கும் அதுக்கப்புறம்தான் புரிந்தது அவர் கொண்டுவந்த தோரணை. ரொம்ப நேரம் அதை அனுபவித்துச் சிரித்தார்கள்.

அக்கையா பிறந்த குடும்பத்தில் அவரைத் தவிர வேறு யாரும் கிடையாது. ஒரு தடவை அந்தக் கிராமத்தில் 'விளையாண்ட' பயங்கரமான பெரியம்மை நோயில் அவர்கள் அனைவருமே இறந்துபோய்விட்டார்கள்.

அவருக்கு ஒரு சின்ன வீடு மட்டுமே உண்டு. அவர் அனாதையாக ஆனதும் மங்கத்தாயாரு அம்மாள் தங்களுடைய கோட்டையார் வீட்டுக்கு அவரைக் கூட்டிக்கொண்டு வந்து விட்டாள்.

அக்கையா ரொம்ப நாள் தனது குடும்பத்தாரை நினைத்து அழுதுகொண்டே இருந்தார். அப்புறம் யாரோடும் பேசாமலே கொஞ்ச நாள் இருந்தார். சொன்ன வேலைகளை மௌனமாகச் செய்வார். போட்டு வைத்ததை, நினைத்தால் சாப்பிடுவார். மற்ற நேரங்களில் தரையில் கிடக்கும் ஏதாவது ஒரு துரும்பை வைத்த கண் வாங்காமல் பார்த்துக்கொண்டே இருப்பார். அப்படிச் சமயங்களில் அவரைப் பார்த்தவர்கள் நெஞ்சம் உருகிப்போவார்கள்.

நாளாவட்டத்தில் அவர் அதிலிருந்து தேறி, அவரில் ஒரு புதுமை தோன்ற ஆரம்பித்தது. வாய் சிரிக்கவே செய்யாது என்றாலும் அந்தப் பையனின் கண்களில் ஒரு குறும்புத்தனம் பளிச்சிட ஆரம்பித்தது. பிறவியிலேயே ஒரு அசாத்திய சுறுசுறுப்பு; வேலையில் யாரும் அவரோடு போட்டிபோட முடியாது பிராயத்தில். யோசனையிலும் நுட்பத்திலும் வல்லவரானார்.

ஒரு சமயம் கோட்டையார் நாரணப்ப நாயக்கர் கம்மம்புல் களஞ்சியத்தைச் சுத்தப்படுத்த அதற்குள் இறங்கப்போனார். உள்ளே 'சீத்'தடிக்கும் சத்தம் கேட்டு உஷாராகி கவனித்துப் பார்த்தார். இரண்டு நல்லபாம்புகள்! எப்படியோ வெத்து தானியக் களஞ்சியத்துக்குள் விழுந்து கிடந்தது. அதற்குள் எப்படி வந்து விழுந்தது என்று எல்லோருக்கும் ஒரே ஆச்சரியம். பாம்புகளைக் கொல்லாமல் முடியாது; எப்படிக் கொல்றது? எல்லோரும் மலைத்து நின்றுகொண்டிருந்தபோது, அக்கையா

கி. ராஜநாராயணன்

பழைய கம்பளிகளைக் கிழித்து இரண்டு கால்களிலும் சுற்றி பாதங்களையும் முழங்கால்வரையும் மறைத்து, அதன்மேல் அது அவிழ்ந்துவிடாதபடி இருக்க கயிறுகளைக்கொண்டு சுற்றிக் கட்டிக்கொண்டு கையில் [1]குத்துத்தரத்தை எடுத்துக்கொண்டு களஞ்சியத்துக்குள் குதித்து பாம்புகளைக் குத்திக் கொன்றார். அப்பொழுது அவருக்கு வயசு பதினாலு.

சாதாரணமாக அவர் ஓடுகிற பாம்பை லாவகமாக அதன் வாலைப்பிடித்து வேகமாகச் சுழற்றி தரையில் அடித்துக் கொன்றுவிடுவார்.

பாம்புகளைக் குத்திக் கொன்ற அந்தச் சம்பவம் அவரைப் பற்றி மற்றவர்கள் அறியவும், அவரைப் பற்றிப் பேசவும் கிராமத்துக்கு ஒரு சந்தர்ப்பமாக வாய்த்தது.

அவருடைய இருபத்தி ஒண்ணாவது வயசில் இன்னொரு சம்பவம் நடந்தது. கோபல்ல கிராமத்தின் தெற்கே இருக்கும் உடங்காட்டிற்கு அவர், முள்வேலிக்கு உடைமுள் வெட்டிக் கொண்டுவரப் போயிருந்தார்.

முள்ளை வெட்டி, ஓராள் சுமக்கிற அளவு ஒரு கவையாகச் சேர்த்து அதனுள் கவைக்கம்பைப் புகுத்தி எடுத்துத் தலையில் வைத்துக்கொண்டு ரெண்டு கைகளாலும் கவைக் கம்பைத் தாங்கிப்பிடித்துக்கொண்டு நடந்து வரும்போது, ரெண்டு திருடர்கள் வந்து இவரை மறித்துக் காதிலுள்ள கடுக்கன்களைக் கழத்திக் கொடுத்துவிட்டுப் போகும்படி சொன்னார்கள்

1. குத்துத்தரம் – பாம்புகளைக் குத்திக் கொல்வதற்கென்றே கிராமங்களில் வைத்திருக்கும் ஒரு ஆயுதம், அதன் நுனி மீன் தூண்டிலின் நுனியைப் போல் இருக்கும்.

“யப்பா, ஒங்களுக்கு கடுக்கன்தானே வேணும்? நான் இப்பிடியே நிக்கேன்; மகராசனா வந்து ஆளுக்கொண்ணாய் கழத்திக்கிட்டு போங்க” என்று சொன்னார். அவன்களும் ஆளுக்கொரு பக்கமா வந்து கடுக்கனைக் கழத்த வந்தான்களோ யில்லையோ, அப்படியே ரெண்டு கக்கத்திலேயும் ரெண்டு பயல்களை இடுக்கிக்கொண்டு தலையிலேயும் ஒரு கவை முள்ளையும் சுமந்துகொண்டு ஊருக்குள்ளேயே கொண்டு வந்துவிட்டார்!

ஊரே கூடி அதிசயப்பட்டது அவருடைய பலாட்டியத்தை, இளவட்டங்கள் அந்தத் திருட்டுப் பயல்களை ஊர்க் கம்மாய்க்கரை அத்திமரத்தில் தலைகீழாகக் கட்டித் தொங்க விட்டுப் புளிய விளாறுகளைக்கொண்டு வெளுவெளு என்று வெளுத்தார்கள். சுத்துப் பட்டிகளிலிருந்தெல்லாம் கேள்விப்பட்டு இதைப் பார்க்க வந்தார்கள்.

ரெண்டுநாள் அந்தப் பயல்களை அப்பிடியே தொங்க விட்டிருந்து பிறகு அவிழ்த்துவிட்டு “ஓடிப்போங்கடா சின்னப் பய புள்ளைகளா; இனிமெ இந்தத் தெசையிலெ தலைவச்சிப் படுத்துராதீகெ; பிழைச்சிப் போங்க” என்று சொல்லிவிட்டார்கள்.

அக்கையாவின் இந்த பலத்திற்குக் காரணம் அவருடைய பிரம்மச்சரியமே என்று கோவிந்தப்ப நாயக்கர் அடிக்கடி சொல்லுவார். முக்கியமாக அவருடைய கடைக்குட்டித் தம்பி இருக்கும்போது இதைக் கொஞ்சம் அழுத்தத்தோடு சொல்லுவார்!

அவருடைய பிரம்மச்சரியத்தைப் பெண்கள் மட்டுமல்ல, ஆண்களும்கூடக் கேலி செய்வார்கள். ஆனால் இதில் ஒரு வித்தியாசம் உண்டு; ஆண்கள் அவருக்கு எதிரே இதைப் பற்றி ஒன்றும் சொல்ல மாட்டார்கள். பெண்கள் அப்படி இல்லை. அவர்கள் எதிரே என்ன சொன்னாலும் அவர்களை மன்னித்துவிடுவார்; ‘பழி’ வாங்க மாட்டார்.

❍

10

ஒருநாள் கிருஷ்ணப்ப நாயக்கருக்கு உடம்பு சௌகரியமில்லை. அதனால் அன்றைக்குக் கலப்பை பிடிக்க அவருக்கு பதிலாக சுந்தரப்ப நாயக்கர் வந்தார். மந்தப் புஞ்சையில் எழுப்படிப்பு நடந்துகொண்டிருந்தது. கோடை உழவு முடிந்து, முதல் மழை பெய்ததும் விதைப்புக்குத் தயாராக்க நிலத்தை உழ ஆரம்பிக்கும் உழவுக்கு எழுப்படிப்பு என்று சொல்லுகிறது. இப்படி உழுது வைத்தால்தான் அடுத்துப் பெய்யும் மழை நீர் நிலத்தை நன்றாக நனைக்கும். அதோடு பெய்த முதல் மழையில் முளைவிட்ட களைகளும் போகும்.

அதற்கு முன்னாலெல்லாம் ஒத்தைக் கலப்பை வைத்துத்தான் எழுப்படிப்பு செய்துவந்தார்கள். அதனால் வேகமாக நிலத்தை உழுவதற்கு முன் ரெண்டாவது மழை வந்துவிடும். சம்சாரிகள், "அய்யோ அதுக்குள்ளே மழை வந்துட்டதே" என்று முணுமுணுப்பார்கள். அக்கையா நினைத்தார், ஒரே

டு மாட்டில் இரண்டு கலப்பைகளைச் சேர்த்து வைத்து தால் என்ன? ஆனா ரெண்டு கலப்பைகளை இழுக்க நுகள் சிரமப்படுமே. இப்படியே யோசனை செய்தார்.

தச்சாசாரியைக் கூட்டிக்கொண்டு வந்தார். கலப்பைகளி லிருந்த கனம் நிறைந்த நாங்கிள்மர ஏர்க்கால்களைக் கழற்றச் சொன்னார். லேசான தேக்கு ஏர்க்கால்களைப் போடச் சொன்னார். பாதி தேய்ந்த கலப்பைக் குத்திகளை எடுத்து அதில் பக்கங்களில் இன்னும் கொஞ்சம் செதுக்கிக் கனத்தைக் குறைக்கச் சொன்னார். பிறகு அதை ஏர்க்காலில் இணைத்து இப்படியாக ஆழமும் கனமும் குறைந்த இரண்டு கலப்பைகளைச்செய்து தயாரித்தார். அந்நேரத்தில் அங்கே வந்த சுந்தரப்ப நாயக்கர் அந்தக் கலப்பைகளைப் பார்த்துச் சிரித்தார்! "மாமனாரே என்னத்துக்கு இந்தக் கலப்பைகள்; விளையாடவா?" என்று கேட்டார்.

அந்த வீட்டில் ஒரு சிறிய கூட்டமே வேடிக்கை பார்க்கக் கூடிவிட்டது. கிருஷ்ணப்ப நாயக்கர் ஒன்றுமே சொல்லாமல் கலப்பைகள் செய்வதைப் பார்த்துக்கொண்டு மட்டும் இருந்தார். கோவிந்தப்ப நாயக்கர் மட்டும் அமைதியாகவும் மெதுவாகவும் சொன்னார், "அவன் ஒண்ணு செஞ்சா அதிலே ஏதாவது இருக்கும்." ஆனால் அவருடைய தம்பிமார்கள் அக்கையாவை வேடிக்கை பண்ணியே பேசிக்கொண்டிருந்தார்கள். வீட்டுப் பெண்கள் அதைக் கேட்டு ரசித்துச் சிரித்துக்கொண்டிருந்தார்கள்.

மறுநாள் அதிகாலையில் அக்கையா கிருஷ்ணப்ப நாயக்கரை மட்டும் எழுப்பிக்கொண்டு கலப்பைகளை வெள்ளோட்டம் பார்க்க கோட்டேர் போட்டுக்கொண்டு மந்தைப் புஞ்சைக்குப் போனார்.

ஏர்வடங்களால் நுகக்காலில் கலப்பைகளைக் கட்டி முடித்து வழக்கம்போல் மேழியைத் தொட்டுக் கும்பிட்டு உழ ஆரம்பித்தார்கள்.

இரண்டு கலப்பைகளை இழுக்க மாடுகள் அவர்கள் எதிர்பார்த்தபடி திணறவில்லை. கலப்பைகளை ஒன்றோடு ஒன்றை நெருக்கிப்பிடித்து உழுதுபார்த்தார்கள்; எட்டப் பிடித்து உழுதுபார்த்தார்கள். இருவருடைய, மேழியில் பிடித்த கைகள் ஒன்றோடு ஒன்று உரசி சிரமம் கொடுத்தது. ஏரை நிறுத்தி யோசனை செய்தார்கள். ஒரு கலப்பையை முன்னும், மற்றதைக் கொஞ்சம் பின்னுமாகக் கட்டி உழுதுபார்க்கலாம் என்று கிருஷ்ணப்ப நாயக்கர் சொன்னது அக்கையாவுக்குச் சரி என்றுபட்டது. இடவன் ஏரை முன்னாலும் வலவன் ஏரைப் பின்னாலுமாகக் கட்டி உழுதுபார்த்தார்கள்; இடைஞ்சல்

இல்லை. ஆனால் சால் திரும்பும்போது கலப்பைகள் ஒன்றோடு ஒன்று மோதி ஒரு நெருக்கடியை உண்டாக்கியது.

என்ன செய்ய? என்று கலப்பையை நிறுத்திவிட்டு யோசனை செய்தார்கள். கிருஷ்ணப்ப நாயக்கர் மென்னகை புரிந்து "யோசனை நல்லயோசனைதான்..." என்ற தெலுங்கு நாடோடிக் கதையை ஞாபகப்படுத்திவிட்டு, "நம்ம பெரியாட்கள் கலப்பை விஷயத்தில் இதையெல்லாம் யோசிச்சிப் பார்க்காமலா இருப்பார்கள்?" என்று அக்கையாவைப் பார்த்துக் கேட்டார்.

அவர் சொன்னதை அக்கையா காதில் வாங்கிக்கொண்டவ ராகவே தெரியவில்லை. திடீரென்று அக்கையாவின் முகத்தில் பிரகாசம் தெரிந்தது. மோதிர விரலைப் பெருவிரலோடு ஒட்ட வைத்து ஒரு சொடக்குப் போட்டார். வலது ஏரை முன்னும் இடதைப் பின்னுமாகக் கட்டினார். ஒரு சின்ன திருத்தம்தான்! மளமளவென்று மாடுகள் நடந்தன. ஒரு இடைஞ்சலும் இப்போ இல்லை உழவில்.

ஒவ்வொரு மடக்கிலும் கலப்பைகள் ஒன்றோடு ஒன்று மோதாமல் திரும்பின. அழுத்திப்பிடித்து உழுதார்கள். மண் பொங்கி மலர்ந்து கலப்பைகளின் இருபுறமும் விழுந்தது. அந்த உழவர்களின் கலப்பைக் கொழுவின் ஆழமான ஓட்டத்துக்கு பூமித்தாய் இணங்கி மகிழ்ந்து கொடுத்தாள்.

இப்படியாக அக்கையாவால் அன்று கண்டுபிடிக்கப்பட்ட ரெட்டைக்கலப்பை, கரிசல் காட்டில் பெருத்த மாறுதலையும் ஒரு பரபரப்பையும் அந்த நேரத்தில் உண்டு பண்ணியது.

கோடை உழவில் மட்டும் ரெட்டைக் கலப்பை பிரயோ ஜனப்படவில்லை. அந்தச் சமயத்தில் நிலத்தை ஆழமாக உழ வேண்டும். இரண்டு பெரிய்ய கலப்பைகளை மாடுகளால் இழுக்க முடியாது.

சுந்தரப்ப நாயக்கரும் அக்கையாவும் ரெட்டைக் கலப்பை உழவுக்குப் போனார்கள். அது தொலைக்காடு.

போகும்போதே அக்கையாவைக் கெண்டை பண்ணிக் கொண்டே போனார். வழக்கம்போல் அக்கையா முகத்தை அப்புராணிபோல் வைத்துக்கொண்டு போனார். அவருடைய தலையில் கஞ்சிக் கலயம் இருந்தது. கலயத்தில் நீத்துப்பாகம். அதில் தேங்காய்ப் பருமனில் பன்னிரண்டு கம்மஞ்சோற்று உருண்டைகள். கலயத்துக்கு மூடி ஒரு சிரட்டை. அதில் எண்ணெயில் வறுக்கப்பட்ட வத்தல்களும் நார்த்தங்காய் ஊறுகாயும். கலயத்தின் வெளிப்புறம் மேலே ஒட்ட

வைக்கப்பட்ட காணத் துவையல். சுந்தரப்ப நாயக்கர் தலையில் தண்ணீர்க்கலயம்.

கோட்டேரின் சரசரவென்ற சத்தத்தோடு ஏர்க்கால்கள் தரையில் இழுபட மாடுகள் முன்னே போய்க்கொண்டிருந்தது, அதுக்குப் பின்னால் இந்த இருவரும் தலையில் கலயங்கள் இருந்தபடியே வாயில் பாக்கை ஒதுக்கிக் கொண்டு வெற்றிலையில் சுண்ணாம்பு தேய்த்தபடியே பேசிக்கொண்டு போனார்கள்.

சுந்தரப்ப நாயக்கருக்கு இன்று அக்கையா மேலுள்ள கடுப்புக்குக் காரணம் இருந்தது. முந்தின இரவு எல்லாரும் சாப்பாட்டுக்கு மேல் வெளியே வந்து நிலாவில் உட்கார்ந்து பேசிக்கொண்டே வெற்றிலை போட ஆரம்பித்தார்கள். அப் போது அக்கையா சுந்தரப்ப நாயக்கரைப் பார்த்து “மாப்பிளே, இங்கே வா; நாம ரெண்டு பேரும் சேர்ந்து வெத்திலை போடலாம்” என்று ‘அருமையாக’ அழைத்தார். அவர் இப்படி நல்லதனமாக அழைக்கிறார் என்றாலே ஏதோ நடக்கப் போகுது என்று அர்த்தம்! குரலை வைத்து அக்கையாவை ஒன்றுமே கண்டுகொள்ள முடியாது. அவர் ஒன்றைச் சொன்னால் அது சாதாரணமாகச் சொல்லுகிறாரா ஏதாவது ‘டக்கு’ வைத்துச் சொல்லுகிறாரா என்பதே தெரியாது.

அருகில் வந்து உட்கார்ந்ததும் சுந்தரப்ப நாயக்கரைப் பார்த்து “என்ன இண்ணைக்கு நிறையச் சாப்ட்டுட்டயோ!” என்று கேட்டுக்கொண்டே ரெண்டு பாக்குகளை எடுத்து நீட்டினார். அது பாக்குதானா என்று வாங்கிச் சந்தேகப்பட்டுக் கொண்டே நிலா வெளிச்சத்தில் பார்த்தார். பாக்குதான். வாயில் போட்டுக்கொண்டார்.

அக்கையாவின் தொடையின் மீதுள்ள ஒரு வெற்றிலையில் சுண்ணாம்பு இருந்தது. “புதூச் சுண்ணாம்பப்பா; பார்த்துப் போடு; பிறகு புண்ணாகிவிட்டால் நாக்கைத் தொங்கப் போட்டுக்கொண்டு ‘தே’ என்று அலையாதே” என்று நாக்கில் பொத்துப்புண் வந்தவனைப் போல் நாக்கைத் தொங்கப்போட்டு நடித்துக் காட்டினார். எல்லாரும் சிரித்தார்கள்.

சுந்தரப்ப நாயக்கருக்கு வெற்றிலை ‘பிடிக்க’ வில்லை. காரமாக இருந்தது. முற்றத்தின் மூலையில் போய் தூ தூ என்று துப்பிவிட்டு வந்தார். “என்ன மாமனாரே, என்ன பண்ணினே?” என்று கேட்டுக்கொண்டே செல்லப்பிள்ளை கண்ணப்பா அக்கையாவின் கிட்டே வந்தார். துடை மீதுள்ள சுண்ணாம்பைக் காட்டினார். கண்ணப்பாவுக்கு விளங்கவில்லை. அக்கையா அதில் மோதிர விரலை ஊன்றி நடுவிரலிலுள்ள

சுண்ணாம்பைத் தேய்த்து வெற்றிலை போட்டுக்கொண்டார் சந்தேகப்படாமலிருக்க!

கொஞ்ச நேரம் கவனித்த பிறகுதான் கண்ணப்பா ஹோ என்று சத்தம் போட்டுச் சிரித்தார். எல்லாரும் அக்கையாவின் பக்கம் வந்தார்கள். அப்புறம்தான் அவர் அந்த ஓட்டை வெற்றிலையை எடுத்து எல்லாருக்கும் காட்டினார். திரும்பவும் அது மாதிரி செய்து காண்பிக்கும்படி கேட்டுக்கொண்டார்கள்.

ஒரு வெற்றிலையின் மத்தியில் நீண்ட வட்டமாகக் கிழித்து ஓட்டையிட்டு அதைத் துடை வேட்டியின் மேலே வைத்து அந்த ஓட்டையின் வழியாகத் தெரியும் வேட்டியின் துணியைக் கொஞ்சம் அதன் வழியாக மேலே இழுத்துவிட்டார். இலையின் மத்தியில் தெரியும் அந்த வெள்ளை பார்ப்பதற்கு அசல் சுண்ணாம்பு மாதிரியே தோற்றம் தந்தது. தொட்டால் விரலில் ஈரம் தெரிவதற்காகக் கொஞ்சம் தண்ணீரை விட்டுக் கொள்ளணும் என்று சொல்லிக்கொடுத்தார்.

கோவிந்தப்ப நாயக்கர் வந்து பார்த்துவிட்டு அக்கையாவின் கேலி மூளையை வியந்தார். இவனுக்கு எப்படி கற்பனையாக இதெல்லாம் செய்ய வருகிறது என்று மனசுக்குள் கேட்டுக் கொண்டார்.

O

11

யார் மேலேயாவது ஒருதரம் அக்கையா ஒரு கேலி அஸ்திரத்தைப் பிரயோகித்துவிட்டால் திரும்பவும் அதை, எப்பவுமே மறுபிரயோகம் செய்ய மாட்டார். புதுசு புதுசாகத்தான் செய்து காட்டுவார்.

முந்தின ராத்திரி நடந்த இதை, சுந்தரப்ப நாயக்கர் மனசுக்குள் நினைத்துக்கொண்டே வந்தார். இன்றைக்கு அக்கையாவை ஏதாவது பதிலுக்குச் செய்யாமல் விடக் கூடாது என்று நினைத்தார்.

சாயந்திரம் உழவு முடிந்ததும், சுந்தரப்ப நாயக்கருக்கு 'வெளிக்கு' வந்தது. ஓடைக்குள் இறங்கி, 'இருந்து' கொண்டே "மாமனாரே, தோண்டியில் தண்ணி இருக்கட்டும்; சிந்தீராதே" என்று சத்தம் போட்டுச் சொன்னார்.

பிறகு வந்து, "தண்ணி எங்கே" என்று கேட்டார். "நீயாகக் கழுவிக்கிடறயா; நான் விடட்டுமா?" என்று கேட்டார் அக்கையா.

சுந்தரப்ப நாயக்கருக்கு உள்ளூரச் சந்தோஷம். தண்ணீரை விடச் சொல்லி 'கால்' கழுவிக்கொண்டு ஊருக்குள் போய், 'எனக்குக் 'கால் கழுவ'த் தண்ணி ஊத்தின மனுசன் தானே' என்று சொல்லி நாலு பேருக்கு முன்னால் எக்கண்டமாகச் சிரிக்கலாம் என்ற நினைப்பில் "சரி ஊத்து" என்று குனிந்தார்.

அக்கையா ஒரு சிரங்கைத் தண்ணீர்தான் ஊற்றி இருப்பார். சுந்தரப்ப நாயக்கர் அடி கழுவ கையைக் கொண்டு போய் வைத்து ரெண்டு தேய்ப்புத் தேய்த்தார்; தோண்டித் தண்ணீர் அவ்வளவையும் தரையில் சிந்தி விட்டு ஓட்டம் பிடித்தார் அக்கையா!

“உன் மேல் இதைத் தேய்க்காமல் விடமாட்டேன்” என்று சுந்தரப்ப நாயக்கர் பின்னால் துரத்திக்கொண்டு ஓடிவர, ஒரே களேபரம்!

கோவிந்தப்ப நாயக்கர் முன்னால் வந்து, ஓடிவந்த அலுப்பில் இளைத்துக்கொண்டே வந்து நின்றார் அக்கையா. கொஞ்ச நேரத்துக்கெல்லாம் இடது கையை உயர்த்திக் கொண்டே சுந்தரப்ப நாயக்கரும் வந்து சேர்ந்தார் அங்கே. தன் அண்ணாவைக் கண்டதும் கையைப் பின்பக்கம் மறைத்துக் கொண்டார். கண்ணால், சொல்லாதே சொல்லாதே என்று கெஞ்சாத பாவனையில் பார்த்தார் அக்கையாவை.

கோவிந்தப்ப நாயக்கர் வெற்றிலையில் சுண்ணாம்பைத் தடவிக்கொண்டே அக்கையாவிடம் “என்ன நடந்தது; மாடுகள் எங்கே?” என்று கேட்டுத் திரும்பிப் பார்ப்பதுக்குள் தம்பி மறைந்துவிட்டார்!

அக்கையா சாவகாசமாய், நடந்ததையெல்லாம் மெல்ல அவருக்கே உரித்த பாணியில் விவரித்தார். மூத்தவர் உடம்பு குலுங்கச் சிரித்தார். ஊர்க்குடும்பன் தனது சிரிப்பை மறைக்க முகத்தை மறுபுறம் திருப்பிக்கொண்டான்!

❍

கோவிந்தப்ப நாயக்கரின் தகப்பனார் உடன்பிறந்த அத்தையின் ஊருக்கு, விதைக் கம்மம்புல் கொண்டுபோய்க் கொடுத்துவிட்டு வரும்படி அக்கையாவை அனுப்பினார்கள். அந்த ஊர் கோபல்ல கிராமத்திலிருந்து ஒருநாள் பயண தூரம். அந்தக் காலத்தில் தூரத்தை அளக்க நேரத்தையே அளவாகக் கொண்டிருந்தார்கள். சராசரி மனிதன் ஒரு நாழிகைப் பொழுதில் எவ்வளவு தூரம் நடக்க முடியுமோ அதை ஒரு நாழிகைப் பொழுது தூரம் என்று சொல்லுவார்கள்.

அக்கையா அந்த ஊர் போய்ச் சேரும்போது பொழுது சாய்ந்துவிட்டது.

“கோவ்பல்ல எங்க்கடம்ம இல்லு எதி?” (கோபல்ல வெங்கிடம்மாள் வீடு எது?) என்று விசாரித்தார்.

கிராமங்களில் ஒரு சுவாரஸ்யம் என்னவென்றால், பெற்றவர்கள் இட்ட பெயர் அநேகமாய்த் துலங்காது; கிராமத்தாரெல்லாம் சேர்ந்து ஒருவருக்கு ஒரு பெயரை வைத்து விடுவார்கள்! அது காரணப்பெயராக இருக்கும்; சிலது கேலிப் பெயராகவும், குணப் பெயராகவும், வீட்டுப் பெயராகவும்,

நோய்ப் பெயராகவும், தொழில் பெயராகவும் இப்படி இன்னும் எத்தனையோ விஷயங்களைக் கொண்டதாக இருக்கும்.

கோபல்ல வெங்கிடம்மாள் அந்தக் கிராமத்துக்கு, வாக்கப்பட்டு வந்ததும் அந்த ஊரில் பல வெங்கிடம்மாக்கள் இருந்ததால் அடையாளத்துக்காக, அவளுடைய ரெத்தச் சிகப்பு நிறத்தின் காரணமாக 'துண்டபண்டு வெங்கிடம்மா' என்று பேர் வைத்துவிட்டார்கள். தெலுங்கில் துண்டபண்டு என்றால் கோவைப்பழம் என்று அர்த்தம்.

முதலில் அக்கையா கேட்டது அவர்களுக்கு விளங்க வில்லை. பிறகுதான் "ஓ துண்டபண்டு வெங்கடம்மா" என்று சொல்லி அவரைக் கூட்டிக்கொண்டுபோய் அந்த வீட்டில் விட்டார்கள்.

அக்கையாவைப் பார்த்ததும் வெங்கடம்மாள் அவரை வா என்று கூடக் கேட்காதது மட்டுமில்லை, பேசக்கூட செய்யலை; அவள் பாட்டில் பேசாமல் இருந்தாள்.

தலையில் கம்மம்புல் மூட்டையைச் சுமந்துகொண்டு அக்கையா அப்படியே அவளைத் தனது கடல்மீன் கண்களால் பார்த்துக்கொண்டே நின்றார்.

தற்செயலாக அங்கே வந்த வெங்கடம்மாவின் கணவர்தான் அக்கையாவை வரவேற்று, தலையிலிருந்த மூட்டையைக் கைகொடுத்து இறக்கினார். ஊரில் எல்லாருடைய சௌகரியத்தையும் விசாரித்தார். எல்லாத்துக்கும் முறையாகப் பதில் சொல்லிவிட்டு அக்கையாவும் ஒன்றும் நடக்காதது மாதிரி வழக்கம்போல் இருந்துகொண்டார்.

துண்டபண்டு வெங்கடம்மாவுக்கு, தான் நிறைந்த அழகி என்கிற கர்வம் உண்டு. அதோடு பெரிய்ய குடும்பத்தில் பிறந்ததுவேறே. புகுந்த வீடும் அதேமாதிரி. அவளுக்கென்று சில தனிப்பட்ட குணங்கள் கொண்டவள். அவள் யாரிடமாவது பேச வேண்டும் என்றால் முதலில் அவர்கள் நல்ல சிகப்பு நிறமாக இருக்க வேண்டும். அதோடு நகைகள் போட்டுக் கொண்டிருந்தால் இன்னும் நல்லது. அதோடும் அவர்கள் பணக்காரர்களாக இருந்துவிட்டால் கலகலப்பாகச் சிரித்துப் பேசிப் பழகுவாள். அல்லாத பட்சம் மௌனம்தான்.

ஊர் திரும்பியதும் கோட்டையார் வீட்டில் எல்லாரும் வெங்கடம்மாவைப் பற்றியும், அவளுடைய குடும்பத்தைப் பற்றிய சுகங்களையும் விசாரித்தார்கள்.

“எல்லாருமே நல்லாத்தான் இருக்காக; ஆனால்... வெங்கடம்மா பாடுதான் சங்கடம் பாவம்...” என்று அக்கையா தொடங்கியதும் “என்ன; என்ன” என்று அவசரப்படுத்தினார்கள்.

“அதை நா எப்படிச் சொல்வேன்... அப்...பா உடம்பே புல்லரிக்கிறது” என்று சொல்லி நிறுத்தினார். தொண்டையைச் செருமினார்; கூட்டி எச்சிலை விழுங்கினார். முகத்தை சோகமாக வைத்துக்கொண்டு “வெங்கடம்மாவின் ரெண்டு கண்களிலேயும் குந்தம் தள்ளி... பார்வையே தெரியாமலாகிவிட்டது; ரொம்...ப பயங்கரமாய் இருக்கு” என்று சொல்லி பட்டென்று தரையில் உட்கார்ந்து தலையில் கையை வைத்துக்கொண்டுவிட்டார்.

பெண்கள் அழ ஆரம்பித்தார்கள். ஒரு தகவலும் சொல்லியனுப்பாமல் மனுசன் இப்படி உண்டா என்று வெங்கடம்மாவின் கணவரின் கல் மனசை சபித்தார்கள்.

மங்கத்தாயாரு அம்மாள் அக்கையாவைக் கூப்பிட்டனுப்பி மாறிமாறிக் கேட்டாள். “அவளுடைய ‘ராஜ திரேகம்’ இதை எப்படிடா தாங்கிக்கொள்கிறது அக்கையா” என்று அங்கலாய்த்தாள். “நா அடிக்கடி நினைக்கிறதுண்டுடா; இப்பிடி அழகான கண்ணை அந்த ஊர்க் கோட்டான்கள் திருஷ்டி போடாமல் இருக்கணுமேன்னு; அப்படியே ஆய்ட்டதே, ஏழுமலையானே.”

சுற்றிலும் பக்கத்திலும் இந்தச் செய்தி வேகமாய்ப் பரவியது. பலர் வந்து விசாரித்துவிட்டுப்போனார்கள்.

தாசப்ப நாயக்கரை மங்கத்தாயாரு அம்மாள் கூப்பிட்டு “அடே, நீயும் வேண்டியவர்களும் உடனே வெங்கடம்மாவின் ஊருக்குப்போய் அவளைப் பார்த்துட்டு வாருங்க; முடியுமானா

அவளை இங்கே கூட்டிட்டு வந்துருங்க" என்று சொல்லி கோவிந்தப்ப நாயக்கரிடம் வேண்டிய ஏற்பாடுகளைச் செய்யச் சொன்னாள்.

கண் நோய்களில் குந்தம் என்பது கடுமையானதாகவும் பார்க்க பயங்கரமாகவும் இருக்கும். கண் விழிகளைக் குருடாக்கி அந்த விழியிலிருந்து கொம்பு முளைப்பதுபோல் சதைப் பிண்டம் வெளியே துருத்தி அரைவிரல் நீளம் நீண்டிருக்கும். இமைகள் மேலேயும் கீழேயும் திறந்தது திறந்த மானைக்கே இருக்கும்; மூட முடியாது. குழந்தைகள் இவர்களைப் பார்க்க நேர்ந்தால் பயந்து வீரிட்டுக் கத்திவிடுவார்கள். பெரும்பாலும் இது ஒரு கண்ணில்தான் வரும்; அபூர்வமாக ரெண்டு கண்களிலும் வரும்.

வெங்கடம்மாவுக்கு அழகான பெரிய்ய கண்கள். அவள் தூங்கும்போதுகூட அந்த மூடிய கண்கள் பார்க்க அழகாக இருக்கும். கோரைப்புல் மாதிரி நீண்டு மலர்ந்த ரெப்பை ரோமங்கள். கண் மை வைக்காமலேயே வைத்ததுபோல் ஒரு அமைப்பு. அந்த மாதிரி கண்களைப் பார்த்து அது போலிருக்க வேண்டுமென்றுதான் மற்றவர்கள் மை வைக்க ஆரம்பித்திருக்க லாம். அந்தக் கண்ணுக்குக் கிரீடம் வைத்த மாதிரியான புருவங்கள்.

மேல் ரெப்பையில் கோடு மாதிரி ஒரு மடிப்பு ஒவ்வொன்றிலும். அந்த மடிப்பை, அந்த வளைவின் வடிவை நாளெல்லாம் பார்த்துக்கொண்டே இருக்கலாம்.

தாசப்ப நாயக்கரும் மற்றவர்களும் வெங்கடம்மாவின் ஊருக்கு எவ்வளவு வேகமாகப் போனார்களோ, அவ்வளவு வேகமாகத் திரும்பிவந்தார்கள்!

அவர்கள் வெங்கடம்மாவைத் தங்களோடு கூட்டிக்கொண்டு வரவில்லை. அவர்கள் முகங்களில் குறுகுறுப்பு நிறைந்த புன்னகையும் சிரிப்பும் காணப்பட்டது. என்ன என்ன என்று கேட்டவர்களுக்குச் சிரிப்பையே பதிலாகத் தந்தார்கள்.

மங்கத்தாயாரு அம்மாவுக்கு முன்னால் அக்கையா நின்றுகொண்டிருந்தார். அவருடைய முகம் வழக்கம்போல அப்பாவியாக இருந்தது. அந்த முகத்தையே பார்த்துக்கொண் டிருந்த மங்கத்தாயாரு அம்மாவுக்குச் சிரிப்பை அடக்க முடியவில்லை!

சிரித்துக்கொண்டே "டேய் அக்கையா, நீ ஒண்ணும் பொல்லாதவனில்லை. அவளுக்கு அந்த வார்த்தை வேண்டியதுதான். சரி, போ" என்று சொன்னார்கள்.

அவர் போவதையே பார்த்துக்கொண்டிருந்த பெண்கள் எல்லோரும் அவரை ஒரு தினுசாகப் பார்த்தார்கள். அது, ஆசாமியிடம் ரொம்... ப ஜாக்ரதையாக இருக்க வேண்டும் என்பது போலிருந்தது!

கிராமத்திற்குள் வெங்கடம்மாவின் கர்வத்தை அறிந்தவர்களுக்கு அக்கையா செய்த காரியம் ரொம்பப் பிடித்திருந்தது. 'பின்னென்ன; சரிதானே' என்றார்கள்.

○

12

பின்னொரு நாள், பூட்டியிடம் கோவிந்தப்ப நாயக்கர் "பிறகு நீங்கள் அந்த துலுக்க ராஜாவிட மிருந்து எப்படித் தப்பித்து வந்தீர்கள்?" என்று கேட்டார்.

மங்கத்தாயாரு அம்மாள், அந்தத் தொடரைத் திரும்பவும் சொல்ல ஆரம்பித்தாள்.

அந்த விடாத அடைமழையில், "கோயிந்தா... கோயிந்தா" என்று பாட்டி சொல்ல, அதை நாங்கள் வாங்கிச் சொல்லிக்கொண்டே தெற்கே பார்த்து நடந்தோம்.

தெப்பமாக நனைந்தோம்; அந்த நனைவில்தான் எத்தனை ஆனந்தம்! விடாமல் கொட்டிக்கொண்டிருந்தது மழை. மழைத் தண்ணீரை இரண்டு கையாலும் ஏந்திப் பிடித்துக் குடித்துக்கொண்டே நடந்தோம்.

இப்படி நடந்துகொண்டே வரும்போது ஏதோ ஒரு ஊர்கிட்டெ வந்த மாதிரித் தெரிந்தது. ஒரு பெரிய வாகை மரத்தடியில் ஒரு சின்ன உருவம் குடை பிடித்துக்கொண்டு நின்ற மாதிரி தெரிந்தது. நெருங்கிப் போனபோது ஒரு குட்டையான சிகப்பு மனிதர் தாழம்பூக் குடை பிடித்துக்கொண்டு நின்றுகொண்டிருந்தார். அவர் நெற்றியில் திருமண் இட்டிருந்தார். கொஞ்சம் சப்பை மூக்கு. இளநி அளவுள்ள பருமனான கொண்டை "ரண்டி; ரண்டி" (வாங்கோ; வாங்கோ) என்று எங்களை வரவேற்றார்!

கோயிந்தப்பா, அவர் சொன்ன விஷயம் மேலும் எங்களை ஆச்சர்ய பரவசத்தில் ஆழ்த்தியது. "நீங்கள் இப்படி தப்பித்து வர்ரது, நேத்து ராத்திரி என் சொப்பனத்தில் தெரிஞ்சது. காலையிலிருந்தே இந்த வழியில் காத்துக்கிட்டிருக்கேன். சீக்கிரம் வாங்கோ; சீக்கிரம்" என்று கூப்பிட்டுக்கொண்டு போனார் எங்களை.

எங்கள் அறுபது எழுபது பேருக்கும் மாற்று உடைகள் கொடுத்தார். குளிப்பதுக்குச் சூடான வெந்நீர். வயிறு நிறைய ருஜியான அன்னம். காலியாக இருந்த அவருடைய ஒரு தானியக் களஞ்சியத்தில் நாங்கள் பலநாள் நிம்மதியாகத் தூங்கினோம். “உங்களுக்கு இங்கே ஒரு பயமும் கிடையாது” என்றார் அவர்.

எத்தனை நாள்தான் ஒருத்தருடைய விருந்தாளியாகத் தங்கியிருக்க முடியும் நாங்கள். சொந்த ஊருக்கும் இனி போக முடியாது. துலுக்க ராஜாவின் பயம் எங்களைப் பேயாக வதைத்தது. எங்கேயாவது தூரமாக, தெற்கே வெகுதூரமாகக் கண்காணாத இடத்துக்குப் போயிற வேண்டியதுதான் என்று தீர்மானித்தோம்.

ஏதோ ஒரு ராஜபோகம் வர்ரமாதிரி ஒளியைக் காண்பித்து திடீரென்று இப்படி அகதி பரதேசிகளைப் போல் எங்களை ஆக்கிவிட்டதே இந்த விதி. இன்னும் எதுவெல்லாம் நடக்கணும்னு இருக்கோ என்று பயந்தோம்.

அந்த கோவய்யா எங்களுக்குப் பிரியாவிடை கொடுத்தார். எங்களைத் தற்காத்துக்கொள்ள ஆயுதங்களும், வழியில் எங்களுக்கு சமைத்துண்ணப் பாத்திரங்களும், நாங்கள் சுமக்கிற மட்டும் நவதானியங்களும், அதிகப்படியான மாற்று ஆடைகளும் கம்பளிப் போர்வைகளும் கொடுத்து உதவினார் அந்தப் பிரபு.

அவரையும் அவருடைய அந்த அன்பையும் மறக்க முடியுமா கோயிந்தப்பா? என்னுடைய முதல் மகனுக்கு – உங்களுடைய தாத்தாவுக்கு – அந்த கோவய்யாவின் பெயரைத்தான் வைத்தோம். அதைத் தவிர வேறு எப்படி நன்றிக் கடனைச் செலுத்த அவருக்கு?

சுற்றுப்பக்கத்தில் கோவைய்யா தன்னுடைய ஆட்களை நாலா பக்கமும் அனுப்பி எங்களை யாராவது தேடுகிறார்களா என்று விசாரித்து வரச்சொல்லி தனக்குத் திருப்தி ஏற்பட்ட பிறகுதான், அவருடைய வாசல்படியை விட்டு எங்களை இறங்க அனுமதித்தார்.

பகலில் அவ்வளவாக எங்களுக்குப் பயம் தெரியாது. இருட்டு எங்களை வதைக்கும்; திருட்டு பயம், கொள்ளையர் பயம் வேறே.

மனசு சதா பிறந்த ஊரையும் நிலபுலங்களையும் தெரிந்த முகங்களையும் நினைத்து நினைத்து மருகும். வீட்டில் வளர்த்த பசுமாடுகளையும் கன்றுகாலிகளையும் மற்ற உசுப்பிராணி களையும் பற்றியே வழிநெடுகப் பேச்சாக இருககும்.

திடீர் திடீரென்று பெரியப்பா பாட்டியிடம் கேட்பார். அம்மா, நாம யாருக்கு என்ன தீங்கு செஞ்சோம்? இப்பிடி ஒரு துன்பம் நமக்குண்ணு இருந்திருக்கே என்று வருத்தப்படுவார்.

ஒருநாள் சாய்ந்தரம். இனிமேல் நடக்க முடியாது என்று திகைத்த வேளை. அது ஒரு காட்டுப் பிரதேசம். அந்தக் காட்டுப் பிரதேசத்துக்குள், தொலைவிலிருந்து பார்க்க ஒரு சின்ன கோபுரம் தெரிந்தது. அதைக் குறியாக வைத்து ஒரு ஒத்தையடிப் பாதை வழி நடந்து போனோம். அது ஒரு அம்மன் கோவில்; விசாலமாக இருந்தது.

சரி; இண்ணைக்கி ராத்திரி நமக்கு இங்கேதான் போட்டிருக்கு என்று நினைத்து, அங்கேயே தங்குறது என்று தீர்மானித்தோம்.

கோயிலுக்குப் பக்கத்திலுள்ள ஊற்றில் கால் முகம் உடம்பு முதலியவற்றைக் கழுவினோம். தண்ணீரை விட்டுக் கரையேற மனசில்லை; அப்படி ஒரு தண்ணீர். அந்தக் குளுமையில் அப்படியே அதில் உடம்பைக் கிடத்திக்கொள்ளணும் போல இருந்தது.

மஞ்சள் வெயில் சொகமாய் இருந்தது. அந்தச் சமயத்தில் ஒரு பாடும் குரல் கேட்டது. தேவகானம் என்று சொல்வார்களே அது மாதிரி. வனதேவதையே மனம்விட்டுப் பாடுகிற மாதிரி இருந்தது. கொஞ்ச நேரத்துக்கெல்லாம் அந்தக் கோயில் பக்கத்திலிருந்து ஒரு சித்...து மனுஷி வந்தாள். அழகிய சின்ன சிலை மாதிரி குட்டை உருவம். காதுகளில் அகலமான வண்டிக் கம்மல். தொறட்டி ஆபரணம் மூக்கில். தலையிலுள்ள பெருங் கொண்ட கூந்தலைக் கொண்டைபோட்டு, அந்தக் கொண்டையை மடக்கிச் செருகி 'கொப்பு' ஆகப் போட்டிருந்தாள். கழுத்தில் ஜாதிப் பவழங்கள் பெரிசு பெரிசானது கொண்ட பவழமாலை. இடது கக்கத்தில் மூடி போட்ட நீண்ட பனை நார்ப்பெட்டியை இடுக்கிக்கொண்டிருந்தாள். வலது கையில் ஒரு மூங்கில் பிரம்பு.

சிரித்த முகத்தோடு எங்களைப் பார்த்து வந்துகொண்டிருந்தாள். நாங்கள் தண்ணீரில் அளைந்து கொண்டிருப்பதைக் கரையில் நின்று சிரித்துக்கொண்டே பார்த்துக்கொண்டிருந்தாள். அப்போதும் அவள் தொண்டைக்குள் இனிமையாக முனகிக்கொண்டிருந்தாள்.

கொஞ்ச நேரம் அவள் அப்படி எங்களைப் பார்த்துக் கொண்டிருந்துவிட்டு "மக்களே, எங்கேருந்து வருகிறீர்கள்?" என்று கேட்டாள்.

கிளி கொஞ்சுற மாதிரி இருந்தது அவளுடைய தெலுங்கு உச்சரிப்பு.

நாங்கள் வழக்கமாக எல்லாரிடமும் சொல்கிற மாதிரி அவளிடமும் ஸ்தலங்களுக்கு யாத்திரை செல்கிறோம் என்கிற பதிலையே சொன்னோம்! அதைக்கேட்டு அண்ணாந்து சிரித்தாள் அவள்.

எங்களோடு உணவு அருந்த அவளையும் அழைத்தோம். நீங்கள் சாப்பிடுங்கள்; உங்கள் வயிறுகள் நிறைந்தாலே நான் உண்ட மாதிரிதான் என்று அன்பாக மறுத்துவிட்டாள்.

விசாலமான அந்தக் கோயில் பிரகாரத்தில் அன்றைய எங்கள் இரவைக் கழிக்கத் தீர்மானித்து வந்து அமர்ந்தோம். செங்கமங்கலான நேரம். அவளும் எங்களோடு வந்து அமர்ந்தாள். அப்பொழுது நிறையப் பேர் குதிரை வீரர்கள் எங்களை நோக்கிக் கையில் ஈட்டிகளுடன் வந்தார்கள். நாங்கள் தப்பித்தபோது எங்களைத் துரத்திவந்த குதிரைப் படையைச் சேர்ந்தவர்கள் மாதிரியே இருந்தது. நாங்கள் பயந்து பரபரப்படைவதைக் கண்ட அந்த அவள் "மக்களே பயப்பட வேண்டாம்; நான் இருக்கிறேன். நீங்கள் உங்கள் பாட்டில் சாதாரணமாக இருந்து கொள்ளுங்கள்" என்று சொன்னாள். அவள் அப்படிச் சொன்னது எங்களுக்கு ஆறுதலாக இருந்தாலும், செய்வது அறியாமல் அப்படியே ஸ்தம்பித்து நின்றுவிட்டோம்.

குதிரைகளிலிருந்து குதித்து இறங்கிய படைவீரர்கள் படபடவென்று கோயிலுக்குள் நுழைந்தார்கள். நாலாபுறமும் கவனமாகப் பார்த்துக்கொண்டே வந்தார்கள். எங்களைப் பார்த்ததாகவே தெரியலை! அது, அவர்களுடைய கண்களுக்கு நாங்கள் தட்டுப்படாதது மாதிரி இருந்தது.

அவர்கள் உள்ளேயெல்லாம் நுழைந்து தேடிவிட்டு வேகமாக ஓடிவந்தார்கள். அவர்களில் ஒருவன் இவளிடம் கேட்டான் "ஏ பெரிய மனுஷி, ஒரு அழகிய பெண்ணுடன் ஒரு அறுபது எழுபது பேர்கள் இந்தக் கோயிலுக்குள் கொஞ்சம் முன்னதாக இங்கே வந்து நுழைந்தார்களா?"

"அப்படி இங்கே யாரும் வரலையே அப்பா; நா இங்கெ தானே இருக்கேன்." அவளுடைய குரல் உண்மையாகவே ஒரு பெரிய மனுஷியைப் போலவே இருந்தது!

அவர்கள் அந்த வார்த்தையை நம்பினார்கள். குதிரைகளில் தாவி ஏறி வந்ததைவிட வேகமாகத் திரும்பினார்கள்.

அவர்கள் போன உடனே அவள் எங்களைப் பார்த்து கண்களை விரித்து சத்தமில்லாமல் சிரித்தாள். "பைத்தியந்தான் பிடிச்சிருக்கு இவன்களுக்கு" என்று சொல்லி சிரிப்பதை நிறுத்தினாள்.

பிரகாரத்திலேயே நாங்கள் தங்கிக்கொள்ள ஆயத்தம் செய்தபோது, பெரியப்பா திடீரென்று பாட்டியைப் பார்த்து "அம்மா நாம் இங்கே தங்குறது அவ்வளவு சிலாக்கியமாகத் தெரியுதா உனக்கு?" என்று கேட்டார்.

பாட்டி சொன்னாள், "அப்பாயி, எங்கே போனாலும் நம்ம நிழல் கூடவேதான் வரும்" என்று சொல்லி, அந்தக் கோயிலின் மூலஸ்தானத்தை நோக்கி இருகைகளையும் நீட்டி "இங்கே அவளுடைய அடைக்கலம் நாம்" என்றாள் நா தழுதழுக்க.

அப்போது எங்களைக் காப்பாற்றிய மனுஷி எங்கள் பாட்டியிடம் எழுந்துவந்தாள். தான் வைத்துக்கொண்டிருந்த மூடிய பனைநார்ப் பெட்டியையும் பிரம்பையும் ஒன்றும் சொல்லாமல் பாட்டியிடம் நீட்டினாள். "என்னம்மா?" என்று கேட்டுக்கொண்டே பாட்டி அதை அவளிடமிருந்து பெற்றுக்கொண்டாள்.

'இதை நீ வச்சிக்கோ' என்று சொல்லிவிட்டு வேகமாகக் கோவிலுக்குள் போனாள்.

உள்ளே போனவள் என்னதான் செய்கிறாள் அப்படி என்று பார்க்க பாட்டியும் நானும் போனோம். அவளை அங்கே காணோம்!

மூலஸ்தானத்தில் நாங்கள் பார்த்த அந்தச் சதுரமான பீடக்கல் அப்படியே இருந்தது. மேலே பக்கத்தில் எல்லாம் பார்த்தோம். அவளைக் காணோம்!

கி. ராஜநாராயணன்

பாட்டிக்கு நிலை கொள்ளவில்லை. உணர்ச்சி வசப்பட்டு விட்டாள். அதுவரை நான் பாட்டியின் தொண்டையிலிருந்து அப்படி ஒரு கூக்குரல் கேட்டதே இல்லை. "அம்மா... அம்மா" என்று கேவினாள். பெட்டியையும் பிரம்பையும் அந்தப் பீடத்தின் மேல் வைத்துதடால் என்று தரையில் விழுந்து சேவித்தவள் மூர்ச்சையாகிவிட்டாள்.

முதலில் நாங்கள், பாட்டி உணர்ச்சி வசப்பட்டு மட்டுமே அப்படிக் கிடக்கிறாள் என்று நினைத்தோம்; பிறகுதான் தெரிந்தது, மூர்ச்சையாகிக் கிடக்கிறாள் என்று. குளிர்ந்த தண்ணீரைத் தெளித்தும் வெகு நேரம் கழித்தே தெளிந்தாள்.

மூர்ச்சை தெளிந்ததும் அவள் சென்னாதேவியைக் கட்டிக் கொண்டு ஆனந்தத்தால் அழுதாள். "நா இனி சந்தோஷமாச் சாகலாம்; உங்களுக்கு ஒரு குறைவும் வராதுடா. பகவானின் மூன்று அதிசயங்களை இந்தக் கண்ணாலே பார்த்துவிட்டேன். தேவி எனக்குப் பிரத்யட்சமாகி இப்பொ காட்சி அளித்தாளே... அந்தப் பாக்யம்... அந்தப் பா... ஆ..." பாட்டி அழுதாள். நாங்களும் அழுதோம். அனைவரும் அந்தப் பெட்டியையும் பிரம்பையும் விழுந்து கும்பிட்டோம்.

காலையில் அங்கிருந்து புறப்படுவதுக்கு முன்னால் குளித்து ஈரத்துணிகளுடன் அந்தத் திருக்கோயிலை வலம் வந்தோம். நாங்கள் அங்கேயே தங்குகிறதா அல்லது புறப்பட்டுப் போகிறதா என்று கேட்டுப் பூ கட்டிப் பார்த்தோம். புறப்பட்டுப் போகும்படியே உத்தரவு கிடைத்தது.

பாட்டி பிரம்பையும் பெட்டியையும் எடுத்து பெரியப்பா விடம் கொடுத்தாள். பிறகு ஒரு மஞ்சள் துணியில் பிடி மண் எடுத்து முடிந்துகொண்டாள். எல்லோரும் வணங்கிப் புறப்பட்டோம்.

13

வழியில் யாராவது எங்களைப் பார்த்து எங்கே இருந்து வருகிறீர்கள்; எங்கே போகிறீர்கள் என்று விசாரிப்பார்கள். சமயோஜிதம் போலெல்லாம் இதுக்கு பதில் சொல்லுவோம். இன்ன ஸ்தலத்திலிருந்து வர்ரோம்; இப்பொ இந்த ஸ்தலத்துக்கு பகவானை சேவிக்கப் போறோம் என்று சொல்லுவோம். இடைவழியில் ஒரு தீர்த்த யாத்திரை கோஷ்டியோடு நாங்கள் சேர்ந்து கொண்டோம்.

அவர்கள் பாடிய நாமசங்கீர்த்தனம் எங்கள் செவிகளுக்கும் மனசுக்கும் இன்பமாய் இருந்தது. அவர்களோடு சேர்ந்து நாங்களும் பாடினோம். பாடிக்கொண்டே நடந்தோம்.

பல ஸ்தலங்களை அடைந்து புண்ணிய நீராடி பகவானைத் தரிசித்தோம். ஏழு மலைகளிலும் நடந்து ஏறி ஸ்ரீனிவாசப் பெருமானை சேவித்தோம். எங்கள் மனசிலுள்ளதை எல்லாம் அவன் சன்னதியில் சொல்லி அழுதோம். அங்கே கொஞ்ச நாள் தங்கியிருந்து மனநிம்மதி அடைந்தோம்.

பிறகு அங்கிருந்து மேலும் தெற்கே பார்த்து நடந்து வந்தோம். தெற்கே வரவர எங்களுக்குப் பயம் விலகிப்போய்விட்டது.

நடந்து நடந்து கால்கள் வீங்கி பொத்து வெடித்து வடிந்து புண்களால் அவதிப்பட்டோம். எங்களோடு வந்த இரண்டு குழந்தைகளும் மூணு வயசாளிகளும் நோய்ப்பட்டுத் தவறிப்போய் விட்டார்கள். அவர்கள் இறந்துபோன துக்கம், மேலும் பலர் நோய் அடைந்த கஷ்டம், எங்களை ரொம்ப பாதித்தது.

அனுபவித்திராத பட்டினி, காலம் தாழ்ந்து கிடைக்கும் அன்னம், உடம்பு அசதி, மனத்தின்

சோர்வு, கூட வருவோரிடம் காரணமற்ற மனக்கசப்பு, மௌனம், குறை கூறல் இப்படியெல்லாம் துன்பப்பட்டோம்.

எங்களோடு புறப்பட்டு வந்தவர்களில் ஒரு குடும்பத்தார் எங்களோடு சண்டை போட்டுக்கொண்டு பிரிந்துபோய் விட்டார்கள். வரும் வழியில். என்ன சொல்லியும் அவர்களைச் சமாதானப்படுத்த முடியவில்லை.

வழியில் நாங்கள், இதுவரை பார்க்காத மரங்கள் செடி கொடிகளையெல்லாம் பார்த்தோம். எத்தனை மாதிரியான அதிசயப் பூக்கள்; வாசனைகள்! மனிதர்களின் ஜாடைகூட மண்ணுக்கு மண் வித்தியாசப்படும் போலிருக்கிறது.

இங்கே நாங்கள் பார்த்த பசுமாடுகளின் உருவம் ஜாடை கூட வேற மாதிரியாக இருந்தது. ஜனங்கள் பேசுற பாஷையும் புதுசு! ஆச்சரியமான ஜனங்கள்; அன்பான ஜனங்கள். இனி இந்த [1]அரவதேசம்தான் எங்கள் புகலிடம்.

❍

இப்படி நாங்கள் நடந்து வந்துகொண்டிருக்கும்போது ஒரு கிராமத்தின் சத்திரத்தை வந்து அடைந்தோம். சத்திரத்துக்கு உள்ளே இடமில்லை; அவ்வளவு கூட்டம். சத்திரத்துக்குப் பக்கத்தில் ஒட்டி அடர்ந்த மரங்கள் கொண்ட ஒரு தோப்பு. அங்கே சில நாள் தங்கியிருந்தோம்.

நாங்கள் போன அன்று, அந்தத் தோப்பில் எங்களைப் போலவே ஒரு கோஷ்டி தங்கியிருந்துவிட்டு அன்றுதான் புறப்படுகிறது. அவர்களும் மூடிபோட்ட பனைநார்ப் பெட்டியை மஞ்சள் துணியால் சுற்றி ஏந்திக்கொண்டிருந்தார்கள். பெரியம்மா, அவர்களிடம் அது என்னது என்று கேட்டாள்.

அந்த அம்மாவுக்கும் எங்கள் பெரியம்மா வயசுதான் இருக்கும். தலை சுண்ணாம்பாய் நரைத்திருந்தது. நிறைந்த முத்தேவி (சுமங்கிலி). முகம் நிறைய மஞ்சளும் நெற்றி நிறைய குங்குமமுமாக இருந்தாலும் முகம் வாடி இருந்தது.

எங்கள் கேள்விக்கு பதில் சொல்லுவதற்கு முன்னால் எங்களையே கொஞ்ச நேரம் பார்த்துக்கொண்டிருந்தாள். அந்தப் பார்வைக்கு எத்தனையோ அர்த்தங்கள் சொல்லலாம். நீங்க யாரு; உங்களை நம்பலாமா? என்ற மாதிரி இருந்தது. அய்யோ, பாவிகளே திரும்பவும் அந்த நினைப்பைத் தூண்டி விட்டுவிட்டீர்களே; எப்படி அதைச் சொல்லுவேன் என்கிற மாதிரியெல்லாம் இருந்தது அந்தப் பார்வை. ஆனாலும், நம்முடைய மக்கள்; பார்த்தாலே தெரியலையா. மனசில்

---

1. அரவதேசம் – தமிழ்நாடு

உள்ளதை நம்பிக்கையாய்ச் சொல்லலாம். சொல்லித்தான் ஆத்திக்கொள்ளணும். பார்க்கிறவர்களையெல்லாம் சந்தேகப்பட்டுக்கொண்டே போனால் முடிவேது?

"கோயிந்தப்பா, அதுவும் ஒரு துலுக்க ராஜா கதைதான்.

அந்த அம்மாளின் மகள் பேர் துளசி. ஒரே மகள். பிறக்கும் போதே அவளுக்குத் தலைமுடி கொடுக்காப்புளி பிஞ்சுகள் மாதிரி சுருள் சுருளாய் இருக்குமாம். அந்தக் குழந்தைக்கும் முடி மீது அவ்வளவு பிரியமாம்.

கூந்தலை முடிக்காமல் அவிழ்ந்து கிடந்தாலும் ஒரு அழகு; அது காற்றில் விலகி பாதி முகத்தை மூடினால் அது ஒரு அழகு. எத்தனை வகை வகையாகத்தான் முடிந்து முடிந்து பார்க்கிறது! முடிந்தாலும் அழகு; முடிப்புக் கலைந்தாலும் அழகு.

அவள் நின்றால் கூந்தல் தரையில் விழும். குதிங்கால் அளவு போக மீதியைப் பல தடவை நாங்கள் கத்தரித்து விட்டுவிடுவோம். அதுகூட அவளுக்குப் பொறுக்காது!

அவளைக் குளிப்பாட்டி விடுகிறது குடும்பத்தோடு ஒரு வேலை. உயரமும் நீளமுமாக உள்ள கண்விட்டுக் கட்டிய பனைநார்க் கட்டிலின் நீளக் கோடியில் அவள் உட்கார்ந்து கொள்வாள். கட்டிலின் நீளத்தில் நிறைகூந்தல் அலைபுரளும். தேங்காய் நெய்யினால் கூந்தலைத் தடவுவது ஒரு பாடு. சீயக்காயைக் கொதிக்கவைத்து வடிகட்டிய நீரினால் தேய்த்து,

சுத்தமான நல்ல தண்ணீரை ஆறவைத்து நக வெதும்பலில் ஊற்றி அலசுவது ஒரு பாடு. பதனமாகத் துடைத்து சாம்பிராணிப் புகையிட்டு கட்டிலை மாற்றி வேறு கட்டிலில் அதே மாதிரி உட்காரவைத்து உணர விட்டும், உணருவதற்காகவும் சிக்கெடுப்பது ஒரு பாடு.

பிராயத்தில் அவளுக்குக் கூந்தல் பதினாறு அடி நீளம் இருந்தது. அதனால் அவளுக்கு ஒரு [2]ஏணி நாற்காலி செய்யணும் என்று அவள் அப்பா சொல்லிக்கொண்டிருந்தார். அவளுடைய கூந்தலின் நீளம் அந்தப் பிராந்தியத்திலேயே ஓர் அதிசயமான பேச்சாக இருந்தது. தூரமான இடங்களிலிருந்தெல்லாம் கூந்தலையும் அவளுடைய அழகையும் பார்க்க பலபேர் வருவது வழக்கமாக இருந்தது.

ஒருநாள் வழக்கமாக அவள் குளித்து முடிந்து கட்டிலில் உட்கார்ந்து தலையைச் சிக்கெடுத்துக்கொண்டிருந்தாள். தெருவில் திடீரென்று நாய்கள் குலைக்கிற சத்தம் கேட்டது. புழக்கடைத் தோட்டத்தின் வழியாய் ஏழெட்டுப் பேர், உயரமான குதிரைகள் மேல் சவாரி செய்தபடியே நாங்கள் குளிக்கும் இடத்துக்கு வந்துவிட்டார்கள்! அவர்கள் துலுக்கர்கள் என்று கண்டதும் வீட்டுக்குள் ஓடத் தொடங்கினோம். துளசியால் ஓட முடியவில்லை. அவர்கள் கையில் சிக்காமல் இருக்க மறுக்கி ஓடும்போது அவளுடைய கூந்தலே அவளுக்கு வினையாகக் கால்களில் சிக்கித் தடுமாறி விழுந்துவிட்டாள். நாங்கள் வீட்டுக்குள் நுழைந்தவர்கள் அவளைக் காப்பாற்ற, திரும்பி அந்த இடத்துக்கு வந்தோம். அப்போ..."

அந்த அம்மாள் மேலே சொல்ல முடியாமல் கஷ்டப் பட்டாள். அவளுடைய உதடு கோணி, மூக்குத்துடித்துக் கண்கள் கொப்பளித்தன.

"அப்போது... அவள்... என் மகள் துளசி பதிவிரதா தெய்வங்களின் பெயர்களைப் பலக்கச் சொல்லிக் கூப்பிட்டாள். நாங்களும் எங்களை அறியாமல் அவள் சொன்ன பெயர்களை உரக்கச் சொன்னோம். அம்மாமார்களே... அப்பதான், எங்கள் கண்களே நம்ப முடியாத அந்த அதிசயம், கண்மூடித் திறப்பதுக்குள் நடந்து முடிந்துவிட்டது.

தடுமாறிக் கீழே விழுந்த புண்யவதி துளசியின் கூந்தலை அந்தச் சண்டாளன் பிடித்துக்கொண்டான். அப்போது அந்த

---

2. ஏணி நாற்காலி – மிக அதிக நீளமுள்ள கூந்தலை உடையவர்கள் உட்கார்ந்து ஈரத் தலையை உணர்த்திக் கொள்ள செய்யப்படும் நாற்காலி. உயரமான அந்த நாற்காலியில் ஏறி உட்கார ஏணிப்படிகள் அமைத்திருப்பதால் அதற்கு ஏணி நாற்காலி என்று பெயர்.

கோபல்ல கிராமம்

இடத்தில் பூமி பிளந்து அவளைத் தன்னுள் வாங்கிக்கொண்டு அதே வேகத்தில் மூடிக்கொண்டது.

இதைக் கண்ட துலுக்கர்கள் நடுங்கினார்கள். கூந்தலைப் பிடித்தவன் அப்படியே, தன் கையோடு பிய்ந்து வந்த கூந்தலை உதறிவிட்டு, எல்லாருமே குதிரைகள் மேல் ஏறி ஓடித் தப்பி விட்டார்கள்.

அந்த இடத்தில் தரையில் நீளமாக ஒரு விரிவு மட்டும் தெரிந்தது. அதில் வாயை வைத்து "துளசீ. . . அம்மா. . . எங்கள் தாயே துளசீ" என்று கத்தி அழைத்தோம். மண்ணில் காதுகளை ஒட்டவைத்துக் கேட்டோம். திரும்பத் திரும்ப அவள் பெயர் சொல்லி அலறினோம்.

கண்களைத் துடைத்துக்கொண்டே அந்த அம்மாள் சொன்னாள், "எங்கே வருவாள் துளசி? பூமாதேவி அவளை அழைத்துக்கொண்டாள். அவள் தெய்வமாகிவிட்டாள்."

அந்தத் துலுக்கன் கையிலிருந்து உதறி எறிந்துவிட்டுப் போன கூந்தலும், அவள் மறைந்த இடத்திலிருந்து எடுத்த பிடிமண்ணும் இந்தப் பெட்டியில் இருக்கிறது.

"இதைத் தரையில் வைக்காமல் ஒருவர் மாற்றி ஒருவர் சுமந்துகொண்டே போகிறோம். எந்த இடத்தில் நாங்கள் இருப்பிடமாகத் தங்கப் போகிறோமோ அங்கே அவளுக்கு ஒரு கோயில் – எங்களுக்கு ஏண்ட மாதிரி – கட்டணும்" என்று சொல்லி முந்தானையால் மூக்கைத் துடைத்துக்கொண்டு நடந்தாள்.

பாட்டி அன்று முழுவதும் உட்கார்ந்து அப்படியே கையில் தலையை ஏந்திக்கொண்டு யோசித்தபடியே இருந்தாள். நாக்கில் பச்சைத் தண்ணீர்கூட விட்டுக்கொள்ளவில்லை.

கோயிந்தப்பா, நம்ம ஊரிலெ நாம கட்டியிருக்கும் குலதெய்வம் பொட்டியம்மன் கோயிலில் அந்தப் பொட்டியை யும் பிரம்பையும் வைத்து நாம கும்பிடுகிற மாதிரி, நம் ஊருக்கு அஞ்சி நாழித் தொலைவில் இருக்கும் அந்த ஊரில் அவர்கள் அந்தக் கூந்தலையுடைய பெட்டியை வைத்து ஒரு கோயிலை எழுப்பி இப்பொழுதும் கும்பிட்டுக்கொண்டு வருகிறார்கள்."

மங்கத்தாயாரு அம்மாள் கூறிவரும், வழக்கமான இந்தக் கதைகளை அந்தக் குடும்பத்தைச் சேர்ந்த பெண்களும் ஆண்களும் குழந்தைகளும் சிரத்தையோடு கேட்டாலும் அக்கையா மட்டும், இந்தக் கதைகள் யாவும் மிகைப்படுத்திக் கூறப்படும் விஷயங்கள் என்று நினைப்பார்.

14

தீவட்டிக் கொள்ளைக்காரர்கள் அன்று ராத்திரிக்கு வரப் போகிறார்கள் என்று ஊர்க்குடும்பன் தன்னிடம் சொல்லிக்கொண்டிருந்தபோது அங்கே வந்த அக்கையாவிடம் கோவிந்தப்ப நாயக்கர் அந்த விஷயத்தைப் பிரஸ்தாபித்து அபிப்பிராயம் கேட்டார்.

"தீவட்டிக்காரங்கதானே, பேஷாய் வரட்டும்; [1]சந்திப்பு நடத்துவோம்!" என்று குஷாலாய்ச் சொன்னார் அக்கையா. அவருடைய வேடிக்கை உணர்ச்சி அவர்களையும் பாதித்தது.

"ராத்திரிக்கு வந்தா பயல்களுக்கு வகைய்யா [2]அத்தாளம் கொடுத்தனுப்பலாமுண்ணு சொல்லுதியா?" என்று கேட்டுவிட்டுச் சிரித்தார் கோவிந்தப்ப நாயக்கர்.

தீவட்டிக் கொள்ளைக்காரர்கள் தங்களுடைய தொழிலை நடத்த பல போர்த் தந்திரங்களைக் கையாளுவார்கள். ஒரு கிராமத்தைத் தாக்கிக் கொள்ளையடிக்கப் போவதாகப் பல நாட்கள் வதந்திகளைப் பரப்பிப் பரப்பி, கிராமத்து மக்கள் பல இரவுகள் தூங்காமல் விழித்திருக்கச்செய்து, 'சரி, இனி எங்கே வரப்போகிறார்கள்' என்று நினைத்து அவர்கள் அசந்து தூங்கிக்கொண்டிருக்கும் போது திடீரென்று வந்து தாக்குவார்கள்.

---

1. சந்திப்பு – பண்டிகை நாட்களில் கிராமப் பிரமுகர்களை, அவர்கள் கீழ் மட்டத்தில் உள்ளவர்கள் மங்கலப் பொருள்களைக் கொண்டுபோய்க் கொடுத்து, பார்த்து மரியாதை செலுத்திவிட்டு வருவார்கள். அன்றைக்குப் பிரமுகர்களும் இந்த நிகழ்ச்சிக்கு விரும்பி, மற்றவர்களைக் காணக் காத்திருப்பார்கள். இதற்கு சந்திப்பு என்று பேர்.

2. அத்தாளம்–ராச் சாப்பாட்டை முடித்துக்கொண்ட கையோடு அதுக்கு மேலே தின்னும் ருசிகள் கொண்ட பட்சணங்கள்.

கிராமத்தின் ஒரு கோடியில் தீவனப் படப்புகளில் தீ வைப்பார்கள். ஜனங்களெல்லாம் தீயை அமத்துவதில் கவனம் செலுத்திக்கொண்டிருக்கும்போது, இந்தப் பயல்கள் மறு கோடியில் உள்ள வீடுகளில் கொள்ளையடித்துக்கொண்டு போய்விடுவார்கள்.

தீவட்டிக் கொள்ளைக்காரர்கள், பத்து இருபது பேர் என்று வருகிறதில்லை; நூறு இருநூறு என்று வருவார்கள். ஒவ்வொருத்தனுக்கும் ஒரு கையில் எரிகிற தீவட்டியும், மறுகையில் ஒரு ஆயுதம் வெட்டறுவாளோ வேல்க்கம்போ பாலாக் கத்தியோ கண்டகோடாலியோ – எதுவோ ஒண்ணு – இருக்கும்.

ஒவ்வொரு வீட்டுக்கு முன்னாலும் இரண்டு மூன்று பேர் நின்றுகொண்டு அந்த வீட்டுக்காரர்கள் கதவைத் திறந்து வெளியே வராமல் பார்த்துக்கொண்டு, கிராமத்தில் சில குறிப்பிட்ட ஒன்றிரண்டு வீடுகளுக்குள்ளே புகுந்து கொள்ளையடிப்பார்கள்.

வீட்டுக்காரர்கள் நகைகளைப் பானைக்குள் போட்டு மூடி வீட்டுக்குள் எங்கேயாவது தரைக்குள் ஓரிடத்தில் புதைத்து ஒளித்து வைத்திருந்தால் "அதை எந்தயிடத்திலே வச்சிருக்கே சொல்லு" என்று வீட்டுக்காரனின் முகத்தை எரிகிற தீவட்டியால் வாட்டியெடுப்பார்கள்.

இவர்களுடைய தாக்குதல் பெரும்பாலும் குளிர் காலத்தில் தான் அதிகமாக இருக்கும்.

பூட்டிய கதவைப் பந்தத்தால் கொளுத்துகிறதும், பகிரங்கமாகக் கடப்பாரைகளால் சுவரை இடித்து வீட்டுக்குள் நுழைகிறதும் சாதாரணம்.

வீடு பூட்டியிருந்தால் ஒரே சமயத்தில் வீட்டின் மூன்று பக்கச் சுவர்களிலும் இடித்து வாசல் அளவு பெரிய ஓட்டை செய்து ஒன்றுபோல் நுழைவார்கள்.

தீவட்டிக் கொள்ளைக்காரர்களின் தாக்குதலைச் சமாளிக்க கிராமமும் கோட்டையாரின் வீடும் தயாராகிக்கொண்டிருந்தது.

கையாலும் கவணாலும் எறிவதற்கு வசதியான கற்கள் வண்டி வண்டியாக முதல் மாடியிலும், தட்டட்டியிலும் வேறு பல இடங்களிலும் குவித்து வைத்தார்கள். தீவட்டிக்காரன்களைச் சமாளிக்க மக்களுக்குப் பிரதான ஆயுதம் கல்தான்!

இளவட்டங்களெல்லாம் எறிவதற்கு நல்ல உருண்டைக் கற்களைத் தேர்ந்தெடுத்தால் அக்கையா சப்பட்டை வசத்தி லுள்ள கற்களைத்தான் தேர்ந்தெடுப்பார்! சப்பட்டைக் கல்லை அதிவேகமாகச் சுழலும்படி எறிந்தால் அது காற்றைக் கிழித்துக்

கொண்டு செல்லும்போது எதிரிகள் பீதி கொள்ளும்படியான ஒரு ஓசை உண்டாகும்.

தேர்ந்த இளவட்டங்களைப் பல வீடுகளின் மாடிகளில் உஷார் நிலையில், கற்களோடும் ஆயுதங்களோடும் தயார்படுத்தி வைத்தார்கள்.

இருட்டியதும், எல்லாரும் சீக்கிரமாகவே சாப்பிட்டுவிட்டு முக்கியமான பொருட்களை பந்தோபஸ்து செய்து, விளக்குகளை அணைக்க ஆரம்பித்தார்கள்.

கோட்டையார் வீட்டில் பெண்களையும் குழந்தைகளை யும் மாடியிலுள்ள இரும்புக் கதவு போட்ட பெரிய அறையில் போட்டு உள்ளே பூட்டிக்கொள்ளும்படி சொன்னார்கள். கதவு பூட்டுவதற்குமுன் கோவிந்தப்ப நாயக்கரின் பத்து வயசுப் பையன் திருவத்தி ஓடிவந்து அக்கையாவின் மேல் வேட்டியைப் பிடித்துக்கொண்டு சன்னமான குரலில் "மாமா, நம்ம வீட்டுக்குக் கள்ளப்பயல்கள் வரப்போராகளாமே; மாமா மாமா நான் கள்ளப்பயலைப் பார்த்ததேயில்லை, பாக்கணும் போலிருக்கு. அவன் வந்ததும் நீ வந்து என்னை எழுப்புவயா?" என்று கேட்டான். அக்கையா தன் வட்டமான கண்களில் வியப்பையும் சிரிப்பையும் வரவழைத்துக்கொண்டு எல்லோரையும் சுற்றி ஒருமுறை பார்த்தார்! பிறகு சரி என்று தலையசைத்துவிட்டு, அவனுடைய கையில் ஒரு கல்லைத் திணித்து, "ஏதொண்ணுக்கும் இதை தலைமாட்லெ வச்சிப் படுத்துக்கோ" என்றார்! பெண்கள் சிரிப்பை அடக்கிக்கொண்டார்கள்!

மாடியில் வீட்டு முற்றத்தைப் பார்த்து இறக்கியுள்ள சாய்ப்பில், கிருஷ்ணப்ப நாயக்கரும் அக்கையாவும் ஊர்க் குடும்பனும் இருந்தார்கள்.

இருட்டியதும் பறவைகள் தங்கள் தங்கள் கூடுகளுக்குள் சென்று அடைவதுபோல் அன்று மனிதர்களும் அவர்களவர்கள் வீட்டுக்குள் அடைந்திருந்தார்கள்.

கோவிந்தப்ப நாயக்கரின் சொல்ப்படி கோட்டைக் கதவுகள் விரியத் திறந்தே வைக்கப்பட்டிருந்தது. சமதளமான விசாலமான அந்த முற்றத்தில் அக்கையா, நாலுகடகம் கேப்பையைக் குளூரத் தெளித்திருந்தார்.

நேரம் இருட்டிக்கொண்டே போனது. குறிப்பிட்ட பல பேரைத் தூங்கும்படி ஏற்பாடு செய்திருந்தார்கள். சொல்லும் போது மட்டும் அவர்கள் விழித்துச் செயல்பட்டால் போதும். ஆனால் பரபரப்பு மிகுந்த இந்த நேரத்தில் தூக்கம் எங்கிருந்து வரும்!

அமைதியாக அடங்கி இருப்பது சங்கடமாக இருந்தது. நேரம் நகருவதாகத் தெரியவில்லை. நட்சத்திரங்களின் நிலைகளை வைத்து அப்போதைக்கப்போதும், ராப் பறவைகளின் சப்தங்களைக் கொண்டும் நேரத்தை ஊகமாகச் சொல்லிக் கொண்டார்கள்.

கிருஷ்ணப்ப நாயக்கர் அக்கையாவைப் பார்த்து “மாப்ளே, ஒரு கதை சொல்லேன்; தூக்கம் வராமயாவது இருக்கும்” என்றார்.

சரி... என்று சொல்லிவிட்டு, வீட்டுக்கு மேலே ஏறிப்போய் நாலு இளவட்டங்களை நாலு திசைகளைப் பார்த்து உட்கார வைத்து இருட்டில் கவனித்துக்கொண்டே இருக்கும்படி செய்த ஏற்பாட்டை மீண்டும் ஒருமுறை சரி பார்த்துவிட்டு இறங்கி வந்தார்.

“ம்... கதை வேணுமாக்கும்; சரி” என்று சொல்லிக் கொண்டார். கதையைக் கவனம் பண்ணிய அதே நேரத்தில், கம்மாய்க்கரை மரங்களின்மேல் ஒளிந்துகொண்டு இருக்கும் இளவட்டங்கள் எப்படி இருக்கிறார்களோ என்று ஒரு நினைப்பும் வந்தது. அங்கே ரகுபதி இருக்கான்; கவலை வேண்டாம் என்று நினைத்துக்கொண்டார்.

கிராமங்களில், ஒருவரைக் கதை சொல்லும்படி கேட்டுக் கொண்டால் அவர் உடனே, நான் பிறந்த கதையைச் சொல்லவா, வளந்த கதையைச் சொல்லவா என்று கேட்பார். இவர்கள் ஏதாவது ஒன்றைச் சொல்லிக் கேட்க வேண்டும். அந்த ஆள் தனது பிறந்த கதையையும் சொல்ல மாட்டார்; வளர்ந்த கதையையும் சொல்ல மாட்டார்; ஒரு கதையைத்தான் சொல்லுவார். ஆனாலும் இந்தக் கேள்வி எதுக்காக வந்தது என்று தெரியவில்லை.

அக்கையாவும், சம்பிரதாயமான அந்தக் கேள்வியைக் கேட்டுவிட்டுக் கதையை ஆரம்பிப்பார் என்று ஊர்க்குடும்பனும் எதிர்பார்த்தான். ஆனால் அவர் நேரடியாகவே கதை சொல்ல ஆரம்பித்தார்.

“ஒரு ஊர்லெ ஒரு ராஜா இருந்தார். அவருக்கு ஒரு மகன், கல்யாணம் ஆக வேண்டிய வயசு. கல்யாணத்துக்கு ஏற்பாடு செய்தார்கள். பொண்ணு ரெண்டு. அக்கா தங்கை. அதுகளும் ராஜகுமாரத்திகதான். கல்யாணம் தடபுடலாய் நடந்து முடிஞ்சது.

முதல் நாள் ராத்திரி. மாடியிலெ ரெண்டு அறைகள். அந்த அறைகள் எப்பிடி அமைஞ்சிருந்ததுண்ணா... ஒரு அறை மேலே; இன்னொன்னு கீழே. ரெண்டுக்கும் போக ஏணிப்படிகள்.

கீழ் அறையிலெ தங்கச்சிக்காரி இருந்தா. மேலே அக்காக்காரி. கல்யாணமான ராஜகுமாரன் வந்தான்.

இந்த நேரத்துலெ ஒரு திருடன் அரண்மனையிலெ களவாங்க உடும்புலெ கயத்தைக்கட்டி மேலேவீசி அந்தக் கயிறு வழியா மேலேஏறி அந்த இடத்துக்கே வந்திட்டான். ராஜகுமாரன் அந்த அறையில் ஏதாவது ஒண்ணுக்குள்ளே போயி கதவைப் பூட்டிக்கிட்டதும் இவன் வேலையை இவன் ஆரம்பிக்கலாம்ண்ணு காத்துக்கிட்டிருந்தான். இந்த இடத்தில் கிருஷ்ணப்ப நாயக்கர் லேசாய் சிரிப்பது இருட்டிலும் தெரியத் தான் செய்தது!

ராஜகுமாரன் ஏணிப்படி வழியாய் ஏறி முதல் அறையைக் கடந்து மேலே உள்ள அறைக்குப் போகப் போனான். வாசலில் காத்திருந்த இளையவள் அவனுடைய காலைப் பிடிச்சிக்கிட்டா.

"எங்கே போறீர் என்னைக் கடந்து; முதல்லெ நா இருக்கிறது தெரியலையா?"ண்ணு கேட்டா.

சரீண்ணு சொல்லி அவன் ஒருபடி கீழே இறங்கக் கால் வச்சான் அவகிட்டெ போறதுக்கு. இதுக்குள்ளே, மேலேயுள்ள அறைவாசல்லெ காத்திருந்த மூத்தவள் அவன் கழுத்தைச் சேர்த்துப் பிடித்துக்கொண்டு "என்ன அர்த்தம் இது? முதல்லெ தாலிகட்டினது என்னைத்தானே; இங்கெ வந்திட்டுப் பிறகுதான் அங்கே போகணும், நாவிடமாட்டேன் ஆமா"ண்ணு சொல்லிட்டா!

ராஜகுமாரன் சொன்னான் "அவ சின்னவ; குழந்தைக்குச் சமானம். மூத்தவள் நீ; இளையவளுக்குக் கொஞ்சம் விட்டுக் கொடுக்கலாமே? அதோடு அவ வாய்திறந்து கேட்டுட்டா" என்று சமாதானம் சொல்லிப்பாத்தான். மூத்தவள் அவனை விடுறதாய் இல்லை.

ராஜகுமாரன், காலைப் பிடித்துக்கொண்ட இளையவளிடம் "உன் அக்கா சொல்றதும் நியாயம்தானே. முதல்லெ முறைப்படியே நடந்துகொள்றதுதான் முறை. காலை விட்டுரு"ண்ணு கேட்டுப்பார்த்தான்.

"மூத்தவர்களுக்குத்தான் பொறுமை வேணும். நானோ வெக்கத்தைவிட்டு வாய்திறந்து கேட்டுட்டேன்; விட்டுக் கொடுத்தாத்தா என்ன? அவ எப்பவும் இப்பிடித்தான்" என்றாள் இளையவள்.

"ஓஹோ, முறைதவறி நடந்துக்கிட்டதுமில்லாமெ வாய் வேறயா? முடியாது. இங்கெதான் முதல்லெ வரணும்" என்று

முரண்டு பிடித்தாள் மூத்தவள். அவன் கழுத்தில் போட்ட பிடியை விடாதது மட்டுமில்லெ, பிடியை இறுக்கினாள்.

இளையவளோ காலைப்பிடித்த பிடியை விடவே இல்லை. கீழ்நோக்கி அவனை இழுத்தாள்.

இப்படி அவனை அவர்கள் பாடாய்ப் படுத்தி, அந்த ரெண்டு உடன்பிறப்புகளும் நீயாச்சி நானாச்சி என்று சண்டைபோட்டுக்கொண்டே இருந்தார்கள்.

அரமணைக்குள் வந்த கள்ளன் இதைப் பார்த்துக்கொண்டே இருந்தான். 'பாப்போம்; இது எப்படித்தான் முடியுது' என்று.

ராஜகுமாரன் அந்த ரெண்டு பொண்களையும் எப்படி யாவது சமாதானப்படுத்திரலாம்ண்ணு முயற்சிசெய்து பாத்தான். நடக்கலை. என்ன செய்யிறதுண்ணும் தெரியலை.

'ரெண்டு பேர்ட்டேயும் நா வரலை; விட்டுருங்க என்னை' என்று கோபமாய்த் திமிறிப்பாத்தான். கட்டியிருந்த வேட்டி அவுந்து போச்சி! அவர்கள் வகையான பிடியைப் பிடித்துக் கொண்டார்கள். (வந்த சிரிப்பை கிருஷ்ணப்ப நாயக்கர் அடக்கப் பார்த்தார்!)

திருடன் என்ன செய்ய முடியும்; வந்து விளக்குப் பிடிக்க முடியுமா?

பெண்டுகளோ ஒருத்திக்கு ஒருத்தி விட்டுக்குடுப்பதாக இல்லெ; ஓயிரதாயும் இல்லை. ராஜா மகனுக்குக் கண்ணு முழி பிதுங்கிப் போச்சி.

ஆக, இப்படியாக விடிஞ்சி போச்சி.

அரண்மனையில் ரெண்டாவது சங்கும் ஊதியாச்சி.

திருடனுக்கு, 'அய்யோ வெளிச்சம் வந்திட்டதே எப்பிடி வெளியே போக'ண்ணு. பதுங்கிப் பதுங்கிப் போகும்போது காவலாளிகள் பிடிச்சிட்டாங்க அவனை.

அகப்பட்ட திருடனை ராஜா முன்னால் கொண்டுபோயி நிறுத்தினாங்க. அவன் தலையைச் சீவும்படிக்கு உத்தரவு போட்டார் ராஜா."

இந்த சமயத்தில் வீட்டின் மேலே 'கசபுசல்' கேட்டு அக்கையா அது என்னெவென்று பார்க்க ஒருதரம் போய் விட்டு வந்தார். "ஒண்ணுமில்லெ; வெறும் அருக்கு!" என்று சொல்லி விட்டு மேல்க்கொண்டு கதையைத் தொடங்கினார்.

"திருடன் அரமனைக்குள்ளெ திருட வந்ததும், பிடிபட்டதும், ராஜா அவனுடைய தலையைக் கத்தியாலெ சீவும்படி உத்தரவு போட்டதும் ராஜகுமாரனுக்குத் தெரியாதுண்ணாலும் பிறகு தெரியவந்தது. உடனே அந்த ராஜகுமாரன் ராஜாட்டெ ஓடி அவன் தலையைச் சீவ வேண்டாம்ண்ணும் அதைவிட நல்ல தண்டனை கொடுக்கலாம்ண்ணும் சொன்னான்.

அது என்ன தண்டனை ?ண்ணு ராஜா கேட்டார்.

பேசாமெ ரெண்டு பொண்களெ ஒரே மூர்த்தத்திலெ பயலுக்குக் கட்டிவச்சிருங்க; அது போதும்ண்ணாம் ராஜ குமாரன் !"

அக்கையா கதையைச் சொல்லி முடித்துக்கொண்டிருக்கும் போதே வீட்டு மேலே பரபரப்பும் கசபுச என்ற ரகசியக் குரல்களும் கொஞ்சம் அதிகமாகவே கேட்டது.

வீட்டின் கீழே, பக்கங்களிலே இருந்தவர்களையெல்லாம் உஷார்படுத்திவிட்டு அக்கையா மேலே ஏறிப்போய்ப் பார்த்தார்.

மேற்கே ரெண்டு கொள்ளிவாய்ப் பிசாசுமாதிரி தீ வெளிச்சம் மறைந்து மறைந்து நகர்ந்து வர்ர மாதிரி இருந்தது.

"ஒருவேளை கொள்ளிவாய்ப் பிசாசுதானோ ?" என்று கேட்டான் ஒரு இளவட்டம்.

“போடா; பேயாவது பிசாசாவது. மனப்பிசாசுதான்” என்றார் அக்கையா.

இண்ணைக்குத்தானே அம்மாசி? ஒருத்தன் கேட்டான். நேத்தோடெ அமாவாசை முடிஞ்சிட்டது. பரம்பரை திருட்டுப் பயல்கள் அமாவாசை அண்ணைக்குத் திருடப் போக மாட்டான்கள். மாசத்திலெ ஒருநா; அண்ணைக்கித்தான் அவனுகளுக்கு [3]தைப்பாறுறது என்றார் அக்கையா.

அவர்கள் எதிர்பார்த்தபடி தீவட்டிக் கொள்ளைக்காரர்கள் மேற்கேயிருந்து வரவில்லை. நேர் கிழக்கேயிருந்து வந்து கொண்டிருந்தார்கள்.

---

3. தைப்பாறுதல் – தகிப்பு ஆற்றுதல். இளைப்பாறுதல். ஓய்வுநாள்.

15

அந்தத் தீவட்டிக் கொள்ளைக்கூட்டத்தில் மொத்தம் அறுபது எழுபது பேர் இருக்கலாம். ஓடுவதற்கு வசதியாகத் தும்புவார்ச் செருப்புகள் போட்டுக்கொண்டிருந்தார்கள். அதில் ரெண்டு மூணு பேர் தோல்ப் பைகளில் குடிக்கத் தண்ணீரோ மதுவோ வைத்துக் கொண்டிருந்தார்கள். அனேகமாக ஒவ்வொருத்தனிடமும் அரைப் பாகம் முக்கால்ப் பாகம் நீளம் கொண்ட எரியாத தீவட்டிகள் இருந்தன. ஐந்தாறு பேர் எண்ணெய் நிரம்பிய பித்தளைச் சட்டிகளை ஒரு கையில் ஏந்தியிருந்தார்கள். மறு கையின் மணிக்கட்டில் துணியைக் கங்கணம்போல் கட்டிக்கொண்டிருந்தார்கள். அந்தக் கையினால் எரியும் தீவட்டிகளுக்கு எண்ணெயைக் கோரிக் கோரி விடும்போது வழிந்து முழங்கைக்கு வந்துவிடாமல் இருப்பதற்கு அந்தத் துணிக்கட்டு ஒரு தடுப்பு.

ஊருக்குப் பக்கத்தில் அவர்கள் வந்ததும் அதில் ஒருத்தன், மடியிலிருந்து, காய்ந்த வாழைமரப் பட்டையில் மடித்து வைத்திருந்த பஞ்சுக்கரிக்கில் சக்கிமுக்கியால் தட்டினான். அதிலிருந்து பறந்த தீப்பொறிகளில் ஒன்று அந்தக் கரிக்கில் விழுந்ததும் தீ கனிந்தது. உடனே அதை ஒரு தீவட்டியில் ஒட்ட வைத்து ஒருவன் ஊதினான். கொஞ்ச நேரம் ஊதிய பிறகே தீ கொழுந்துவிட்டு எரிய ஆரம்பித்தது.

மளமளவென்று ஒன்றிலிருந்து மற்றொன்று, அதிலிருந்து பலது என்று தீவட்டிகளைப் பற்ற வைத்துக்கொண்டார்கள். தீவட்டிகள் எரிந்து கொண்டிருக்கும்போதே அவைகளுக்கு, எண்ணெய்ச் சட்டி வைத்துக் கொண்டிருப்பவன்கள் கோளாறாய் அது அணைந்துவிடாமல் எண்ணெயை ஊற்றி னார்கள். தீவட்டி வைத்திருப்பவன் அதைத் திருப்பித் திருப்பிக் கொடுத்து, களைக்குச்சி போன்ற ஒரு குச்சியால் எரிகிற தீவட்டியைக் குத்தி அகலப்படுத்திக்

கொடுத்தான். எண்ணெய் ஊற்றுகிறவன் கையில் துணி சுற்றிக் கொண்டிருந்தது போலவே ஒவ்வொரு தீவட்டிக்கும் எரிகிற இடத்துக்குக் கீழே முக்கால் சாண் ஒரு சாண் தள்ளி ஒரு துணி சுற்றப்பட்டிருந்தது. சுடு எண்ணெய் வழிந்து கைக்கு வந்து விடாமல் இருக்க அது ஒரு பாதுகாப்பு.

ஊருக்குள்ளே அவர்கள் நுழையும்போது எதிர்ப்படும் கோவில்களைக் கண்டதும் கும்பிட்டுக்கொள்வார்கள்! ஜனங்கள் தங்கள் பொருள்களை லேசில் இவர்களிடம் தந்துவிடுவார்களா? அந்தப் போராட்டத்தில் இருபக்கமும் பலர் சாக வேண்டியது இருக்கலாம். திரும்பிப் போகும்வரை இவர்களுக்கு நிச்சயமில்லை. பெண்டாட்டியிடம் "தாலியைக் கழத்தி உறியிலெ கட்டிவை; நான் திரும்ப வந்தால் எடுத்து அதை மாட்டிக்கோ" என்றுதான் வீட்டில் சொல்லிவிட்டு வருவான்களாம்.

பகலில் பல நாட்கள் இவர்களில் சிலர் தெருவையும் வீடுகளையும் மற்றும் பலதுகளையும் பிச்சை எடுப்பவர்களைப் போல வேஷம் போட்டுக்கொண்டு வந்து பார்த்து அடையாளம் கண்டு வைத்திருப்பார்கள்.

அவர்கள் பழக்கப்பட்டவர்களைப் போலத் தெருவுக்குள் மளமள என்று நுழைந்து நேராகக் கோட்டையார் வீட்டுக்கு முன்னால் வந்து நின்றார்கள். நாய்கள் குரைத்தும் அவர்கள் மீது பாய்ந்தும் அவர்களைத் தெருவுக்குள் நுழையாமல் தடுத்துப் பார்த்தன. நெருங்கும் நாய்களுக்கு எதிராகப் பற்றி எரியும் தீவட்டிகளை நீட்டியதால் அவைகள் பின்வாங்கிவிட்டன. மிருகங்களுக்கு எரியும் தீயைக் கண்டால் 'பிறவி பயம்' உண்டு என்பதை அவர்கள் தெரிந்து வைத்திருந்தார்கள்!

நாய்கள் பயங்கரமாகக் குரைக்கும் சத்தம் கேட்டதுமே கிராமம் பூராவும் உஷார் நிலை கொண்டுவிட்டது.

இளவட்டங்கள் அனைவருமே வீட்டுக்கு மேலும், உள்ளுக்கும் 'அடைபட்டு' விடாமல், கம்மாய்க்கரையிலுள்ள உயர்ந்து அடர்ந்த மரங்களின் மேலும் கணிசமான அளவு பயிற்சியுள்ள இளவட்டங்களை ஆயுதங்களோடு ஒளிந்திருந்து கொள்ள ஏற்பாடு செய்திருந்தார் அக்கையா.

கொள்ளைக்காரன்கள் ஊருக்குள் நுழைந்ததுமே, ஏற்பாட்டின்படி அவர்கள் அனைவரும் மரங்களிலிருந்து இறங்கி ஆயுதங்களையும் கற்களையும் எடுத்துகொண்டு தயாராக ஒரு அடையாள ஒலிக்காகக் காத்துக்கொண்டிருந்தனர்.

வீட்டின் கோட்டை வாயில் அகலமாகத் திறந்தே வைக்கப்பட்டிருந்தது, கொள்ளைக்காரன்களுக்குச் சிறிது ஆச்சரியத்தையும் யோசனையையும் கொடுத்தது. எரியும் பந்தங்களை உயர்த்திப் பிடித்து வீட்டின் மேலேயும் சுற்றிலும் நோட்டம் பார்த்தார்கள். தப்பிதமாக ஒன்றும் தெரியவில்லை போலும்; கூட்டத்தின் தலைவன் போலுள்ள ஒருவன் சரி என்கிற பாவனையில் தலையை அசைத்தான். முதலில் ஒரு ஒன்பது பேர் முற்றத்தைக் கடக்க ஆரம்பித்தார்கள்.

ஒன்பது பேரும் சரட்டென்று வழுக்கிக் கீழே விழுந்தனர். இதை அவர்கள் கொஞ்சமும் எதிர்பார்க்கவில்லை! வீடு பூராவுமே வாய்விட்டுச் சிரித்தது. இதையும் அவர்கள் எதிர்பார்க்கவில்லை!!

தாங்கள் விழும்போது தங்கள் எடையைச் சமன் செய்ய கைகளை அவர்கள் விரித்துக்கொண்டு விழுந்ததால் தீவட்டிகளின் தீ நாக்குகள் ஒவ்வொருவரின் மேலும் பட்டுத் தகித்ததாலும், என்ன நடந்தது என்று அறிந்துகொள்ளவும் வேகமாக எழுந்தார்கள். எவ்வளவு வேகமாக எழுந்தார்களோ அதே வேகத்தில் திரும்பவும் விழுந்தார்கள் நம்பிக்கையோடு அணிந்து வந்த தும்புவார்ச் செருப்பு காலை வாரிவிட்டது!

அபாய காலத்திலும் அவர்களுக்கே உரிய துரிதமாக முடிவெடுக்கும் புத்தியுடன் மேலும் பலர் வேகமாகத் தவழ்ந்து வந்து நீளமான வரப்பு போல் ஒருவன் காலில் ஒருவன் தலைவைத்து, கோட்டை வாசலிலிருந்து வீட்டுவாசல்வரை குப்புறப் படுத்துக்கொண்டார்கள். தரையில் கேப்பையின் மீது மிதித்து நடந்தால்தானே வழுக்கி விழ வேண்டும். இந்த 'மனித வரப்பு'க்கு மேலாக இப்பொழுது நடந்து சுலபமாக வீட்டுக்குள் வந்துவிடலாம்.

இந்தச் செய்கையைக் கண்டு அக்கையா திடுக்கிட்டார். தனது வாழ்நாளில் தான் செய்த தந்திரத்தில் முதல்முதலில் தோற்றார் அவர்.

கோட்டை வாசலுக்குள்ளே அவர்கள் அடி எடுத்து வைக்கும்போதே கவண் கல்லால் தாக்க வேண்டுமென்று சொன்ன ஊர்க்குடும்பனின் கையைத் தடுத்து நிறுத்தியது எவ்வளவு பைத்தியக்காரத்தனம் என்று நினைத்துத் தன் புத்தியைத் தனக்குள்ளேயே ஏளனம் செய்துகொண்டார்.

அந்த மனிதவரப்பின் மேல், தீவட்டிகளை ஏந்திக்கொண்டு வரிசையாய் நடந்துவரும் அந்தக் கொள்ளைக்காரர்களைக் கண்டதும் அக்கையாவின் வாயிலிருந்து ஒரு ஒலி புறப்பட்டது.

கம்மாய்க்கரையில் தயாராகக் காத்திருந்த இளவட்டங்கள் ஓடிவந்தார்கள். ஊர்க்குடும்பனின் கவண் 'விளையாட' ஆரம்பித்தது. அக்கையாவின் கையிலிருந்தும் கிருஷ்ணப்ப நாயக்கரின் கையிலிருந்தும் கற்கள் புறப்பட்டன.

மனித உடம்புகளின் மேல் கல்பட்டு பந்துபோல் அது எழும்புவதும், எலும்பு மேடான இடங்களில் படும்போது உண்டாகும் ஒருவித சத்தமும், மனித ஓலங்களும் ஆங்காரத் கூக்குரல்களும், விடாதே முன்னேறு என்கிற மாதிரியான ஒலிகளும் அங்கே கணநேரத்தில் அலை மோதின.

முன்னேற முடியாதபடி ஆலங்கட்டி மழைபோல் பெய்த கற்களின் சரமாரியான தாக்குதலால் அவர்கள் வரிசை குலைந்து பரத்திய கேப்பையில் திரும்பவும் விழுந்து, பின்னுக்கும் முன்னுக்கும் போக முடியாமல் தத்தளித்தனர்.

ஊர்க்குடும்பனின் ஒவ்வொரு கவண் எறியிலும் ஒருவன் தரையில் விழுந்தான். விழுந்தவன்கள் தாள முடியாமல் துடித்தார்கள்.

மேல்த் தட்டட்டியிலிருந்தும் வீட்டின் பக்கங்களிலிருந்ததும் உள்ளிருந்தும் அந்த நாயக்க சதோதரர்களும் மற்றவர்களும் கொடுக்கும் பலமுனைத் தாக்குதல்களிலிருந்து தங்களைச் சமாளித்துக்கொள்ள மற்றொரு போர்த் தந்திரத்தை அவர்கள் தீர்மானிப்பதற்குள் தெருவிலிருந்து அவர்கள்மீது அந்த இளவட்டப்படையும் தாக்குதல் தொடுத்தது. கீழே விழுந்து செயலிழந்து துடிப்பவர்களை எடுத்துத் தோள்மீது போட்டுக் கொண்டு பின்வாங்கி ஓடுவதைத் தவிர வேறு நிவர்த்தி இல்லை அவர்களுக்கு.

கொஞ்ச நேரத்துக்குள் கனமழை பெய்து ஓய்ந்ததுபோல் இருந்தது.

அந்த அர்த்தராத்திரியில் ஊரே வெற்றி முழக்கத்திலும் தாங்க முடியாத மகிழ்ச்சியிலும் துள்ளியது. வீடுகளில்

எல்லாம் விளக்குகள் எரிய ஆரம்பித்தன. பலர் ஓடிச்சென்று கோவில்களிலிருந்த மணிகளையும் நகராவையும் சங்கையும் முழக்கினார்கள். ஆரவாரம் அந்தக் குளிர்ச்சியான வேளையில் ரொம்ப தூரம் கேட்டது.

கேப்பையைத் தூத்து எடுத்த பிறகு, அந்தத் தீவட்டிக் கொள்ளைக்காரர்கள் முற்றத்தில் விட்டுச்சென்ற ஒரு நீளமான தீவட்டியை எடுத்துக் கையில் பிடித்துக்கொண்டு ஒரு சிரிப்புச் சிரித்தார் அக்கையா! இதுவரை அந்தக் கிராமத்தார் அப்படி ஒரு சிரிப்பைக் கேட்டதே இல்லை அவரிடமிருந்து.

ரொம்பநாள் வரைக்கும் அந்தத் தீவட்டியைக் கோட்டையார் வீட்டின் திண்ணைக்கு மேலே ஒரு வளையத்தில் கட்டித் தொங்கவிட்டிருந்தனர். அவர்களுடைய சந்ததி பரம்பரையினர் அதை மற்றவர்களுக்குக் காட்டி பெருமைப்பட உபயோகமாக இருந்தது அது.

அந்தக் கிராமத்தில் இப்போதும்கூடக் கோட்டையாரின் வீட்டுக்கு மேலே மட்டுமல்ல, அங்குள்ள எந்தக் காரவீட்டின் மொட்டைமாடியில் ஏறிப் பார்த்தாலும் தேங்காய் பருமனுள்ள கற்கள் பல கிடப்பதைப் பார்க்கலாம்.

○

பொழுது விடிந்ததும் கிராமத்திலும் சுற்றுப்புறத்திலும் எங்கே பார்த்தாலும் இதே பேச்சாகத்தான் இருந்தது. விடிவதற்குக் கொஞ்ச நேரத்துக்கு முன்னால் கிடைக்காவல்காரன் கிடையின் கீதாரியான ராமப்ப நாயக்கரைத்தேடி கோட்டையார் வீட்டுக்கு வேகமாய்வந்தான்.

தீவட்டிக்காரன்கள் கிடையைத் தாக்கி நல்ல கொழுத்த கிடாயாக நாலு கிடாய்களைப் பிடித்துக்கொண்டுபோய் விட்டார்கள் என்ற தகவலைச் சொன்னான் அவன்.

அங்கே கூடியிருந்தவர்கள் அதைக் கேட்டுத் திகைத்துச் சிரித்தார்கள்.

"வெறுங்கையோடெ வீட்டுக்குப் போனா எப்படி?" என்றார் அக்கையா!

"போட்டும்; போட்டும். அந்த வலிக்கு நல்ல சாராயத்தையும் குடிச்சி, ஆட்டு வறுவலையும் திங்கணும்!" என்றார் கோவப்ப நாயக்கர்.

கீதாரி ராமப்ப நாயக்கர், அவர்கள் பேசியதைக் கண்களால் மாறிமாறிப் பார்த்துக் கேட்டுக்கொண்டிருந்தாரே தவிர

ஒன்றும் பேசவில்லை. கிருஷ்ணப்ப நாயக்கர்தான் அவரைப் பார்த்து "தம்பி, போனால் போகுது; கவலையை விடு. அதைப் பொதுவிலிருந்து ஏற்றுக் கொள்ளலைண்ணாலும் நாமளே அதுக்குப் பதிலாகக் கொடுத்துருவோம்?" என்று சொல்லி அண்ணனைப் பார்த்தார். சரி என்கிற மாதிரி தலையை இசைவாக அசைத்தார் கோவிந்தப்பன்.

"அண்ணா, அவன்களில் நாலுபேரையாவது இங்கே [1]பூமி தானம் செய்திருந்தால் இப்படிப்போய் கிடையில் ஆட்டை எடுத்துக்கிட்டுப் போவான்களா?" என்று கோபத்தோடு கேட்டார் கீதாரி.

இந்தக் கேள்விக்கு யாரும் ஒன்றும் பதில் சொல்ல முடியவில்லை. ஊர்க்குடும்பன் மட்டும் அக்கையாவைப் பார்த்தான். அந்தப் பார்வையை வாங்கி அக்கையா கிருஷ்ணப்ப நாயக்கரைப் பார்த்தார். கிருஷ்ணப்ப நாயக்கருக்குத் தன் அண்ணாவை ஏறிட்டுப் பார்க்க முடியவில்லை. இதை யெல்லாம் கவனித்துக்கொண்டிருந்த கோவிந்தப்ப நாயக்கர், நெல்மணி வாய்கீறியதுபோல மெல்நகையாய் நகைத்துத் தலையை மட்டும் மேலும் கீழும் லேசாக ஆட்டிக்கொண்டார்.

❍

---

1. பூமிதானம் – பூமிக்குத் தானமாகக் கொடுப்பது. அதாவது, கொன்று பூமிக்குள் புதைத்துவிடுவது!

16

வெற்றிலையில் சுண்ணாம்பைத் தடவிக் கொண்டே கோவிந்தப்ப நாயக்கர் அண்ணாந்து ஒருதரம் அந்தத் தீவட்டியைப் பார்த்தார். அவர் மனசுக்குள் பல யோசனைகள் ஓடின.

எழுந்திருந்து வீட்டின் பின்புறம் போய்வந்தார். தொண்டை வறண்டுகொண்டு வருவதுபோலத் தோன்றியது. எல்லாம் இந்த வெள்ளைப் போயிலை பன்ற வேலை என்று தனக்குள் சொல்லிக்கொண்டார்.

வாயைக் கொப்பளித்துவிட்டு, குளிர்ந்த மண்பானை நீரை அள்ளி அள்ளி முகம் கைகள் கால்கள் அனைத்தும் கழுவினார். மேல் வேட்டியால் முகத்தைத் துடைத்துக்கொண்டே பக்கவாசல் வழியாகச் சமையல் பிறைக்குள் நுழைந்தார். நுழைவாசலில் ஒரு ஒட்டுத்திண்ணை. அதில் அரைகுறையாகவும் செய்து முடிக்காமலும் சில பனைஓலை விசிறிகள், அதற்குண்டான ஆயுதங்கள் அங்கே கிடந்தன. கண்ணப்பாவைப் பெரும்பாலும் அங்கேதான் பார்க்கலாம். இப்பொழுது அவர் ஊர்க்குடும்பன் அக்கையா முதலியோருடன், அந்தக் கொலைகாரனை ஊர்ப்பொதுவுக்குக் கொண்டு வரப்போயிருந்தார்.

சமையல் கட்டுக்குள் இவர் காலடி எடுத்து வைக்கும்போது, அந்தச் சம்பவத்தைப் பற்றித்தான் பெண்கள் பேசிக்கொண்டிருக்கிறார்கள் என்று தெரிந்தது.

தன்னுடைய மகள் சீத்தம்மாவின் பெயரைச் சொல்லிக்கொண்டே நுழைந்தார்.

பெண்கள் எழுந்து நின்றும், மரியாதைக்கு ஒதுங்கி பக்கத்து அறைகளுக்குள்ளும் வேகமாகப் போனார்கள்.

சீத்தம்மா ஒரு சொம்பு நிறைய மோர் கொண்டுவந்து கொடுத்தாள். வாங்கிக் குடித்துவிட்டு வாயைத் துடைத்துக் கொண்டே ஒரு சிறிய ஏப்பத்துடன் கம்மாய்க் கரைக்குப் புறப்பட்டார்.

கோடை மழை பெய்து கம்மாய் ததும்பி நின்றது. மர நிழல் குளிர்ச்சியாக இருந்தது. கோவிந்தப்ப நாயக்கர், அரச மரத்தடியில் வந்து "ஸ்ரீராமா" என்று சொல்லிக்கொண்டே உட்கார்ந்தார். அந்தக் கம்மாய்க் கரையிலுள்ள ஒவ்வொரு மரத்தையும் அந்தக் கிராமத்தின் ஒவ்வொரு குடும்பத்தின் பூர்வீகமானவர்களால் நட்டு வைத்து உண்டாக்கப்பட்டது. இப்பொழுது அவை பிரம்மாண்டமான மரங்களாக வளர்ந்து விட்டன.

இப்பொழுது அவர் உட்கார்ந்திருக்கும் அந்த அரசமரம் கோட்டையார் வீட்டு மங்கத்தாயாரம்மாவின் மாப்பிள்ளை கொண்டையாவால் நட்டு வளர்க்கப்பட்டது.

அதற்கடுத்துள்ள அத்திமரம் நுன்னகொண்ட வெங்கடப்பய்யாவின் முன்னோர் நுன்னகொண்ட ஸ்ரீ ரெங்கய்யா வைத்தது.

அடுத்தபடியுள்ள கல்லத்திமரம் கோனேட்டி ராகவைய்யா வைத்தது.

அடுத்துள்ள ஆலமரம் மானேரி செங்க்கன்னா வைத்தது.

அந்தப் புன்னரசி மரம் சக்கனி பங்காரய்யா வைத்தது.

இப்படியாக அந்தக் கம்மாயைச் சுற்றியுள்ள நாவல், வேம்பு, புளி, வாகை முதலிய அனைத்து மரங்களும் ஒவ்வொரு குடும்பத்தின் முன்னோர்களால் வைத்து சிரமப்பட்டு, போற்றிக் காப்பாற்றி உண்டாக்கப்பட்டவை.

அந்தக் கிராமத்தை முதல்முதலில் கால்கோள் செய்து குடியேறியபோதுதான் அந்தக் கம்மாயையும் வெட்டினார்கள். அப்போது அந்த இடத்தில் ஒரு பள்ளம் மட்டும்தான் இருந்ததாம். சுற்றிலும் ஒரே சப்பாத்திக்கள்ளி புதர் புதராய் மண்டிக் கிடந்ததாம். அதையெல்லாம் அவர்கள் வந்து திருத்திச் செம்மை செய்ததைப்பற்றி மங்கத்தாயாரம்மாள் கதைகதையாகச் சொல்லி இருப்பது கோவிந்தப்ப நாயக்கரின் நினைவுக்கு வந்தது.

மங்கத்தாயாரும் அவரது முன்னோர்களும் இந்த இடத்துக்கு வந்து சேர்ந்தபோது, இதுவே நாம் இருக்க வேண்டிய இடம் என்று அவர்களுக்குத் தோன்றியதாம்.

இந்தப் பள்ளத்தில் சுத்தமான நீர் தேங்கியிருந்தது. பள்ளத்தின் கரையில் ஒரு வயதான வேப்பமரம். அந்த மரநிழலில்தான் இவர்கள் வந்து அமர்ந்தார்கள். வடக்கே சற்றுத் தள்ளி ஒரு பாம்புப் புற்று பெரிசாய் உயரமாகப் பல கண்களுடன் இருந்தது. அதன் அருகில் கொண்டுபோய் அந்தப் புனிதமான மூடியிட்ட பனைநார்ப் பெட்டியை வைத்தார்கள். அப்படி வைப்பதற்கு முன்னால் அந்தப் புற்றை மூணு தரம் வலம் வந்தார்கள். பெட்டியைத் தலையிலிருந்து இறக்கி புற்றின் அருகே தரையில் வைக்கும்போது பெண்கள் குலவையிட்டார்கள். அப்படி மூணு தரம் குலவையிட்டு எல்லாரும் கீழே விழுந்து கும்பிட்டுத் தரையிலுள்ள மண்ணைக் கிள்ளி உச்சந்தலையில் தூவிக்கொண்டு நாக்கிலும் துளி இட்டு மீதியை நெற்றியில் பூசிக்கொண்டார்கள். உடனே பாட்டிக்கு அருள் வந்தது. கீழே விழுந்துவிடாமல் அவளைப் பெரியப்பா தாங்கிப் பிடித்துக் கொண்டார்.

பாட்டி, மூஸ் மூஸ் என்று அழுதாள். எல்லாரும் அவளை வணங்கி, அம்மனுடைய மனசில் உள்ளதைத் தெரிவிக்கும்படி வேண்டுதல் செய்தார்கள்.

ஒரு பாட்டுப் பாடுவதைப்போல பாட்டி மெதுவான குரலில் நீட்டி நீட்டிச் சொன்னதாவது, "என் மக்களே, எங்கேயோ ஒரு தேசத்தில் பிறந்து, எங்கேயோ ஒரு தேசத்தில் வந்து வாழ வேண்டியிருக்கிறதே என்று நீங்க நினைச்சி மனம் கலங்க வேண்டாம். எல்லாம் பூமித்தாயினுடைய ஒரே இடம்தான்.

கோபல்ல கிராமம்

அவளுடைய கையிலுள்ள ஒரு விரலிலிருந்து நீங்க இன்னொரு விரலுக்கு வந்திருக்கிறீக; அவ்வளவுதான். நீங்க ஒண்ணுக்கும் பயப்பட வேண்டியதில்லை. உங்களோடேயே சதா நா உங்களுக்குத் துணை இருப்பேன்."

"அவ்வளவுதான் வேணும் எங்கள் தாயே" என்றார்கள்.

பாட்டி தெற்குத் திசையில் கையை நீட்டிச் சொன்னாள், "இந்தப் பக்கம் உள்ள உடங்காட்டை உங்களுடைய, பின்னால் ஏற்படப்போகும் மாடு ஆடுகளுக்கான மேய்ச்சல் தரையாக வைத்துக்கொள்ளுங்கள்."

பாட்டி கிழக்குத் திசையில் கையை நீட்டிக் காண்பித்தாள். "இந்தக் கள்ளிக்காட்டை அழித்து உங்களுக்கு வேண்டிய நிலங்களைச் செய்துகொள்ளுங்கள். எனக்கு இதே இந்த இடத்தில், ஒரு கோயிலைக் கட்டிக்கொடுங்கள்."

அப்படியே, என்று சொல்லி விழுந்து கும்பிட்டார்கள்.

பிறகு பாட்டி பெரியப்பாவின் மீதே மயக்கம் போட்டு சாய்ந்துவிட்டாள். அப்படியே அவளைப் படுக்கவைத்தார்கள். அவருடைய மடியில் தலைவைத்து வெகுநேரம் அயர்ந்து தூங்கினாள்.

பாட்டி தூங்கி எழுந்ததும், அவளுக்கு 'அருள்' வந்ததையும் அம்மனுடைய உத்தரவு பற்றியும் அவளிடம் மற்றவர்கள் சொன்னார்கள்.

பாட்டிக்கு சென்னாதேவியின் நினைப்பு வந்தது. அவள் மௌனமாக அழுதாள். அய்யோ, அது எவ்வளவு பெரிய இழப்பு!

அவர்களுடைய நடைப் பயணத்தின்போது அவர்களில் பல குழந்தைகளும் பெரியவர்களுமாகப் பல அருமந்த உயிர்களைப் பறிகொடுத்தார்கள். ஆனால் அதையெல்லாம் விட சென்னாதேவியின் மரணம்தான் அவர்களைக் குலுக்கி எடுத்துவிட்டது.

நாட்கள் மனப்புண்ணை ஆற்றினாலும் நினைப்பு என்னும் கோல் படும்போது அதில் மீண்டும் ரத்தம் கசிகிறது.

ஸ்ரீரங்கத்துக்குச் சில நாழிகைப் பொழுது தூரம் இருக்கும் போதே சென்னாவால் நடக்க இயலவில்லை. வாந்தியெடுத்தாள். வயிற்றுப்போக்கும் கண்டது. அவளைக் கைத்தாங்கலாகப் பக்கத்திலுள்ள சத்திரத்துக்குக் கொண்டுபோய்ப் படுக்க வைத்தார்கள். ராத்திரி கடுமையான ஜுரம் கண்டது.

கொஞ்ச நாட்களாகவே அவள் யாருடனும் பேசுவது இல்லை. மௌனமாகவே தன்னை வாட்டிக்கொண்டாள். தனது குடும்பத்தாரும் சுற்றத்தாரும் தன் பொருட்டுத்தானே இவ்வேதனையை அடைய நேர்ந்தது என்று நினைத்து நினைத்து குங்கிப்போவாள்.

பாட்டிக்கு அபசூசகம்போல ஏதோ தோன்றியிருக்க வேண்டும். அவள் அமைதியிழந்து தவித்தாள். சில நாட்களாகவே அவளுக்குத் தோன்றும் கனவுகளை நினைத்துக் கலங்கினாள்.

"அம்மா நீ மனசு கலங்காதே; எங்களால் தாங்க முடியலை. நீ பார்த்து இப்படிச் சொல்ல ஆரம்பித்தால் எப்படி?" என்று பாட்டியைப் பார்த்துத் துக்கத்தை அடக்க முடியாமல் சொன்னார் பெரியப்பா.

சென்னாவின் நிலைமை எங்களுக்குத் தெளிவாகிவிட்டது. அவள் எங்களைக் கடந்து போய்க்கொண்டிருக்கிறாள். அது எங்களுக்கு நன்றாகத் தெரிந்தது. மரணம் என்ற பூதத்துக்கு முன்னால் நிராயுதபாணிகளாய் செய்வதறியாது அதையே திகைத்துப் பார்த்துக்கொண்டிருந்தோம்.

"சென்னா, என் கண்ணே, என்னை விட்டுட்டுப் போறயா?" என்று சென்னாவின் தாய் அழுதாள்.

பாட்டி சொன்னாள், மரணம் சம்பவித்துக்கொண் டிருக்கும்போது யாரும் அழக் கூடாது.

இதுக்கு முன்னாலும் பாட்டி அப்படிச் சொல்லியிருக் கிறாள். குருவையா இறந்து கொண்டிருக்கும்போது அவருடைய மனைவி அழுதாள்.

"ஆத்மா பிரிந்து பயணப்படும்போது நாம் அழுதால் நம்முடைய கண்ணீர் அது சென்றுகொண்டிருக்கும் வழியில் குறுக்கே வெள்ளம்போல் பரவிப் பெருகி அதனுடைய பயணம் தடைபட்டுப்போகும். ஆத்மா பிரிந்த பிறகு அழலாம்; பிரிந்து கொண்டிருக்கும்போது அழவே கூடாது."

பாட்டியின் மடியில் சென்னாவின் தலை இருந்தது. பெரியம்மாவின் மடியில் அவளுடைய பத்ம பாதங்கள் இருந்தன.

அது உத்ராயண புண்ணிய காலம். அதிகாலை நேரம். சூரியோதயத்துக்கு முன்னால்.

மனிதர்கள் சாவதற்கு முன்னால் அவர்களுடைய முகத்தில் ஒரு தெளிச்சி உண்டாகுமே, அது சென்னாவுக்கும் வந்தது. கண்ணை விழித்து எல்லோரையும் பார்த்தாள். பார்த்துக்

கொண்டே வரும்போது என்மேல் அவள் பார்வை கொஞ்சம் அதிகமாகவே நிலைத்ததுபோலத் தெரிந்தது. பாட்டி உரத்த குரலில் ஸ்ரீரெங்கநாதர் பேரில் ஒரு ஸ்தோத்திரம் சொன்னாள்.

"என்னை உட்காரவைங்க."

இதுதான் அவள் பேசிய கடேசி வார்த்தை. பாட்டி அவளைத் தன் மடிமீதே உட்கார வைத்து தன்மீதே சாய்த்து வைத்துக்கொண்டாள். எல்லாரும் அவளையே பார்த்துக் கொண்டிருந்தோம்.

முகத்தில் ஒரு பரவசம். உட்கார்ந்து தூங்கும்போது தலை துவளுமே அதுமாதிரி விழுந்துவிட்டது தலை.

கோயிந்தப்பா, நா என்ன சொல்லுவேன்! சாவு எப்பேர்ப்பட்ட மனுஷ முகத்திலேயும் ஒரு விகாரத்தை உண்டு பண்ணிவிடுமே; சென்னாதேவி இறந்ததுக்குப் பிறகும்கூட அழகாகவே இருந்தாள்!

சென்னாவின் காரியம் முடிஞ்சது.

சிந்தனை, இயக்கம், உணவு எல்லாம் ஸ்தம்பிச்சுப் போச்சு எங்களுக்கு.

என்ன செய்கிறதெண்ணே தெரியலை.

ஸ்ரீரங்கத்தைப் பார்த்து ஜனங்கள் சாரை சாரையாய் போய்க்கொண்டிருந்தார்கள். அது திருவிழாக் காலம்.

நாங்களும் மெள்ள எழுந்து நடந்தோம்.

காவேரியில் எங்கள் உடலை நனைத்தோம்.

ஸ்ரீரெங்கநாதனைப் போய்ப் பார்த்தோம். உலகத்துக் கெல்லாம் படி அளந்துவிட்டு மரக்காலைத் தலைக்கடியில் வைத்துக்கொண்டு நிம்மதியாகப் படுத்திருக்கிறான்.

வெள்ளை நிறமுள்ள ஒரு பெரிய கிளி. ஆலம்பழத்தின் நிறத்திலுள்ள தன் சிகப்பு அலகைத் திறந்து "ரங்கா... ரங்கா" என்று சொல்லிக்கொண்டே இருந்தது அந்தப் பெரிய கோயிலில்.

◯

17

அந்தக் காட்டில் அவர்களுக்குத் தின்பதற்குப் பனம்பழங்கள், கோவைப்பழங்கள், கள்ளிப்பழங்கள், நெய்த்தக்காளி முதலியன கிடைத்தன.

வழியில் அவர்களுக்குத் திருடர், கொள்ளையர் பயத்துக்காகப் பாதுகாப்புக்குக் கொண்டுவந்த வாள், கத்தி, வெட்டறுவாள், கண்டகோடாலி முதலிய ஆயுதங்கள் இப்போது காட்டைத் திருத்தவும் மரங்களை வெட்டவும் பயன்பட்டது.

மழைக்காலம் தொடங்குவதற்கு முன் பல சிறிய மண் குடிசைகள் கட்டிக்கொண்டார்கள்.

முதலில் கட்டி முடித்தது அம்மன் கோயில்தான். மஞ்சணத்தி, பூவரசு, வேம்பு முதலிய நீண்ட மரக்கிளைகளால் முகடு கூட்டி பனைநார்களால் கட்டினார்கள். சீகைப் புற்களையும் ஜம்புத் தட்டைகளையும் அறுத்துக்காயவைத்து அவைகளால் கூரை வேய்ந்தார்கள்.

பிரம்மாண்டமான, பரந்த கள்ளிக் காட்டோடு அவர்கள் போராடினார்கள். கள்ளிகளை வெட்டிக் குவித்துக் குவித்து அதுவே அவர்கள் திருத்திய இடங்களை மலைபோல் காத்துக் கொண்டுவிட்டது. வெட்டிக் குவித்த சப்பாத்திக் கள்ளிகள் சீக்கிரம் காய்வதாக இல்லை; அதோடு அவைகள் அந்த நிலையிலும் திரும்பவும் தளிர்க்க ஆரம்பித்தது!

மழைக்காலத்துக்கு முன்னால் கொஞ்சம் நிலங்களை ஆக்கி திருத்தலாம் என்றால் அது அவ்வளவு லேசில் முடியாது போலிருந்தது. அவர்கள் சோர்ந்துபோனார்கள். கள்ளிச் செடிகளைத் தரையோடு தோண்டி வேரோடும் வேரடி மண்ணோடும் பெயர்த்தெறிய வேண்டியதிருந்தது. தோண்டும் போது பெயறும் பாறைக்கற்களை அப்புறப்படுத்த வேண்டியிருந்தது. பெரிய்ய கற்கள்

பெயர்ந்த இடங்களில் ஏற்பட்ட பள்ளங்களைச் சமப்படுத்த வேண்டும்.

பூமியைத் தோண்டும்போது பலவிதமான வினோதமான கிழங்குகள், செடிகளின் வினோதமான வேர்கள் அவர்களுக்குத் தட்டுப்படும். இந்தக் கிழங்குகளைத் தின்னலாமா கூடாதா என்று அவர்களுக்குத் தெரியவில்லை! சில இடங்களைத் தோண்டும்போது மண்மணம் கமழும் பருத்த கோரைக்கிழங்குகள் தின்பதற்குக் கிடைக்கும். உண்பதற்கு வளமான காட்டுக் கீரை வகைகள் அவர்களுக்கு ஏராளமாகக் கிடைத்து வந்தது. அதற்கு வெஞ்சனமாகப் பொரித்துச் சாப்பிடுவதற்கு நிறைய காட்டுப் பறவைகளின் முட்டைகள் தாராளமாகக் கிடைத்தன.

அவர்கள் தங்களிடம் மீதமுள்ள நவதானியங்களைச் சமைத்து உண்டுவிடாமல் பத்திரப்படுத்தி வைத்திருந்தார்கள். பலநாள் பயணவழி சுமந்து நம்பிக்கையோடு கொண்டு வந்த தானிய மணிகளை உண்ணாமல் மண்ணில் விதைப்பதற்குப் பத்திரப்படுத்திக்கொண்டு, இந்த மாதிரியான உணவுகளையே உண்டு வாழ்ந்தார்கள்.

சிலர் சோற்றுக் கத்தாழையை உரித்துத் தண்ணீரில் அலசி அதன் கசப்பை நீக்கி உண்டார்கள். “இது திவ்யமான உணவு. வயிற்றிலுள்ள சகல நோவுகளையும் போக்கக் கூடியது” என்று பாட்டி சொன்னாள்.

அந்தப் பள்ளத்திலுள்ள தண்ணீர் குடிப்பதற்கு அமிர்தமாக இருந்தது. மண் கலந்த அந்தத் தண்ணீர் அவர்களுக்கு ஒரு வேளைப் பசியைத் தாங்கும் சக்தியையும் தெம்பையும் கொடுத்தாகச் சொன்னார்கள்.

உணவுக்காகப் பறவைகளையும் பிராணிகளையும் வேட்டையாடினார்கள். கள்ளிப் புதருக்குள் எங்கே கண்டாலும ஏராளமான தேன் தட்டுகள் காணப்பட்டன. இதனால் அவர்களுக்குச் சட்டி சட்டியாகத் தேன் கிடைத்தது. தீயில் பக்குவமாக வாட்டப்பட்ட மாமிசத் துண்டுகளைத் தேனில் தோய்த்து உண்டார்கள்.

சில நாட்களில் நிறைய மிச்சம் விழும் மாமிசத்தைச் சிறு துண்டுகளாக வெட்டி உப்புக்கண்டம் போட்டு வெயிலில் நன்றாகக் காய வைத்து, மழைக் காலத்துக்கு என்று பத்திரப்படுத்தி வைத்துக்கொள்ளுவார்கள்.

இந்தக் காட்டை இனி தீ வைக்காமல் அழிக்க முடியாது என்று கண்டுகொண்டார்கள். இப்படி ஒரு முடிவுக்கு அவர்கள் வந்ததற்குப் பல காரணங்கள் உண்டு.

மழைக்காலம் நெருங்கிக் கொண்டிருந்தது. கையினால் காட்டை அழித்து நிலத்தை மீட்ட முடியலை. தாங்க முடியாத அலுப்பு.

எத்தனை நாட்கள்தான் முள் நிறைந்த இந்தக் கள்ளிக் காட்டோடு கைகளினால் போராடுவது?

கூடி யோசித்து இந்த முடிவுக்கு வந்தார்கள்.

இந்த யோசனைக்கு பலமான சில எதிர்ப்புகளும் அவர்களுக்கு மத்தியில் நிலவியது. அவர்கள் சொன்ன காரணங்களாவன:

காட்டை அழிப்பது லேசு; பிறகு இந்த மாதிரி வேண்டும் என்றால் கிடைக்குமா?

மழைக்காலம் ஒருவேளை தாமதமாகிவிட்டது என்றால் உணவுக்குப் பிராணிகளும் பறவைகளும் முட்டைகளும் பழங்களும் தேனடைகளும் கீரை வகைகளும் கிடைக்கும் இந்தக் காட்டைத் தீ வைத்துப் பொசுக்கிவிட்டுப் பிறகு என்ன செய்வதாம்?

காற்று சாதகமாக அடித்தால்தான் ஆச்சி; இல்லை யென்றால் நம்மைச் சுற்றிலுமுள்ள இந்தக் காட்டுப் பரப்பு தீப்பற்றி நம்மையும் வளைத்துக்கொள்ளலாம். இப்படியாகவும் இன்னும் பலமாதிரியும் சொன்னார்கள். யோசிக்க யோசிக்க மலைப்பே மிஞ்சியது.

கடேசியாக பாட்டி ஒரு அருமருந்தான யோசனையைச் சொன்னாள்.

நாம் தீ வைக்க வேண்டிய அளவுள்ள ஒரு குறிப்பிட்ட காட்டுப்பகுதியை மொத்தக் காட்டிலிருந்து, வேண்டிய இடை வெளியின் மூலம் பிரித்துவிடுவது. அதாவது நமக்கு இப்பொழுது தேவைப்படும் நிலப்பகுதியுள்ள காட்டை மற்ற காட்டிலிருந்து தனிமைப்படுத்திவிடுவது என்று சொல்லி பாட்டி தரையில் தன் விரல் கொண்டு கீச்சி ஒரு படம் வரைந்து காட்டினாள்!

முதலில் விஸ்தாரமான ஒரு சதுரக்கட்டம் வரைந்தாள். இது மொத்தமான காடு என்று அதைக்காட்டிச் சொன்னாள். எல்லாரும் சரி என்று ஒப்புக்கொண்டார்கள். அந்தக் கட்டத்தின் மத்தியில் ஒருச்சாண் அகல, நீளமுள்ள ஒரு சிறிய கட்டம் வரைந்து, இந்தக் காடு நமக்கு நிலமாகக் கிடைக்க வேண்டும்;

இல்லையா; இப்போ இந்த நிலமாகப் போகிற காட்டின் நாலு எல்லைகளையும் ஒட்டி, ஐந்து வண்டிப்பாதை அகலமுள்ள காட்டை மட்டிலும் நாம் வெட்டி – நாலு புறமும் வெட்டி – எறிந்துவிட்டு தீ வைத்துவிட்டால் மற்ற எந்தப் பகுதிக்கும் தீ பரவ வழியே இல்லை; இல்லையா? என்று கேட்டாள்.

பெரியவர் நல்லைய்யா சிரித்தார். எல்லோரும் அவரைப் பார்த்தார்கள். "என்ன சித்தி நீ சொல்றது; நாம வெட்டிப் போட்டுவைக்கும் காட்டுப் பகுதி அந்த இடைவெளிப் பகுதிகளிலெ நல்லா உலர்ந்து காஞ்சி போயிருக்கும். அதிலேதான் சீக்கிரமா தீப்பிடிச்சி மத்தப் பக்கள்ளாம் பரவிருமே; என்ன நீ சொல்றது!"

பாட்டி அதுக்கு ஒரு திருத்தம் சொன்னாள். அப்படி வெட்டி எறியும் அந்தப் பகுதிகளை நாம் எரிக்க வேண்டிய காட்டுக்குள் போட வேண்டும்; பாதையில் போடக் கூடாது.

'என்னமோ; சரி; செஞ்சி பார்ப்போம்' என்று பெரும்பாலோருக்குத் தோன்றியது.

ராத்திரி காவல் இருக்கும் இரண்டு மூன்று பேரைத் தவிர மற்றவர்கள் இதைப்பற்றியே பேசிக்கொண்டு உறங்குவதற்குப் போனார்கள்.

பொழுது மறைந்த உடனேயே குழந்தைகள் சாப்பிட்டு விட்டு தூங்கிவிடுவார்கள். அவர்கள் பகலெல்லாம் காட்டுக்குள் கிடைக்கும் வினோதமான பூச்சி புட்டரைகளைப் பிடித்து விளையாடுவார்கள். கொஞ்சம் பெரிய குழந்தைகள் பெரியவர் களுக்குக் காட்டை அழிக்கும் வேலைகளில் ஒத்தாசனை செய்வார்கள்; மரக்கிளைகளின் தூளிகளில் தூங்கும் பச்சைக் குழந்தைகளுக்குப் பக்கத்தில் நரி, ஓநாய் முதலியவைகள் வந்து விடாமல் இருக்கக் காவல் இருப்பார்கள்.

பகலில் தூங்கிய ராக் காவலாளிகள் இப்பொழுது அந்தக் குடியிருப்பைக் காவல் காக்கிறார்கள். தீக்குழியில் தீ குறையும் போதெல்லாம் அவர்கள், தயாராயிருக்கும் விறகுக் கட்டைகளை எடுத்து அந்தக் குழிக்குள் போட்டு தீ அணைந்துவிடாமல் காப்பாற்றி எரியவிட்டுக்கொண்டே இருப்பார்கள்.

அந்த அக்கினித் தெய்வம், விளக்குகள் இல்லாத அந்த நேரத்தில் அவர்களுக்கு வெளிச்சம் கொடுத்தது. குளிர் அவர்களை ரொம்பவும் பாதித்துவிடாமல் அபயம் கொடுத்தது. துஷ்ட மிருகங்கள் இரவு நேரங்களில் அவர்களை அண்ட விடாமல் பாதுகாத்தது.

18

அந்தக் காட்டில் பட்சிகள் அதிகாலையில் விழித்து எழும்போது அவர்களும் எழுந்து விடுவார்கள். அந்தப் பட்சிகளைப் போலவே கலகலப்பாகவும் சுறுசுறுப்பாகவும் இயங்கினார்கள்.

முந்தின நாள் மாலை தீர்மானித்த பிரகாரம் காட்டுக்குள்ளேயே ஒரு தீவுக் காட்டை உண்டாக்க அன்று அதிகாலையிலேயே முனைந்துவிட்டார்கள். நிறை கர்ப்பிணிகள், வயதால் மிகவும் தளர்ந்தவர்கள், நீண்ட நடைப் பயணத்தின்போது கால்கள் வீங்கி வெடித்துப் புண் ஆறாதவர்கள், நோயாளிகள், தூரமான பெண்கள் இவர்களைத் தவிர மற்ற ஆண் பெண் அனைவருமே இந்தக் காட்டை அழித்து நிலம் உண்டாக்கும் வேலையில் மும்முரமாக ஈடுபட்டார்கள்.

சீறிக்கொண்டுவரும் அடைகாக்கும் பாம்புகள், சேடா, நட்டுவக்காலி, தேள், பூரான் முதலிய விஷ ஜந்துக்களைச் சந்தித்தார்கள். அடையாளம் தெரியாத முன்பின் பார்த்திராத சில வண்டுகள் வந்து தாக்கிக் கடித்தன. இதனால் மேலெல்லாம் சிலருக்குப் பொரி பொரியான பொக்களங்கள் ஏற்பட்டு நீராய் வடிந்தது.

ஏராளமான உடும்புகள் அகப்பட்டன. உடும்பைப் பிடிக்கிறது ரொம்பவும் லேசு. ஆட்களைக் கண்டவுடன் அது வளைக்குள் பூராவும் நுழைந்து மறைந்துகொண்டு முகத்தின் நுனியை மட்டும் லேசாகத் தெரியும்படி வைத்துக்கொண்டிருக்கும். ஒரு குச்சியை எடுத்து அந்த வளைக்குள் விட்டால் போதும்; அந்தக் குச்சியைப் பலமாகக் கடித்துக்கொள்ளும்; விடாது. அப்படியே இழுக்க வேண்டியதுதான். குச்சியைக் கடித்துக்கொண்டே வந்துவிடும். அதுக்கு நினைப்பு, எதிரிவந்து அதனிடம் வகையாக மாட்டிக்கொண்டதாக!

சேடாவைக் கொல்லும்போது கோளாறாக அதன் தலையை மட்டும் நைத்து, அப்படியே ஒரு அடையாளமான இடத்தில் புதைத்துவிடுவார்கள். கொஞ்ச நாள் கழித்து தோண்டி எடுத்தால், அதன் சதைப் பகுதியையெல்லாம் மண்தின்றது போக அதன் உடம்பிலுள்ள அழகான கருப்பும் மஞ்சளும் கலந்த சிறிய வளையங்கள் கிடைக்கும். அதைக் குழந்தைகளின் அரைஞாண் கயிற்றில் கோர்த்துப் போடுவார்கள். பார்க்க ரொம்ப நன்றாய் இருக்கும் ஒரு ஆபரணம்போல.

கொழுத்த சாரைப்பாம்பின் தோலை உரித்து அதன் கொழுப்பை எடுத்துக் காய்ச்சி 'பாம்பு நெய்' தயாரித்து வைத்துக்கொள்வார்கள் மருந்துக்கு.

முள்ளெலிகளைப் பிடித்து அதன் சதைகளை எடுத்து வாட்டி உப்பிட்டுக் குழந்தைகளுக்குக் கொடுத்துவிட்டு அதன் முட்கள் நிறைந்த தோலை நிழலில் காயவைத்துப் பத்திரப்படுத்தி வைத்துக்கொள்வார்கள், குழந்தைகளின் குன் இருமலுக்கு மருந்தாகக் கொடுக்க என்று. முள்ளெலிகளைப் பிடிப்பதும் ரொம்பச் சுலபம். அவைகள் மெதுவாகவே ஓடும். அவைகளின் மேல் கொஞ்சம் மண்ணை அள்ளி வீசினாலும் போதும்; அதன் மேலே விழ வேண்டும் என்றுகூட இல்லை. உடனே பந்துபோல் சுருண்டு கொள்ளும். அப்படியே எடுத்துக்கொண்டு வந்துவிட வேண்டியதுதான்!

முயல்களை அறுக்கும்போது அதன் இரத்தத்தைப் பெண்கள் பழைய துணிகளில் படிய வைத்துக்கொள்வார்கள், அதைத் தலையில் தேய்த்துக் குளித்தால் கூந்தல் அடர்த்தியாக வும் நீளமாகவும் வளரும் என்று.

காட்டாமணக்கு விதைகளையும் வேப்பம் விதைகளை யும் பொறுக்கிச் சேகரித்து, பாறைகளில் போட்டுக் கற்களால் இடித்துப் பொடியாக்கிச் சட்டியில் போட்டுத் தண்ணீர் விட்டுக் கொதிக்க வைப்பார்கள். நீண்ட நேரம் கொதித்தவுடன் மேலே எண்ணெய் மிதக்கும். அதைப் பறவைகளின் நீண்ட இறகு களால் மேலாகவே தள்ளி ஒரு ஏனத்தில் சொட்ட விடுவார்கள். இதில் எண்ணெயும் தண்ணீரும் கலந்தேதான் முதலில் வரும். இப்படியே அந்த ஏனம் நிறைந்தவுடன் அதைத் தனியாக மறுபடியும் நன்றாகக் காய்ச்சுவார்கள். அதிலுள்ள தண்ணீரெல்லாம் கொதித்து ஆவியாகிப் போய்விடும்; எண்ணெய் மட்டுமே மிஞ்சும், அதைத் துணியில் வடிகட்டி ஈரமில்லாத பாத்திரங்களில் எடுத்து வைத்துக்கொள்வார்கள். இப்படியாக அவர்களுக்கு வேப்பெண்ணெயும் ஆமணக்கெண் ணெயும் கிடைத்தது.

இந்த நீண்ட வேடுவ வாழ்க்கையில் அனைவருமே சந்தோஷங்கொண்டு திருப்தி அடைந்தார்கள் என்று சொல்ல முடியாது. ஒரு சிலர் தாங்கள் பிறந்த மண்ணை நினைத்து நினைத்து ஏங்க ஆரம்பித்தார்கள். வரிசையாக நீண்ட நாட்கள் நடந்துகொண்டே வந்தபோது இது தெரியவில்லை. இனி இங்கேதான் நமக்கு என்று ஏற்பட்டவுடன், நாட்கள் ஆக ஆக அந்த எண்ணம் சிலரைப் பேயாய்ப் பிடித்து ஆட்டியது.

அப்படி ஏக்கம் கொண்டு வாடியவர்களில் முக்கியமாக போத்தன்னாவைச் சொல்லலாம். திடீரென்று அவர் குழந்தை போல் அழுவார்.

பகல் பொழுதில் அவருக்கு என்று ஒரு நட்சத்திரம் தெரியும் போலிருக்கிறது. அதையே அவர் அண்ணாந்து பார்த்துக் கொண்டிருப்பார்.

ராத்திரி ஆகிவிட்டால் நட்சத்திரம் தரைக்கு வந்துவிடும் போலிருக்கிறது. தலையைத் தொங்கப் போட்டுக்கொண்டு கீழேயே பார்த்துக்கொண்டிருப்பார்.

"போத்தன்னா, தூங்கலையா?" என்று பாட்டி விழிப்பு ஏற்படும்போது தலையைத் தூக்கிக் கேட்பாள்.

"தூக்கமா... தூங்குங்கெ; தூங்குங்கெ" என்று முடிப்பார். பிறகு ஒரு நீண்ட பெருமூச்சு விடுவார். அப்புறம் அவரை யாராலும் பேசவைக்க முடியாது.

○

அவர்கள், கிழமேலாய்த் தண்ணீர் ஓடி அரித்த ஒரு ஓடையைத் தீவுக் காட்டின் வடக்கு எல்லையாக நிர்ணயித்துக்கொண்டு முதலில் ஒரு பாதையை அகலமாக்கிக்கொண்டே போனார்கள். அப்படிச் செய்வது தோதாகவும் வசதியாகவும் இருந்தது.

அன்றைய வேலை சுளுவாகவும் உற்சாகம் தருவதாகவும் அமைந்தது. வெட்டிய செடி செத்தைகளையும் வளர்ந்த புல் பூண்டுகளையும் அவர்கள் எரிக்க வேண்டுமென்று நினைத்த தீவுக் காட்டுக்குள்ளேயே போட்டும், வீசி எறிந்துகொண்டும் போனார்கள்.

அந்தியில் அவர்கள் இருப்பிடம் திரும்பும் வேளையில் குழந்தைகளின் பலத்த கூக்குரல் கேட்டு என்னமோ ஏதோ என்று வேகமாக ஓடிவந்தார்கள். அங்கே வந்து பார்த்தால் அவர்களுக்கு ஒரு அதிசயம் காத்துக்கொண்டிருந்தது. அவர்கள் தண்ணீர் எடுக்கும் பள்ளத்தின் மறு பகுதியின் சகதிக்குள் ஒரு பசுமாடு ஆழத்தில் புகுந்து வெளியே வர முடியாமல்

திணறிக்கொண்டிருந்தது. அதன் 'அறை'யைப் பார்த்ததுமே அது நிறை சினை என்று தெரிந்தது. அந்தக் காட்சி அவர்களுக்கு அன்றைய உழைப்பின் அலுப்பெல்லாம் ஓட்டுவதாக இருந்தது.

இளவட்டங்கள் பலர் பசுமாட்டைக் கரையேற்ற சகதிக்குள் இறங்கினார்கள். மாட்டின் நான்கு கால்கள் பூராவும் தெரியாத படி அடிவயிறுக்கும் மேலேயே அது சகதிக்குள் புகுந்து திணறிக் கொண்டிருந்தது. அந்த நிலையிலும் அந்தப் பசு தன் அருகே அவர்களை நெருங்கவிடாமல் ஆங்காரமாகச் 'சீத்' தடித்தது. ஒருமனிதக் கைகூட அதன் மேல் இதுவரையும் படாமல், பிறந்ததிலிருந்து தன்னிச்சையாக மேய்ந்து திரிந்து வளர்ந்த சுதந்திரமான காட்டுப் பசு அது.

வெளியே கொண்டுவந்துவிட்டால் அதை அமைப்பது சிரமம் என்று தோன்றியது. காட்டுக் கொடிகளால் திரித்த பலமான கயிற்றினால் அதற்கு முதலில் ஒரு மூக்கணி போட்டார்கள். பாட்டி கரையிலிருந்து கொண்டு சத்தம் போட்டுச் சொன்னாள். "பிள்ளைகளே, மூக்கணியினால் மாட்டை அமைக்க முடியாது. இது காட்டு மாடு; அந்த நிலையிலேயே அதை வைத்துக்கொண்டு அதற்கு மூக்கைக் குத்தி மூக்கணாங்கயிறு பூட்டிவிடுங்கள்."

"அதான் சரி" என்றார்கள் கரையைச் சுற்றிலும் நின்று கொண்டு பார்த்துக்கொண்டிருந்தவர்கள்.

கத்தியால் மூக்கைத் துளையிட்டதும் அது பயங்கரமாக கத்திக்கொண்டு சகதியில் இவர்களைப் புரட்டி எடுத்தது.

இளவட்டங்கள் அதன் மூக்கில், மல்லுக்கட்டி கயிற்றைத் திணித்து இழுத்து முடிபோட்டு அதைக் கரைக்குச் சிரமப்பட்டு இழுத்துக்கொண்டு வந்தார்கள். அந்தக் காட்சி பார்ப்பதற்கு எப்படி இருந்தது என்றால், நாப்பது ஐம்பது எறும்புகள் சேர்ந்து கொண்டு ஒரு பெரிய புழுவை மொய்த்து அது உதறியும், புரண்டாலும் விடாமல் இழுத்துக்கொண்டே போவது மாதிரி இருந்தது.

"மெள்ள; மெள்ள. மாட்டை வயிற்றில் அடித்துவிடாதீர்கள். அதன் வயித்துக்குள் இன்னொரு மாடு இருக்கிறது. நமக்கு ரெண்டு மாடும் வேணும்" என்று பெரியவர்கள் உற்சாகமாகக் கூவினார்கள்.

அதைக் கோவிலுக்கு முன்னால் கொண்டுவந்து சேர்ப்பதுக்குள் பெரும்பாடு ஆகிவிட்டது; நிலை கொள்ள மாட்டேன் என்றது.

ஒரு முளை அறைந்து கட்டிப்போட்டார்கள். ஒரே நொடியில் அது அந்தப் பலமான கயிற்றை அறுத்துக்கொண்டு ஓட ஆரம்பித்தது. திரும்பவும் இளவட்டங்களெல்லாம் உயிரைத் திரணமாக மதித்து ஒருசேரப் பாய்ந்து அதன் மேல் விழுந்து அப்பி அதை மறுபடியும் அமைத்து, தள்ளிக்கொண்டு போய் ஒரு வீட்டுக்குள் போட்டுக் கம்புகளால் ஆன கதவை வைத்து மூடி அந்தக் கதவை நன்றாக வெளியே இழுத்துக் கட்டினார்கள். இதற்குள் நன்றாக இருட்டிவிட்டது.

அங்கே அன்று குழந்தை முதல் கிழவர் வரை தாங்க முடியாத ஆனந்தம் கொண்டார்கள். பலர் சந்தோஷம் தாங்காமல் குதித்தார்கள்.

போத்தண்ணாகூட மகிழ்ச்சியால் சிரித்தார்!

○

19

மறுநாள் அதிகாலை. பறவைகள் எழுந்திருக்க முன்னாலேயே பலர் எழுந்துவிட்டார்கள்! தீக்குழியிலிருந்து எரியும் ஒரு நீண்ட கட்டையை எடுத்துக்கொண்டு ஒருவன் பசுமாடு மூடப்பட்டிருக்கும் வீட்டைப் போய்ப் பார்த்தவன் ஆனந்தக் கூச்சலிட்டான். எல்லாரும் ஓடிப்போய்ப் பார்த்தார்கள். அந்த நெருப்பு வெளிச்சத்தில், அப்பொழுதுதான் ஈன்ற கன்றை அந்தப் பசுமாடு நக்கிக்கொண்டிருந்தது.

பாட்டி சொன்னாள், "இனி பசுமாடு காட்டைப் பார்த்து ஓடாது; கண்ணுக்குட்டியை மாத்திரம் நாம் பாத்துக்கிடணும், அவ்வளவுதான்."

"கோயிந்தப்பா, அந்தப் பசுமாட்டோடு மகாலட்சுமியும் இந்தக் கிராமத்துக்கு அண்ணைக்கே வந்துட்டா. அது வந்த வேளை ஊர் நிறைய பசுமாடுகளாப் பெருகிட்டது. கோபல்ல என்று பேர் வந்ததே இந்தக் கிராமத்துக்கு, அந்தப் பசுமாடுதான் காரணம்."

பசுமாட்டைவிடக் கன்றுதான் அவர்களோடு நன்றாகப் பழகி சேர்ந்துகொண்டது.

திடீர் திடீரென்று பசுமாடு அந்த மண்வீட்டின் சுவர்களை ஆவேசமாக முட்டி முட்டிப் பெயர்க்கும். காதுகளை விடைத்துக்கொண்டு எதையோ கவனித்துக் கேட்கும். கிட்டேபோய் புல்லைப் போட முடியாது. தூரத்திலிருந்து கொண்டேதான் வீசி எறியணும்.

இஷ்டப்படி பால் குடித்து அந்தக் காளைக்கன்று, பார்த்துக்கொண்டிருக்கும்போதே மளமளவென்று வளர்ந்து பெரிசாகிக் கொண்டு வந்தது.

நாகையா என்ற இளவட்டம்தான் பிடிவாதமாக அந்தப் பசுமாட்டோடு நாளாவட்டத்தில் பழகி

நெருங்கி அதைக் கட்டுப்படுத்த முடிந்தது. அவனுடைய 'மனுஷ வாடை' அதுக்கு எப்படியோ பிடித்துப்போய்விட்டது. அவன் ஒருத்தனைத்தான் பாயாமல் அது இருந்தது கடேசி வரைக்கும்.

❍

அந்தக் காட்டில் அவர்கள் உண்டாக்கிய 'தீவு' முதலில் அவர்கள் நினைத்ததுபோல் சிறியதாக அமையவில்லை. நிறைய்ய நிலம் வேணும் என்ற விவசாயிகளுக்கே உண்டான பேராசையால் ரொம்பப் பெரிதாகவே அமைந்துவிட்டது. நாலு பக்கமும் பாதையை – இடைவெளியை – நல்ல அகலமாகவே உண்டாக்கியிருந்தார்கள். மேல் காற்று பலமாக ஒரே சீராக அடிக்கத் தொடங்கிவிட்டது. அவர்கள் எதிர்பார்த்த தருணம் இதுதான்.

காற்றின் வேகம் பலப்பட்டாலும்கூடத் தீயின் நாக்குகள் இடைவெளியைத் தாண்டாது; பக்கத்திலுள்ள காட்டுக்குத் தீ பரவாது என்பதை நிச்சயித்துக்கொண்டார்கள்.

தீயேற்றுவதற்கு ஒரு நல்ல நாள் பார்த்து நிச்சயித்தார்கள். அன்று சூரியன் நடுஉச்சியில் இருக்கும்போது ஆரம்பிக்க வேண்டும் என்று ஏற்பாடு.

தீவுக் காட்டின் தென்மேற்கு மூலையில், காய்ந்த சருகு செத்தைகளைப் பரவலாகக் குவித்தார்கள். குழந்தைகளும் பெரியவர்களும் சேகரித்திருந்த காட்டாமணக்கு விதைகளையும் வேப்பம் விதைகளையும் தாராளமாகத் தூவினார்கள். தீக்குழியிலிருந்து கொழுந்துவிட்டு எரியும் நீண்ட கட்டைகளை எடுத்துக்கொண்டு வந்தார்கள். அந்தத் தீக்கட்டைகளை அதன் மேல் எறிவதற்கு முன்னால் பாட்டி சத்தம் போட்டு அந்தக் காட்டை நோக்கிக் கும்பிட்டுச் சொன்னாள், "ஏ வனதேவதைகளே, காத்துக்கருப்புகளே, இந்தக் காரியத்துக்கு எந்தவித விக்னமும் வராமல் நீங்கதான் எங்களுக்குத் துணை செய்யணும்."

எல்லாரும் தீக்கட்டைகளை எடுத்து அதன் மேல் வீசினார்கள். எண்ணெக் கொட்டைகள் வெடித்துச் சிதறின. தீ சடசடவென்று வேகத்தோடு பிடித்து எரிந்தது. தீயின் அந்த ஓசை, அது பற்களை நெடுநெடு என்று கடித்து ஆங்காரமாகக் கோபம் கொண்டு எழுவதுபோல் இருந்தது. புகை உயர்ந்து ஆகாயம் முட்டியது. காற்றின் வேகம் தீயை உசுப்பி எழுப்பியது. அந்தக் காட்டை அக்கினி தேவன் புசிக்க ஆரம்பித்தான்.

❍

மூன்று இரவுகள் மூன்று பகல்கள் தீ எரிந்தது. பற்றி எரியும் அந்தப் [1]பிள்ளைக்காட்டிலிருந்து வினோதமான பிராணிகள் தீக்குப் பயந்து வெளியே சிதறி ஓடின.

சுத்தக்கட்டியில் செய்ததைப்போன்ற வெள்ளியின் நிறத்தில், கைப்பருமனும் ஒன்றறைப் பாகம் நீளமுள்ள பாம்பு ஒன்று வெளியே வந்து ஓடியது.

அவர்கள் ஆயுளில் அந்த நிறத்தில் அப்படிக் கண்ணைப் பறிக்கும் பிரகாசத்தில் ஒரு பாம்பைப் பார்த்ததும் இல்லை, கேள்விப்பட்டதும் இல்லை! அதைப் பார்த்த ஆச்சரியத்தில் அவர்கள் கண்கள் விரிந்தது விரிந்தது போலவே இருந்தது; தொண்டையிலிருந்து குரல்கூட வெளிவரவில்லை. ஒரு வெள்ளி மின்னலைப் போல் அது தோன்றிய வேகத்தில் ஓடி மறைந்தது.

ஒரு பெரிய்ய கீரி. அவ்வளவு பெரிய கீரிப்பிள்ளையைப் பார்த்தது இல்லை. அதன் மேலெல்லாம் தங்க நிறத்தில் ஒரு மின்னாப்பு. கழுத்தின் கீழும் அடிவயிறும் பால் வெள்ளை. அதன் வால்தான் எவ்வளவு நீளம் கருப். . . பு நிறத்தில்! அதில் எவ்வளவு மென்மையான அடர்த்தி மயிர்!

வேகமாக ஓடித் தப்பிக்க வரும் முள்ளம்பன்றிகள், ஆட்கள் எதிரே நிற்பதைக் கண்டதும் உடம்பை எழுத்தாணிகளாய் சிலிர்த்துக்கொண்டு உறுமும். இளவட்டங்கள் அதைக் கற்களால் எறிந்து கொல்வார்கள். சிலது தப்பி ஓடிவிடும்.

பறவைகளின் கூக்குரல்கள்தான் கேட்கப் பரிதாபமாய் இருந்தது. பல தாய்ப்பறவைகள் எரியும் நெருப்பின் புகைக்கு மேலேயே கூவிக்கொண்டு வட்டமிட்டுச் சுற்றிச் சுற்றி வரும். உள்ளே அகப்பட்டுக்கொண்ட பறக்காட்டப்படாத, ரோமம் முளைக்காத குஞ்சுகளைத் தீயில் மடியவிட்டு விட்டுப்போக அவைகளுக்கு மனசு வரவில்லை. சில பறவைகள் விலகி ஓடிப் போய்விடும். சிலது கடேசி வரைக்கும் ஓலமிட்டுக்கொண்டே வட்டமிட்டு வட்டமிட்டுத் தீயிலேயே விழுந்து மடியும்.

எரியும் காட்டிலிருந்து ஒரு பெரிய காட்டுப் பன்றி, உறுமிக் கொண்டு வெளியே வந்தது. எல்லோரும் அதைக் கொல்ல வளைத்தார்கள். அதன் அருகே நெருங்க பயமாக இருந்தது. அதன் கீழ்த்தாடையிலிருந்து இரண்டு கொம்புப் பற்கள் மேல்நோக்கி வளர்ந்து யானைத்தந்தம் போல் இருந்தது. சரமாரியான கற்கள் வந்துவிழுவதைக் கண்ட அந்தக் காட்டுப் பன்றி திரும்பி அதே எரியும் நெருப்புக்குள் பாய்ந்து சாதாரணமாக ஒரு மீன் தண்ணீருக்குள் போவதைப் போல் புகுந்து மறைந்துவிட்டது!

---

1. பிள்ளைக்காடு – பெரிய காட்டிலிருந்து பிரிக்கப்பட்ட சிறிய காடு

நெருப்புக்குப் பயந்து அது கட்டாயம் வெளியே திரும்பவரும் என்று நம்பினார்கள். ஆனால் அது வரவேயில்லை. இந்த மனுசப் பயல்கள் கையால் சாவதைவிட நெருப்பில் விழுந்து உயிரை விடுவோம் என்று நினைத்துவிட்டது போலிருந்தது அது.

காடு எரிந்து முடிந்த பிறகும்கூடப் பல நாட்கள் அங்கே நெருப்புக் கங்குகள் சில இடங்களில் இருந்து கனிந்துகொண்டே இருந்தது. அந்தப் பசுமை எரியும்போதும் எரிந்து முடிந்த பிறகும் நெடுநாள் அந்த 'ஒருவித மணம்' இருந்துகொண்டே இருந்தது.

சிற்றெறும்புகளைப் போல் சுறுசுறுப்பாக வேலையில் இறங்கினார்கள். அவர்கள் முதலில் நினைத்ததுபோல் அவ்வளவு சுலபமாகவும் அவ்வளவு சீக்கிரமாகவும் அந்தப் பரப்பு பூராவையும் நிலமாக்கிவிட முடியவில்லை. பூமியி லுள்ள கற்பாறைகள் இவைதவிர மண்ணுக்குக் கீழே எரிய முடியாமல் நின்றுபோன மரங்களின் கனமான வேர்கள் இவையெல்லாம் அவர்களுடைய வேலைகளுக்குத் தடங்கலாக இருந்தது. பரப்பு அவ்வளவு நல்ல நிலங்களாய் ஆகப் பல வருடங்கள் பிடித்தன.

◯

20

அந்த வருஷம் மழைக்காலம் எதிர் பார்த்தபடி சீக்கிரமாகவே துவங்கியது.

மரத்தில் கலப்பைகள்போல் செதுக்கி, மாடுகள்போல் அவர்களே இழுத்தார்கள். தங்களிட முள்ள நவதானியங்களைக் கைவிதைப்பாய் விதைத்து, கருவேலமுள்ளை வெட்டிக் கவையாக்கி, காட்டுக்கொடிகளால் கட்டி இழுத்து விதைத்த விதைகளை மூடினார்கள். அப்போது அவர்களிடம் மாடுகளோ கலப்பைகளோ இருக்கவில்லை.

அவர்கள் விதைத்த தானியங்கள் முளைவிட்ட போது அவர்களது நம்பிக்கையும் முளைவிட்டது.

அரும்பாடுபட்டார்கள்; அதனால் பூமாதேவி கண் திறந்தாள்.

முளைக்கும்போதே பயிர்கள் தாட்டியமாக கரும்புச் சோகைகள்போல் அகலமாகவும் கரும்பச்சை நிறத்திலும் இருந்தது.

கம்புப் பயிர் கணக்கில்லாமல் தூர்கட்டி வந்தது. தினைப் பயிர் நம்ப முடியாதபடி கனமாக வளர்ந்து வந்தது. எள்ளுச் செடியின் வளர்ச்சி ஆள் கை எடுப்பு உயரத்துக்கு இருந்தது. பருத்திச் செடிகளுக்கு ஊடே ஆள் நுழைந்தால் தெரியாது. அதில் பூத்த பூக்களும் காய்களும் பிஞ்சுகளும் தேர் ஜோடித்த மாதிரி விளங்கியது.

அந்த முதல் வருடம் அவர்களுக்கு நல்ல மாசூல். பொதுவில் அறுவடை செய்து குடும்பவாரி யாகப் பகிர்ந்துகொண்டார்கள்.

அதன் பிறகு அவர்கள், ஒவ்வொரு குடும்பத்துக்கும் அவர்களது சக்திக்கும் ஏற்ப நிலங்களை, ஒவ்வொருவராலும் எவ்வளவுக்கு

முடியுமோ அவ்வளவு நிலத்தை அவர்கள் சொந்தத்தில் செப்பம் செய்து பயிர் செய்ய ஆரம்பித்தார்கள்.

கோடை நாட்களில் வெகு தூரம் நடந்துசென்று மற்ற சமூக மக்களோடு தொடர்பு கொண்டார்கள். தங்களிட முள்ள பொருள்களைக் கொடுத்து மாடுகள், கலப்பைகள் வாங்கினார்கள்.

இவர்களைப் போல தெலுங்கு நாட்டிலிருந்து வந்து ஆங்காங்கே குடியேறிய மக்களோடு தொடர்பு கொண்டார்கள். சம்மந்த வழி செய்துகொண்டார்கள். தங்களிடம் இல்லாத விவசாயத் தொழிலாளர்களான தச்சர்கள், கொல்லர்கள் முதலிய 'தொள்ளாளி'களைக் கூட்டிவந்து தங்கள் கிராமத்தில் குடியமர்த்தினார்கள்

மொழிப் பிரச்னை முதலில் அவர்களுக்குக் கொஞ்சம் சங்கடமாக இருந்தாலும் நாளாவட்டத்தில் அதெல்லாம் சரியாகிவிட்டது. இவர்கள் இருதரப்பிலும் குழந்தைகள், பெண்கள் இவர்களே ஒருவர் மொழியை ஒருவர் பேசுவதற்கு சீக்கிரம் கற்றுக்கொண்டார்கள்!

வீடுகள் கட்ட ஆரம்பித்தார்கள். கிராமம் முறையாக வளர ஆரம்பிக்கவே, மழையினால் தேங்கிய தண்ணீர் காணாததால் குடிநீர்க் கிணறுகள் தோண்டினார்கள். கால் நடைகளின் தண்ணீர் வசதிக்காகக் கம்மாயைத் தோண்டி அகலப்படுத்தினார்கள். கம்மாயின் கரைகளைச் சுற்றிலும் பலப்படுத்தி அதில் நீண்ட நாட்கள் நிற்கக்கூடிய மரங்களாக நட்டார்கள். அப்படி நட்டு தண்ணீர் எடுத்து ஊற்றி காபந்து செய்து வளர்க்கப்பட்ட மரங்கள்தான் இவைகள்.

ஒவ்வொரு குடும்பத்தாரும், அவர்களுடைய பெயர் சொல்லும்படியாக ஒரு மரம் நட வேண்டும் என்று ஊர்ப் பொதுவிலிருந்து ஏற்பாடு. இதனால் கம்மாயைச் சுற்றிலும் மட்டுமல்ல, ஊரின் பல முக்கியமான இடங்களிலும் மரங்கள் நட்டு வளர்க்கப்பட்டன.

அந்த நாட்களில் மனித பலமும் மனித எண்ணிக்கையும் அதிகமுள்ள குடும்பம்தான் பெரிய குடும்பம்; பெரிய வீடு. மனித பலம் அதிகமுள்ள குடும்பத்தால் அதிக நிலத்தைச் சீர்திருத்தி, அதிகக் கால்நடைகளையும் வைத்துப் பராமரிக்க முடியும். இதனால் அது அதிக வருமானமுள்ள 'பெரிய குடும்ப'மாக ஆக முடிந்தது. கோட்டையார் குடும்பம் அப்படி யாக ஆனதுதான்.

வெற்றிலை குதப்புகிறவர்களின் வட்டம் கோவிந்தப்ப நாயக்கரைச் சுற்றி உட்கார்ந்துகொண்டது. அந்தக் காலத்திய வளமுறை கல்யாணம் ஆன பிறகுதான் வெற்றிலை போட வேண்டும் என்பது. ஆதலால் இளவட்டங்கள் சற்றே ஒதுங்கி இருந்து இவர்களை வேடிக்கை பார்த்துக்கொண்டிருந்தார்கள்.

வெற்றிலைச் சாறு நாடியில் வழிந்துவிடாமல் இருக்கக் கீழ் உதட்டை ஓடத்தின் நுனிபோல ஏந்தி வைத்துக்கொண்டு புகையிலையின் போதையில் 'மழலையாடும்' வார்த்தைகளைச் சிறு புன்னகையோடு பார்த்து மகிழும் சில இளவட்டங்களுக்குத் தாமும் அதுமாதிரி வெற்றிலை போட்டுக்கொண்டு 'பேச' வேண்டும் என்று தோன்றும்!

சின்னைய்ய நாயக்கர் அப்பொழுதுதான் எழுந்திருந்து வெற்றிலைச் சக்கையைத் துப்பிவிட்டு வந்தார். சிவந்த அவருடைய முகத்தில் வாயும் பற்களும் உதடுகளும் ரெத்தமாகச் சிவந்திருந்தன. புகையிலையின் கிறக்கம். நுனிமூக்கிலும் கழுத்தடியிலும் ஒரு இளம் வியர்வை துளிர்த்திருந்தது. முகத்தில் ஒரு அரிய பரவசம்! பல் இடுக்குகளில் அங்கங்கே சிக்கிய பாக்கின் மிச்சங்களை நாக்கு நுனியால் மெல்லிதமாகவும் அழகாகவும் கொண்டுவந்து நாசுக்காக மெல்லிய சப்தத்தில் டுப் என்று ஊதி வெளியேற்றுவார். அப்படி வெளியேற்றும் போது எவ்வளவு கூட்டம் இருந்தபோதிலும் அது யார் மேலும் விழாது. ஒரு சிறிய இடைவழி கிடைத்தாலும் போதும்.

இன்னொரு குணம் அவருக்கு; மற்றவர்கள் போல் சக்கையைத் துப்பிவிட்டுத் துரும்பைத் தேடிப் பல்லைக் குத்த மாட்டார். துப்பியதும் அவருக்குக் காதுதான் 'புருபுரு' என்று ஊறலெடுக்கும். மரத்தடியில் எங்காவது ஒரு வசமான பறவையின் இறகு கிடக்கிறதா என்று பார்ப்பார். அதை எடுத்து,

வேண்டிய அளவு போக பாக்கியை உரிப்பார். அப்படி அவர் உரித்துக்கொண்டிருக்கும்போதே காதுகள் நிலைகொள்ளாது; சீக்கிரம், சீக்கிரம், கொண்டா கொண்டா என்று சொல்லுமாம்! எச்சிலை ஒருதரம் நன்றாகக்கூட்டி விழுங்கிவிட்டு, மேல் வேட்டி காற்றில் நகர்ந்துவிடாமல் இருக்க இழுத்து கக்கத்தில் இடுக்கிக்கொண்டு, இறகின் நுனியைப் பதனமாகக் காதின் துவாரத்துள் நுழைப்பார். அப்போதே கண்கள் சொகத்தின் ஆரம்பத்தால் சொருக ஆரம்பித்துவிடும். வேண்டிய அளவு நுழைந்தானதும் இறகின் அடியை இரண்டு விரல் கொண்டு கடைய ஆரம்பிப்பார். அய்யோ, அந்த இன்பத்துக்கு எதை ஒப்பிட்டுச் சொல்ல!

வாயைக் கோணலாக அகட்டிக்கொண்டு கண்களைச் சொருகிச் சொருகி மூடி, தலையை இறகின் கடைதலுக்கு ஏற்ப அசைக்கும் அவரைப் பார்ப்பவர்களுக்கும் ஒரு ஆனந்தம் வராமல் போகாது. இதிலே அவர் அடிக்கடி மிளகாயைக் கடித்தவர் போல் ஈஸ்... ஈஸ்... என்று வாய் வழியாகக் காற்றை ஓசையுடன், ரசித்து அனுபவித்து உள்ளுக்கு இழுப்பார். உச்ச கட்ட சொகத்தில் அனைத்தையும் மறந்து அந்த லயிப்பில் கடைவாய் ஓரம் மளமளவென்று ஜொள்ளு – எச்சில் – வடிந்து விடும்!

தன்நிலை ஏற்பட்டுத் திடுக்குற்று வாயை வேகமாகத் துடைத்துக்கொண்டு சுற்றுமுற்றும் பார்த்துவிட்டுச் சிரிப்பார். அது அசட்டுச் சிரிப்பாக இருக்காது; இதெல்லாம் சகஜம்தான் என்கிற மாதரி இருக்கும்.

அப்படி அவர் லயிப்பாகக் காது குடைந்துகொண்டிருக்கும் போது கோவிந்தப்ப நாயக்கர் "எப்படி இருக்கு?" என்று கேட்பார்.

சின்னைய்ய நாயக்கரிடமிருந்து இப்படி வரும் பதில்: அடேயப்பா; என்ன சொகம்; போக சொகமாய் இருக்கே!

இதைக் கேட்டதும் கோவிந்தப்ப நாயக்கர் சத்தமில்லாமல் உடம்பு குலுங்கச் சிரிப்பார். இவர்கள் இரண்டு பேருக்கும் இந்தக் கேள்வி பதில், சிரிப்பு இந்த இரண்டும் அலுக்காது. இது வழக்கம்!

சின்னைய்ய நாயக்கருடைய வீட்டில் கோழிகள் ஏராளம். எந்த இடத்தில் கவனித்துப் பார்த்தாலும் ஒவ்வொரு குறிப்பிட்ட இடத்திலும் காது குடைய கோழிமயிர் அங்கங்கே சொருகி வைக்கப்பட்டிருக்கும். அடுப்பங்கூடத்தில் சாப்பிடுகிற இடத்தில் நாலைந்து, சாப்பிட்டுவிட்டு உள் திண்ணையில்

உட்கார்ந்து வெற்றிலை போடும் இடத்தில் நாலைந்து, தார்சாவில் நாலு பேரோடு உட்கார்ந்து பேசுமிடத்தில் நாலைந்து, தொழுவில் மாட்டுக் கூளம் போடுகிற இடத்தில், பட்டக சாலையில், ஆளோடியில், அரங்கு வீட்டுக்குள், படுக்கை அறையில், இப்படி அங்கங்கெனாதபடி எங்கும் பலவிதங்களில் பல நிறங்களில் கோழி மயிர்கள் தயாராக உரித்து இடுக்குகளில் சொருகி வைக்கப்பட்டிருக்கும், தேடாமல் எடுக்கும்படியாக.

யாருடனாவது அவர் பேசிக்கொண்டிருக்கும்போதே அவரை அறியாமல் அவருடைய கை ஒரு திசையில் நீளும். அவர் பார்க்காமலேயே அந்தக் கை தொடும் இடத்தில் சரியாக ஒரு கோழிமயிர் அந்தக் கையின் விரல்களில் வரும்!

அவருடைய சம்மந்தக்காரர்கள் அவரைக் கேலி செய்வதற்காக அவரைக் கோழிமயிர் சின்னைய்ய நாயக்கர் என்று குறிப்பிடுவார்கள். நாளடைவில் அவருக்கு அந்தப் பெயரே பட்டப் பெயராக நிலைத்துவிட்டது. வெறுமனே, சின்னைய்ய நாயக்கர் என்று மட்டும் கேட்டுவிசாரித்தால், எந்த சின்னைய்ய நாயக்கர்? என்று கேட்பார்கள்!

◯

21

சின்னைய்ய நாயக்கருக்குப் பக்கத்தில் உட்கார்ந்துகொண்டிருப்பவர் மண்ணுதிண்ணி ரெங்க நாயக்கர். மண்ணுதிண்ணி என்றால் உடம்பில் சத்துக்குறைவு காரணமாகச் சின்னவயசில் மண்ணைத் தின்றவர் என்று அர்த்தமில்லை. அவர், நிலங்களின் தராதரத்தையும் உரத்தன்மையையும் அறிவதில் வல்லவர். ஒரு நிலத்தை வாங்க வேண்டுமென்றால், அது எப்பேர்ப்பட்ட நிலம் என்று அவரைக் கூட்டிக் கொண்டுபோய் காட்டுவார்கள். அவர் அந்த நிலத்திலுள்ள மண்ணைக் கொஞ்சம் அள்ளி வாயில் போட்டுத் தின்றுபார்த்து, இந்த நிலத்தில் இன்னென்ன பயிர்கள் நன்றாக வரும்;

இன்னென்ன பயிர்கள் சரியாக வராது என்று ரொம்ப சரியாகச் சொல்லிவிடுவார். இது சத்துள்ள நிலம்; இது பொக்கு நிலம் என்று சொல்லி விடுவார். அவர் சொன்னது தப்பாது.

மண்ணுதிண்ணி நாயக்கருக்குப் பக்கத்தில் பீமசேனனைப் போல் உட்கார்ந்திருப்பது நல்லமனசு திரவத்தி நாயக்கர். இவருக்கு 'நல்லமனசு' என்ற பட்டப்பெயர் வந்தது ஒரு சுவாரஸ்யமான விஷயம்!

அப்போது திரவத்தி நாயக்கருக்குச் சரியான பிராயம்; பதினைந்து பதினாறு வயசிருக்கும். ஆள் நல்ல கரலாக்கட்டை மாதிரி உடம்பு உருண்டு திரண்டு இருக்கும். வெள்ளை மனசு. ஒற்றையடிப் பாதை வழியே அவர் போனால் எதிரே ஆள்வந்தால் விலக மாட்டார். இடித்துக்கொண்டு போகிறமாதிரி தான் போவார்! தன்னைக் கண்டு மற்றவர்தான் விலகிப் போக வேண்டும் என்றொரு சுபாவம்.

ஒருநாள் அவருடைய வீட்டில் ஆட்டுக்கறி. வயிறு நிறைய்ய சாப்பிட்டார். உளுந்து வடை வேறு சுட்டுக் கொண்டிருந்தார்கள். அதிலேயும் ஒரு பதினைந்து இருபது வடைகள் தின்றார். இருப்புக் கொள்ளலை; உடனே யாரோடாவது அப்படியே அமுக்கிப் பிடிச்சி மல்லுக்கட்ட வேணும்போல் உடம்பெல்லாம் ஒரு தினவு.

வாசப்படி இறங்கித் தெருவுக்கு வந்தார். அந்த வழியாக உள்ளூர் வாணியச் செட்டியாரின் பையன் சின்னத்தம்பி செட்டியார் பக்கத்து ஊர்களில் கொண்டுபோய் நல்லெண்ணெய் ஊற்றிவிட்டு, அவனைப்போலவே எண்ணெய்ப் பளபளப்புள்ள கருத்த எண்ணெய்க் குடத்தைத் தலையில் வைத்துக்கொண்டு எதிரே வந்துகொண்டிருந்தான்.

திரவத்தி நாயக்கருக்கு ஒரே குஷி; தனக்குச் சரியான ஜோடி உடனே கிடைத்துவிட்டானே என்று!

சின்னத்தம்பி ஆள் வாட்டசாட்டமாய் வஞ்சகமில்லாமல் வளர்ந்திருந்தான். அவனுடைய கைவிரல் ஒவ்வொன்றும் இரண்டு விரல் தண்டி இருக்கும். அகப்பை கொண்டுதான் சோற்றில் எண்ணெய் எடுத்து விட்டுச் சாப்பிடுவான்.

ராத்திரி அவன் படுத்துத் தூங்கியவுடன் அவனுடைய தாயார் வீட்டை ஒதுங்க வைக்கும்போதே ஒரு கும்பா நிறைய சோறு போட்டு, அதில் நாலைந்து அகப்பை பருப்புக் கறியைத் தாராளமாக விட்டு அன்று ஆட்டிய நல்லெண்ணெய்யை ஒரு உழக்கில் ஊற்றி அவன் பக்கத்தில் வைத்துவிடுவாள்.

சரியாக நடுச்சாமத்தில் சின்னத்தம்பிக்கு முழிப்புத்தட்டும். எழுந்திருந்து வெளியே வந்து உட்கார்ந்து, கண்ணைத் திறக்க மனசில்லாமல் கண்ணை மூடிக்கொண்டே 'ஒண்ணுக்கு' இருப்பான்.

உள்ளே வந்து தலைமாட்டிலுள்ள கும்பாவைத் திறந்து உழக்கிலுள்ள எண்ணெயை விட்டுக்கொண்டு, எடுத்து எடுத்துப் பெரிய பெரிய கவளமாக ரொம்ப சீக்கிரத்தில் விழுங்கிவிட்டுக் கும்பாவிலேயே கைகழுவி வாயைக் கொப்பளித்துக் கும்பாவி லேயே துப்பிவிட்டு, கையைத் துடைத்துக் கொள்ளக்கூட மனசில்லாமல் அப்படியே அந்தத் தூக்கத்தின் தொடர்பு விட்டுப்போகாமல் படுத்துத் தூங்கிவிடுவான்.

எல்லார்க்கும் மூணு வேளைச் சாப்பாடு. சின்னத்தம்பிக்கு மட்டும் நாலு வேளை. இதில் இம்மி குறையக் கூடாது!

சின்னத்தம்பியை திரவத்தி நாயக்கர் அழுத்தலான புன்னகையோடு சைகை செய்து கூப்பிட்டார். அவனும் மரியாதையோடு பக்கத்தில் வந்து நின்றான். அந்த எண்ணெய்க் குடத்தை எறக்கி அப்பிடி வை என்றார். அவனும் வைத்தான். சரி; ஏங்கூட மல்லுக்கட்ட வா என்று சொல்லிக்கொண்டே அவன் தோள்மேல் கையைப் போட்டார். சின்னத்தம்பிக்குச் சிரிப்பு வந்துவிட்டது. என்ன நீங்கெ, சின்னப்புள்ளெ மாதிரி! விட்டுருங்கெ. விட்டுருங்கன்னா. நா இப்பத்தான் பட்டிகளுக்குப் பொயிட்டு வாரேன்; இன்னும் சாப்பிடலை. விட்டுருங்கெ; ம்ஹூம், சொன்னாக் கேளுங்கெ என்று எவ்வளவோ மன்னாடிப் பார்த்தான். திரவத்தி நாயக்கருக்கோ ஒரே வெறி!

சின்னத்தம்பியைச் சேர்த்துப்பிடித்து மல்லுக்கட்டிக் கீழே தள்ளி ஒரே அமுக்காய் அமுக்கி அவன் மேல் உட்கார்ந்து சவாரி செய்துகொண்டார். சின்னத்தம்பியும் மனசுக்குள் இது என்னடா பெரிய்ய பாதரவாப்போச்சி என்று நினைத்துக் கொண்டு, சரி. நீங்கதான் என்னெ அமுக்கிட்டீளே; விட்ருங்கெ என்று கேட்டான்.

அதெப்படி? அது முடியாது. நீ என்னெப் பெறட்டிக் கீழே தள்ளணும் என்றார் திரவத்தி.

சரி என்று சொல்லி சுலபமாய் அவரைக் கீழே தள்ளி திரவத்தியின் மேல் அவன் ஏறி உட்கார்ந்துகொண்டான்!

இதற்குள் கூட்டம் கூடிவிட்டது. பலர், என்ன என்ன என்று ஓடிவந்தார்கள். சத்தம்போட்டுக் கூட்டத்தைப் பார்த்து திரவத்தி சொன்னார், ஒண்ணுமில்லை. ஒண்ணுமே இல்லை;

சும்மாதான் நாங்கெ மல்லுக்கட்டிப் பார்க்கோம் என்று சமாதானம் சொல்லிவிட்டு சின்னத்தம்பியைப் பார்த்து, டேய் சின்னத்தம்பி, இப்பொ நா உன்னைக் கீழே தள்ளி சவாரி செய்யப்போறேன்; எச்சரிக்கை என்று சொல்லிவிட்டு திரவத்தி முயன்றார். முடியவில்லை!

விட்டுரட்டுமா? என்று ரகசியமாக அவருக்கு மட்டும் கேட்கிற மாதிரி கேட்டான் சின்னத்தம்பி. திரவத்திக்குக் கோபம் வந்துவிட்டது!

விட்ரவா; இதுக்காடா நா உன்னை மல்லுக்குக் கூப்பிட்டேன்? பாரு உன்னை இப்பொ என்று தன் பலத்தையெல்லாம் கொடுத்து முண்டிப்பார்த்தார். சின்னத்தம்பி அசையவில்லை; அவன் பிள்ளையார் மாதிரி ஜம்மென்று மேலே உட்கார்ந்துகொண்டிருந்தான்.

கூட்டத்தில் ஒரே சிரிப்பொலி. எல்லோரும் திரவத்தியை உற்சாகப்படுத்தினார்கள். திரவத்தியும் தன்னால் முடிந்ததையெல்லாம் செய்துபார்த்தார். முடியவில்லை. தனது தோல்வியைப் பெருந்தன்மையோடு ஒப்புக்கொண்டு தன்னை விட்டு விடும்படி சின்னத்தம்பியைக் கேட்டுக்கொண்டார்.

திரவத்தி எழுந்ததும் அவருடைய முதுகில், உடம்பில் பட்டிருக்கும் மண்ணையெல்லாம் சின்னத்தம்பி தனது கைகளால் துடைத்துவிட்டான். அப்போதுதான் திரவத்தி நாயக்கர் அப்படிச்சொன்னார், அடேய் சின்னத்தம்பி, சரியான மனசுடா உனக்கு; நல்ல மனசுக்காரன்டா நீ.

அதிலிருந்து கிராமத்தில் எல்லோரும் திரவத்தியை நல்ல மனசுக்காரன் என்றும், நல்லமனசு திரவத்தி நாயக்கர் என்றும் கூப்பிட்டு வந்தார்கள்.

அவருக்கு அடுத்தபடியாக உட்கார்ந்துகொண்டிருப்பவர் பெத்த கொந்த்து கோட்டைய்யா. இவர் உரத்த குரலில் சத்தம் போட்டேதான் பேசுவார். அவர் தொண்டையின் வாய்ப்பு அப்படி. எத்தனை பேர் கூப்பாடுப் போட்டுப் பேசினாலும் தன் குரலால் அத்தனை சத்தங்களையும் அமுக்கி, தனது குரலே மேலோச்சும்படியான ஒரு மணிக்குரல். இறைஞ்ச நாயக்கர், பெரிய நாயக்கர் என்ற சொலவம் உண்டானதுக்கு இவர் மாதிரியான ஆட்கள்தான் காரணமாக இருந்திருக்கலாம்! ஆனால் உள்ளார்ந்த நிஜம் ரொம்ப பேருக்குத் தெரியாது! கோட்டைய்யாவின் மனைவி சரியான பீரங்கிச் செவிடு. அதனால் இவர், வீட்டில் அவளோடு சத்தம் போட்டுப் பேசிப்

பேசி அதே பழக்கமாக ஆகி வெளியிலும் அவர் அதே குரலில் பேசிவருகிறார்.

பெத்த கொந்த்து கோட்டையாவுக்குப் பக்கத்தில் இருப்பவர் பொடிக்கார கெங்கா நாயக்கர். இவருடைய வீட்டில் பொடி கடையப்படுகிறது. நல்ல தரமான புகையிலையை வாங்கிக்கொண்டுவந்து, அதற்கென்றுள்ள அகலமான கல்ச்சட்டியில் போட்டு, வைரம் பாய்ந்த புளியமரத் தடியினால் வேகமாக, நிறுத்தாமல் நீண்ட நேரம் கடைந்து பொடியாக்க வேண்டும். இவர் வீட்டில் தயாராகும் பொடி ஊரிலும் சுத்துப்பட்டிலும் பிரசித்திபெற்றது. கம்மம்புல் கொண்டு வந்து கொடுத்துவிட்டு, தொன்னைகளில் போட்டுக் கட்டி வைத்திருக்கும் பொடியைப் பிரியமாக வாங்கிக்கொண்டு போவார்கள். இதனால் இவருக்குப் பொடிக்கார கெங்கா நாயக்கர் என்று பேர். மற்றபடி இவர் பொடி போடுகிறவர் என்பதற்காக மட்டும் வந்ததல்ல இந்தப் பெயர்.

அதற்கடுத்தபடியாக முட்டைக் கட்டிக்கொண்டு உட்கார்ந்திருப்பவர் காரவீட்டு லெட்சுமண நாயக்கர். இந்தக் கிராமத்தில் முதல்முதலில் காரவீடு கட்டியவர்கள் இவரது முன்னோர்கள். அதிலிருந்து இவர்களுக்கு, காரவீட்டு இன்னார் என்ற பெயர் நிலைத்துவிட்டது.

லெச்சுமண நாயக்கருக்குப் பின்னால் உட்கார்ந்திருப்பவர் கங்கணால் சுப்பன்னா. புலிகுத்தி சுப்பன்னா என்றும் சொல்வார்கள். இவருடைய கல்யாணத்தின்போது இவருக்குக் கையில் கங்கணம் கட்டியிருந்தது. கங்கணம் கட்டியபிறகு அது அவிழ்க்கிறவரை மணமகன் எந்தவித வேலையும்

தொடக் கூடாது. ஆனால் அன்று எதிர்பாராதவிதமாய் அந்த நேரத்தில் ஒரு புலி காட்டிலிருந்து தப்பி ஊருக்குள் வந்து விட்டது! ஊருக்குள் வந்த புலி கல்யாண வீட்டுக்கும் வந்து விட்டதாம். இன்னது செய்வதென்று தெரியாமல் ஜனங்கள் அலறிப் புடைத்துச் சிதறி ஓடியபோது சுப்பன்னா தைரியமாக வேல்க்கம்பை எடுத்துக் கொண்டு வந்து கையில் கங்கணத்தோடு புலியைக் குத்திக் கொன்றாராம்.

இந்த வீரச்செயல் காரணமாக அவருக்கு அந்த இரண்டு பட்டப்பெயர்கள் துலங்குகின்றன.

○

22

தெற்கு வரிசையில் முதலில் உட்கார்ந்து கொண்டிருப்பவர் படுபாவி செங்கன்னா. இதை அவருக்கு எதிரில் யாரும் சொல்ல மாட்டார்கள்! ஊரில் நாலைந்து செங்கன்னாக்கள் இருக்கிறார்கள். விசாரிப்பவர்களுக்குப் பளிச்சென்று ஒரு தெளிவுக்குத்தான் இதெல்லாம்.

நிலங்களெல்லாம் தனிக்குடும்பச் சொத்தாகி, கூட்டுமனித சக்தியின் உழைப்பை நம்பி இருந்த காலத்தில் கூட்டுக் குடும்பமே பிரதானமாக இருந்தது. வரவர கூட்டுக் குடும்பங்கள் உடைந்துபோக ஆரம்பித்தன. தாயாதிகள் பாகப்பிரிவினை செய்துகொள்ள ஆரம்பித்தார்கள். அப்படி செங்கண்ணாவின் குடும்பத்தில் ஒரு பாகப்பிரிவினை ஏற்பட்டபோது, காய்ந்துபோன உபயோகமில்லாத ஒரு சுண்ணாம்புக் கலயம் மிஞ்சியது. அதை அவர் தனது தாயாதிக்குக் கொடுக்க மனசில்லாமல் அந்த மண்கலயத்தை உடைத்துப் பகிர்ந்து கொடுத்தாராம்! அதிலிருந்து ஜனங்கள் அவரைப் படுபாவி செங்கன்னா என்று அழைத்தார்கள்.

அவரை ஒட்டி மேற்கே இருப்பவர் பச்சை வெண்ணெய் நரசய்யா. இவர் பச்சை வெண்ணெய்யைப் பிரியமாகத் தின்பார் போலிருக்கிறது என்று தெரியாதவர்கள் நினைத்துக் கொள்வார்கள். குடிமகனிடம் இவர் தலைச் சவரம் செய்து முடித்தவுடன் அந்த இடத்தில் பசு வெண்ணெயைத் தடவி, கொஞ்ச நேரம் கழித்து வென்னீரில் குளிப்பார். நாளாவட்டத்தில் இந்த வெண்ணெய் ஸ்நானத்தில் அவர் ஏதோ ஒரு சொகம் கண்டு தினமும் வெண்ணெய் தேய்த்தே குளிக்க ஆரம்பித்துவிட்டார். அவர் கிட்டே வரும்போதெல்லாம் நெய் மணக்கும்!

பச்சை வெண்ணெய்க்குப் பக்கத்தில் அவரோடு பேசிக் கொண்டிருப்பவர் பொறை பங்காரு நாயக்கர். எண்ணெய் இறங்கிய கனமான சிகப்புக்கல் கடுக்கன் அவருடைய கருத்த பாரியான உடம்புக்குப் பொருத்தமாக இருக்கிறது. அவர் இந்தக் கிராமத்தில் உற்பத்தியாகும் பருத்தியைப் பெரிய சம்சாரிகளிடமிருந்து பெற்று அதைக் கொட்டை நீக்கிக் கொடுக்கிறார். அவரிடம் முப்பது ராணங்கள் (கை மணைகள்) இருக்கின்றன.

கோபல்ல கிராமத்தில் அனேகமாக வீடு தவறாமல் இந்தக் கைமணையும் நூல் நூற்க சிறகுராட்டும் உண்டு. பெரிய சம்சாரிகளின் காடுகளில் விளையும் அதிகமான பருத்தியை அவர்கள் தாங்களாகவே தங்கள் கைமணைகளில் கொட்டை நீக்க முடிவதில்லை. அந்தக் காரியத்தை பங்காரு நாயக்கர் செய்து தருகிறார்.

உழவு காளைகளுக்கும் பால் பசுக்களுக்கும் மற்ற சினை கால்நடைகளுக்கும் தாராளமாகப் பருத்தி விதை வைத்த காலம் அது. ஒரு பொதி பருத்தியைப் பெற்றுக்கொண்டு ஈடாக மூன்று பொதி பருத்தி விதையைக் கொடுப்பார் அவர்.

பருத்தியைக் கொடுத்து பஞ்சையும் விதையையும் பிரித்து வாங்கிக்கொள்ளலாம். அதுக்குக் கூலியாகப் பொதிக்கு இவ்வளவு தானியம் என்று ஏற்பட்டதைப் பெற்றுக்கொள்வார்.

காலையிலிருந்து சாயங்காலம்வரை முப்பது பெண்கள் அவரது பொறையில் வந்து உழைத்தார்கள். உழைப்பு நேரத்தின் மத்தியில் அவர்களுக்கு இரண்டு விடுப்பு நேரம் (இடைவேளை) உண்டு. நாள் ஒன்றுக்குக் கூலியாக அவர்களுக்குக் கைநாழிக்கு இரண்டுபடி கம்மம்புல் தானியம் கொடுத்தார். இந்தப் பொறைதான் சமுதாயத்தில் தோன்றிய முதல் தொழிற்சாலை!

பருத்திக்காலம் முடிந்ததும் பொறையில் நூல் நூற்பு தொடங்கும். எருமை நரம்பைக் கொண்டு முறுக்கிய நாண்கொண்ட வில்லினால் பஞ்சை வெட்டுகிறது, பட்டை போடுகிறது முதலிய வேலைகள் பரபரப்பாக இருக்கும்.

பக்கத்து கிராமங்களிலிருந்து நெசவாளிகள் வந்து நூலை வாங்கிக்கொண்டு போவார்கள். இத்தனை சிட்டங்களுக்கு இத்தனை முழம் துணி என்று ஒரு கணக்கு உண்டு. ஒவ்வொரு வீட்டில், நூற்ற நூலைக் கொடுத்துச் சேலையாகவும் வேட்டி யாகவும் நெய்துகொண்டு வரச்சொல்லுவதும் உண்டு.

நெசவாளிகள் மூட்டை மூட்டையாகத் தானியத்தைச் சுமந்து கொண்டுபோவார்கள்; போகும்போது தானிய மூட்டை, வரும்போது துணி மூட்டை.

பொறை பங்காரு நாயக்கருக்குப் பக்கத்தில் தாடியுடன் உட்கார்ந்துகொண்டிருப்பவர் ஜோசியம் எங்க்கட்ராயலு.

கல்யாணம் ஆகாதவர்கள் அந்தக் காலத்தில் திருமணத்தன்று தான் முகச்சவரம் செய்துகொள்வதுவழக்கம். அதுவரையும் முகத்தில் தாடிதான்! எங்க்கட்ராயலுவுக்குக் கல்யாணமே ஆகவில்லை. கல்யாண வயசைத் தாண்டி அவருக்கு ரொம்ப வருஷங்கள் ஆகிவிட்டது. அதனால் தாடியும் நிலைத்துவிட்டது. இந்தக் 'கட்டு'வை முதலில் மீறியவர் அந்தத் தலைமுறையில் அக்கையா ஒருத்தர்தான். அந்தத் தைரியம் வேறு யாருக்கும் அப்போது வரவில்லை.

எங்க்கட்ராயலுவுக்குப் பக்கத்தில் அவருடைய தம்பி சின்ன எங்க்கட்ராயலு உட்கார்ந்திருக்கிறார். அவரும் தாடி வளர்த்திக்கொண்டு வருகிறார். அவர் கல்யாணம் ஆனவர். இப்போது அவருடைய மனைவி கர்ப்பசங்கி. மனைவி கர்ப்பமாக இருக்கும்போது புருஷன் சவரம் செய்துகொள்ளும் வழக்கம் இல்லை.

மற்றொரு தாடி வழக்கமும் அப்போது அமுலில் இருந்தது. அபூர்வமாகச் சிலர் ஒரு தாரம் மட்டுமே கல்யாணம் செய்துகொள்வார்கள். அந்தச் சமூகத்தில் பெரும்பாலும் குறைந்தது இரண்டு தாரங்களாவது இருக்க வேண்டும். ஒரு பொண்டாட்டிதான் என்று இருப்பவனை "அந்த ஒத்தைப் பெண்டாட்டிக்காரனையா சொல்லுதே; சை அவன் என்ன மனுசன்" என்று ரொம்பக் கேவலமாகப் பேசுவார்கள்!

ஒரு தாரம் உள்ளவன், அவள் இறந்துபோனால் மறுதாரமும் செய்துகொள்வான். ஆனால் சிலர் திரும்பவும்

தாடி வளர்க்கத் தொடங்கிவிடுவார்கள் ! அவர்களால் வேறு கல்யாணம் செய்துகொள்ள முடியாது. அவனுடைய இறந்து போன மனைவி அவனுடைய மனசையெல்லாம் அப்படிக் கவர்ந்துகொண்டு போயிருப்பாள்.

எங்கட்ராயலு கல்யாணம் செய்துகொள்ள வேண்டு மென்று நினைத்திருந்தால் செய்திருக்கலாம்; ஆனால் அவர் அப்படிச் செய்யாததற்கு அவர் சொல்லும் காரணம் தன் ஜாதகப்படி தனக்குத் திருமணமே செய்துகொள்வதற்குச் 'சட்டம்' இல்லை என்பார்.

ராயலுவிடம், அவருக்கு என்று அமைந்த சில தனித்துவங்கள் உண்டு. சில சமயம் அவரிடத்தில் அது தோன்றிப் பிரகாசிக்கும். ஒரு மனிதன் உட்கார்ந்திருக்கும் சித்திரத்தைக் கொண்டு அவனுடைய ராசி இன்னது என்று சரியாகச் சொல்லிவிடுவார் !

தூர ஊர்ப் பிரயாணத்தின்போது ஒருநாள் அவர் ஒரு சத்திரத்தில் ஒதுங்க நேர்ந்தது. அப்போது அவரோடு அக்கையாவும் இருந்தார். அந்தச் சத்திரத்தின் விசாலமான திண்ணையில் பலபேர்கள் அங்கே உட்கார்ந்துகொண் டிருந்தனர். அப்போது ராயலு அக்கையாவைப் பார்த்து. தம்முடு, உனக்கு ஜோசியத்தில் நம்பிக்கை இல்லை என்று சொல்லுவயே; இப்போ இங்கே உக்காந்திருக்கும் ஒவ்வொரு நபரின் பிறந்த ராசியைச் சொல்லுகிறேன். சொல்லட்டுமா? என்று கேட்டார்.

அப்படியா; எங்கே சொல்லுங்க பார்ப்போம் என்றார் அக்கையா.

ராயலு, வரிசையாய் அவர்கள் உட்கார்ந்திருக்கும் சித்திரத்தைப் பார்த்து, இது இந்த ராசிக்கு உண்டான லட்சணம்; ஆகவே இவன் இந்த நட்சத்திரத்தில் பிறந்திருக்க வேணும் என்று சொல்லிக்கொண்டே வந்தார்.

அங்கே உட்கார்ந்துகொண்டிருந்த ஒவ்வொருவனையும் கவனித்தார் அக்கையா.

ஒருவன் மண்டிபோட்டு உட்கார்ந்துகொண்டு இடது கையைத் தரையில் ஊன்றி, வலதுகை விரல்களை மடித்து இடுப்பில் வைத்துக்கொண்டிருந்தான்.

ஒருவன் தரையில் உட்கார்ந்து மேல்முதுகு சுவரில் படும்படி சாய்ந்துகொண்டு கால்களை மடக்கித் தன் நெஞ்சோடு ஒட்டவைத்து முட்டுகளை இரண்டு கைகளாலும் இறுக

அணைத்துக்கொண்டு பாதங்கள் தரையில் படாமல் ஒரு நாலு விரல்கடை உயரே தூக்கி இருக்கும்படி அமர்ந்திருந்தான்.

ஒருவன் கால்களை நீளமாக நீட்டிக்கொண்டு இரண்டு முழங்கைகளையும் தரையில் ஊன்றி முஷ்டிகளை இறுக மூடி தொடைகளோடு ஒட்ட வைத்துக்கொண்டு சுவரில் சரிந்து சாய்ந்துகொண்டிருந்தான்.

இன்னொருவன் அதேமாதிரி கால்களை நீளமாக நீட்டி இடதுகாலை வலதுகால்மேல் போட்டுக்கொண்டு இரண்டு கைவிரல்களையும் கோர்த்துப் பிடரியில் போட்டுக்கொண்டு நிமிர்ந்து சுவரில் சாய்ந்துகொண்டிருந்தான்.

மற்றொருவன் வலதுகையைத் தரையில் ஊன்றி வலது காலைத் தரையோடு நீட்டிக்கொண்டு இடது காலை குத்துக் காலாக மடக்கி வைத்து அதன் முட்டின்மேல் இடது கையை நீளமாக நீட்டி வைத்துக்கொண்டு உட்கார்ந்துகொண்டிருந்தான்.

ஒருவன் முழங்காலைக் கட்டிக்கொண்டு உட்கார்ந்து லேசாக முன்னும் பின்னும் ஆடிக்கொண்டேயிருந்தான்.

இப்படி அங்கிருந்த ஒவ்வொருத்தரும் ஒவ்வொரு மாதிரியாக உட்கார்ந்திருந்துகொண்டிருந்தார்கள். ஒருவனும் மற்றவனைப் போல் உட்கார்ந்திருக்கவில்லை!

அங்கிருந்த பதினோரு பேரில் ஐந்துபேருக்கே தங்களுடைய ராசி இன்னது என்று தெரிந்திருந்தது. அதை அவர்கள் ஆச்சரியத்தோடு, உண்மைதான் என்று ஒப்புக் கொண்டார்கள்.

◯

23

இதேமாதிரிதான் மற்றொருநாள், ஜோசியம் எங்க்கட் ராயலுவும் அக்கையாவும் ஒரு ஊருக்குப் போய்விட்டு வருகிறபோது நன்றாக இருட்டி விட்டது. கொஞ்சம் சிரமம் பாராமல் மேலும் நடந்து வந்தால் ஊருக்கு வந்திருக்கலாம். ஆனால் எங்க்கட்ராயலு மலைத்துவிட்டார். ஒரு வீட்டின் திண்ணையில் இருவரும் படுத்து நன்றாகத் தூங்கிவிட்டார்கள். நடுச்சாமத்தில் மேளச்சத்தம் கேட்டு இருவரும் விழித்துக்கொண்டார்கள்.

அக்கையா எழுந்திருந்து பார்த்தார். ஒரு பெண் அழைப்பு ஊர்வலம் வந்துகொண்டிருந்தது. அக்கையா இவரைப் பார்த்து "எங்க்கட்ராயலு அண்ணா, எழுந்துவந்து பாரேன்" என்று அழைத்தார். இவர் எழுந்து வந்து பார்த்தார். பல்லக்கில் வந்துகொண்டிருந்த அந்த மணப் பெண்ணைப் பார்த்ததும் இவருடைய முகம் வாடிவிட்டது. "ஏமி பத்துகூரா அக்கையா" (என்ன வாழ்க்கையடா அக்கையா) என்று சோர்ந்த சொற்களுடன் திரும்பவும் வந்து எங்க்கட்ராயலு திண்ணையில் உட்கார்ந்துவிட்டார்.

"என்ன; என்ன விஷயம்?" என்று அக்கையா கேட்டதும் தலையை அசைத்துச் சொல்ல மறுத்தார். அக்கையா வற்புறுத்திக் கேட்டபின் "பிரேதம் வருதுடா..." என்று சொல்லி அதற்கு மேலும் சொல்லாமல் நிறுத்திக்கொண்டார்.

மூணாவது நாள், அந்த மணப்பெண்; சரியாகக்கூடக் கல்யாணம் முடியவில்லை. (அந்த நாட்களில் ஐந்து நாள் கல்யாணம்.) திடீரென்று அந்த மணப்பெண்ணைப் பூநாகம் தீண்டி இறந்து போனாள் என்ற செய்தி பக்கத்து ஊரிலெல்லாம் பரவியது.

எங்க்கட்ராயலு சில கல்யாணங்களை வினோதமாக முடித்துவைப்பார்.

ஊரில் ஒரு குடும்பத்தில் ஒருவரின் மனைவி இறந்து போய்விட்டாள். ஒரே பையன்தான், அவனுக்குப் பதினேழு வயசாகிறது. வீட்டில் ஒத்தாசனைக்கு வகையான வேறு ஆள் இல்லை. ஜாதகத்தைத் தூக்கிக்கொண்டு பையனின் தகப்பனார் எங்க்கட்ராயலுவிடம் வந்தார். மகனுக்குக் கல்யாணம் செய்து விட வேண்டும் என்று சொல்லி ஜாதகத்தைப் பார்க்கச் சொல்லிக் கேட்டுக்கொண்டார்.

ராயலு ஜாதகத்தை வாங்கிப் பார்த்தார். தாடியை வருடிக்கொண்டே யோசனை செய்தார். பிறகு தகப்பனிடம் கேட்டார் "ஏன் நீ கல்யாணம் செய்து கொண்டாலென்ன?" அதுக்குத் தகப்பனார், "கைக்கு மிஞ்சிய பிள்ளையை வீட்டில் வைத்துக்கொண்டு, நான் கல்யாணம் செய்து கொள்கிறதாவது!"

"பையனுக்குக் களஸ்திரம் சரியாக இல்லை. இதுக்கு ஒரு பரிகாரம் உண்டு, அதுப்படி செய்தால் குடும்பம் நல்ல அமைதியாக நடக்கும்."

"சரி; சொல்லுங்கோ. உங்களுக்குத் தெரியாததா; அப்படியே செய்துருவோம்."

கல்யாணத்தன்று, பெண்ணின் கழுத்தில் தாலியை முதலில் தகப்பனாரைக் கட்டச்சொன்னார். இரண்டாவது தான் மணமகனான பையன் கட்டினான்! இதை இரட்டைத் தாலி சம்பிரதாயம் என்று சொல்லுவார்கள்.

இந்தக் கல்யாணம் நடந்து பலநாள் கழித்து ஒருநாள்! கோவிந்தப்ப நாயக்கர் எங்க்கட்ராயலுவிடம், "என்னது இது நீர் செஞ்சி வச்ச கல்யாணம்? ரெண்டு பேருமே அவளைப் பெண்டாளுகிறார்களாமே!" என்று ஆச்சரியத்தோடு கேட்டுச் சிரித்தார்.

"என்ன செஞ்சிருக்கணும்ண்ணு நினைக்கே நீ?" என்று திருப்பிக் கேட்டார் ராயலு!

"ஏன் தகப்பனுக்கே கட்டி வச்சிருக்கப்படாதா அந்தப் பொண்ணை?"

சிரித்தார் ராயலு. அந்தச் சிரிப்பில் ஒரு இரக்கம் இருந்தது. ஐயோ பாவம் இந்த ஜனங்கள் என்பது போலிருந்தது. அப்புறம் சொன்னார். "அந்த ரெண்டு பேரில் யார் ஒருத்தனுக்குக் கட்டிவச்சாலும் அது இப்ப நடக்கிற மாதிரியே நடக்கும். அந்த அமைப்பு அப்படி. அதில் ஒருத்தனுக்கு மட்டும் கட்டி

இருந்து, பிறகு இந்த மாதிரி 'நடை' இருந்தா குடும்பத்தில் சதா தகராறு இருந்துகிட்டே இருக்கும். அதுக்குத்தான் இப்படிச் செய்தது" என்றார் ராயலு.

எங்கட்ராயலுவுடன் பேசிக்கொண்டு, ஏதோ ஒரு மாட்டு நோய்க்கு இந்த மாதிரி சூடு போட வேண்டும் என்று தரையில் விரலால் கோலம் போட்டுக் காண்பித்துக்கொண் டிருப்பவர் வாகடம் புல்லைய்யா.

கால்நடை சம்மந்தப்பட்ட சகல நோய்களுக்கும் அவர் தான் வைத்தியர்.

கண் திருஷ்டிகளுக்குப் பச்சிலை பூசுவார். பச்சிலை பூசுகிற அன்று யாரோடும் பேச மாட்டார்; பேசினால் பச்சிலையின் மகத்துவம் போய்விடுமாம்!

முதல் நாளே அவரிடம் பச்சிலை பூச வேண்டிய திருந்தால் சொல்லிவிட வேண்டும். அதிகாலையில் எழுந்து விடுவிடு என்று நடந்துபோவார். முகத்தை ஒரு மாதிரி உம்மென்று வைத்துக்கொண்டு உதடுகள் வேகமாக எதையோ முணுமுணுக்கிற மாதிரி இருக்கும்.

பச்சிலையைப் பிடுங்கிக்கொண்டு வரும்போது அவருக்குச் சம்மந்தகார முறையுள்ளவர்கள் வம்புக்காவது அவரிடம் பேச்சுக் கொடுப்பார்கள்; அவரை எப்படியாவது ஒரு வார்த்தை பேசவைத்துவிட வேண்டுமென்று!

பசு மாட்டின் நெற்றியில், கசக்கிய பச்சிலையைப் பிழிந்து, வடியும் அந்தச் சாற்றை முதுகு நோக்கித் தடவி விட்டுக் கொண்டே வால்வழியாகக் கீழ்நோக்கி இழுத்துவிடுவார். வாலிலிருந்து கை நழுவியதும் ஒரு சொடக்குப்போடுவார். அப்படி மூணு தரம். பிறகுதான் பேசுவார்!

காம்பு வீங்கிய மடி, இரத்தம் கசியும் காம்பு, சரியாகக் கூளம் தின்னாமலும் தண்ணீர் குடிக்காமலும் நிற்கும் மாடுகள் முதலியவற்றுக்கு அவர் பூசும் பச்சிலை ரொம்பச் சொன்னாங்கம்.

வாகடம் புல்லைய்யா இன்னொரு காரியம் செய்வார். அதுக்கு 'தழையிறது' என்று பெயர். கன்றுக்குட்டி இறந்துபோன பசுமாட்டோடு, பசுமாடு இறந்துபோன கன்றுக்குட்டியைச் சேர்த்துவைப்பது. இது மற்றவர்கள் நினைக்கிற மாதிரி அவ்வளவு லேசான காரியமில்லை. மாடுகளுக்கு மோப்ப சக்தி அதிகம். கண்கள் பார்க்க முடியாத கரும் இருட்டில்கூட வேற்றுக் கன்றுக்குட்டியைக் கொண்டுபோய் ஒரு பசுமாட்டில்

பால்குடிக்க வைத்துவிட முடியாது. முகர்ந்து பார்த்து உதைத்துத் தள்ளிவிடும். ஆகவே தழையவிட வேண்டிய கன்றுக்குட்டியை முதலில் அதன் கண்ணில் காட்டாமல் வைத்துக்கொண்டு அந்தப் பசுமாட்டையும் இந்தக் கன்றுக்குட்டியையும் ஆள் நட மாட்டமில்லாத ஒரு காட்டுக்குக் கொண்டுபோவார் புல்லைய்யா.

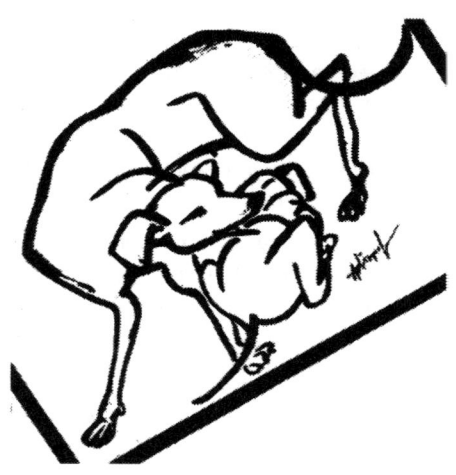

பசுவை அவர் முன்னால் பத்திக்கொண்டுபோவார். பின்னால் ஒருத்தன் கன்றுக்குட்டியைக் கொண்டுவருவான். உடங்காட்டில் அவர் இதுக்கு என்று ஒரு இடத்தைப் பார்த்து வைத்திருக்கிறார். இரண்டு மரங்கள் நெருக்கமாக இருக்கிற ஒரு இடம். அதன் மத்தியில் கொண்டு போய்ப் பசுமாட்டை நிறுத்திக் கயிறுகளால் அசைய முடியாமல் கட்டிப்போட்டுக் கொள்வார்.

இரண்டு கைகளையும் சேர்த்து ஒட்டவைத்துக்கொண்டு, பையப் பைய்ய கொஞ்சங் கொஞ்சமாகப் பசுமாட்டின் ‘அறை’க்குள் மெதுவாக நுழைப்பார். பசுமாடு ரொம்பச் சிரமப்படும். பார்க்கிறவர்களுக்கு ஐயோ இது வேண்டாமே என்று தோன்றும். முழங்கைகள் வரைக்கும் நுழைத்துச் சிறிது சிறிதாக ‘அறை’யை அகலப்படுத்துவார். மாடு பிரசவ வேதனைப்படும். அந்த வலி அதற்கு, தான் ஒரு கன்றை இப்பொழுது ஈனப் போவதாகவே ஒரு தோற்றம் கொடுத்துவிடும். இந்தச் சமயத்தில் புல்லைய்யா அந்தக் கன்றை மறைத்து வைத்திருப்பவனைச் சைகை காட்டி அழைக்கிறார். கன்றைக் கிட்டே கொண்டுவந்ததும் ‘அறை’யினுள் இருந்த தனது

கைகளைப் பளிச்சென்று வெளியே இழுத்துத் தனது கைகளில் படிந்த இரத்தத்தையும் நிணநீரையும் அந்தக் கன்றின்மேல் தடவுகிறார். கூட வந்திருந்த ஆள் பசு மாட்டின் கட்டுகளை வேகமாக அவிழ்த்துவிடுகிறான். மாடு ஆவலாக ஓடிவந்து அப்பொழுதுதான் ஈன்ற(!) கன்றுக்குட்டியைப் பாசத்தோடு நக்குகிறது!

முதல்நாள் வேத்துக் கன்றுக்குட்டி என்று வாடையால் அறிந்து உதைத்த அதே பசு, இன்று அதே கன்றுக்குட்டியை இப்பொழுதுதான் ஈன்ற கன்று என்று நினைத்து ஆசையோடு நக்கிக்கொடுக்கிறது. இனி அந்தக் கன்றுக்குட்டி பிழைத்துக் கொள்ளும். அதன் இறந்துபோன உண்மையான தாய்க்குப் பதிலாக இப்பொழுதும் ஒரு உண்மையான தாய் அதுக்குக் கிடைத்துவிட்டது.

வேற்றுக் கன்றைத் தனது கன்றாக நினைத்து பாசத்தோடு நக்கிக்கொடுக்கும் பசுவைப் பார்த்து அந்தக் கிராமத்து மனிதன்கள் சிரிப்பான்கள்; அந்தச் சிரிப்பில் பெண்டுகளும் சேர்ந்து கொள்வாள்கள்!

ஒருதரம் ஒரு பசுவுக்குக் கன்று செத்துப் பிறந்தது. புல்லைய்யா கிடைக்கு ஓடிச்சென்று, மூன்று குட்டிகள் போட்டு பால் இல்லாமல் கஷ்டப்படும் ஆட்டுக்குட்டிகளில் ஒன்றைத் தூக்கிக்கொண்டு வந்து அந்தப் பசுவில் தழையவைத்தார்.

பசுமாட்டில் வெள்ளாட்டுக்குட்டி பால் குடிப்பதையும் அந்தப் பசு அதைப் பாசத்தோடு நக்கிக் கொடுப்பதையும் பார்த்து ஊரே மூக்கின் மேல் விரலை வைத்தது.

24

புல்லையாவுக்கு இடதுபுறம், அண்ணாந்து மேலே பார்த்துக்கொண்டு உட்கார்ந்திருப்பவர் பெயர் பயிருழவு பங்காரு நாயக்கர். அவருக்கு இந்தப் பெயர் வந்ததற்கு ஒரு ருசிகரமான சம்பவமே காரணம். அவருடைய பரம எதிரியான கொத்த பாவையாவின் மந்தைப் புஞ்சையில் அந்த வருஷம் கம்மம் பயிர் ரொம்ப நன்றாக இருந்தது. இதைக் கண்ட பங்காரு நாயக்கருக்கு வயிறு எரிந்தது. இரு இரு என்று மனசுக்குள் கறுவிக்கொண்டே இருந்தவர் அன்று நிலாவில் ஒருவருக்கும் தெரியாமல், உழவுமாட்டின் கழுத்து மணிகளை அவிழ்த்து வைத்துவிட்டுக் கலப்பையையும் எடுத்துக்கொண்டு போய் மேழியை அழுத்தி முங்கப்பிடித்து உழுது விட்டு வந்துவிட்டார் யாருக்கும் தெரியாமல்.

ஊரே திரண்டு போய்ப் பார்த்தது இந்த வங்கொடுமையை. பச்சைப் பசேல் என்று தரை தெரியாமல் இருந்த அந்த இடம் கன்னங்கரேர் என்று பயிரெல்லாம் மண் மூடிப் புதைந்துபோய் இருந்தது.

பாவிப்பயல் எவனோ அவ்வளவு கிட்டத்தில் நெருக்கிப் பிடித்திருக்கிறான் உழவை; அவன் வாயில் மண்தான் விழும் என்று பேசிக்கொண்டார்கள்.

வருசத்துக்கு ஒரு பயிர்; அதுவும் போச்சி என்று மனசு விட்டுப்போய் பேசினார்கள் ஜனங்கள்.

ஒரு வாரம் வெயில் அடித்தது. அப்புறம் ஒரு மழை அறைந்தது. என்ன அதிசயம்! அந்தப் பயிர்கள் வேகமாகப் பக்கங்களில் கணக்கில்லாமல் தரையிலிருந்து சில்லுகள் வெடித்துக் ‘குதித்துக்கொண்டு’ வளர்ந்தது. பக்கத்துப் புஞ்சைகளெல்லாம் கம்மம்பயிர் பச்சை நிறத்தில் இருந்தால் இந்தப் புஞ்சையில் பயிர்கள் கரும்பச்சை நிறமாக இருந்தது.

அதை சம்சாரிகள் மொழியில் சொல்வதென்றால்,

பேய் அடிக்கிறாப்லெ கரேர் என்று,
எச்சில் துப்பினாக் கீழே விழாமல்,
உள்ளே ஒரே இருட்டாய்,
சீள் வண்டுகள் இரையும் படியாய்,
ஈ கொசுகூட உள்ளே நுழைய முடியாமல்...
இப்படியெல்லாம் இருந்தது!

கதிர் வாங்கிய வயணத்தையோ சொல்லி முடியாது. 'ஒரு கதிரைப் பிடுங்கி ஆளை அடித்துச் சாய்த்துவிடலாம்!'

அந்த வருஷம் கொத்த பாவையாவுக்குப் புஞ்சையில் வழக்கமான விளைவைவிட இரண்டு மடங்கு கம்மம்புல் ஆனது. தானியமணியின் திரட்சியும் அப்படி இருந்தது. ஊர்கூடிக் களத்தில் அந்த அதிசயத்தைப் பார்த்தது.

இந்த அதிசயம் பங்காரு நாயக்கரையும் வெகுவாகப் பாதித்தது. அவரால் தன்னை அடக்கிக்கொள்ள முடியவில்லை. "நானே பயிரை உழுதேன்; நான்தான் பயிரை உழுதேன்" என்று சத்தம் போட்டுச் சொன்னார்!

கெடுதல் நினைத்துச் செய்திருந்தாலும் விளைவு நல்லதாக இருந்ததால் கிராமம் அவரை மன்னித்தது. கோவிலுக்கு ஒரு மாதம் தீபம் போடுவதற்கான எண்ணெய்ச் செலவை ஏற்றுக் கொள்ளும்படி செய்தது அவரை.

பங்காரு நாயக்கர் ஆராய்ச்சிசெய்து பயிருழவைக் கண்டுபிடித்துவிடவில்லை. அவர் செய்த 'கெடுதல்' இன்றும்

இந்தக் கரிசல் காட்டுக்கு ஒரு வரப்பிரசாதமாக விளங்குகிறது. அன்றிலிருந்து அவருக்குப் பயிருழவு பங்காரு நாயக்கர் என்று பெயராகியது.

புல்லைய்யாவுக்கு வலதுபுறம், தலையில் பெரிய லேஞ்சி கட்டிக்கொண்டிருப்பவர் வைத்தியம் மஞ்சைய்யா. எப்பப் பார்த்தாலும் சதா பச்சிலைகளைத் தேடிக்கொண்டே அலைகிறவர். மேலே பார்த்தோ நேராகப் பார்த்தோ நடந்து அறியாதவர்!

அந்த வட்டாரத்திலுள்ள ஒவ்வொரு புல் பூண்டும் இவருக்குத் தெரியும். இவருக்குத் தெரியாத இலை தழையே கிடையாது. மரப்பட்டைகள், வேர்கள், பூக்கள், காய்கள், இலைகள் இவைகளைத் தேடி வேட்டையாடிக்கொண்டே இருப்பார்.

இந்த இந்தச் செடிகள் இந்த வருஷம் அதிகம் முளைத்திருக் கிறது. ஆகவே மனிதர்களுக்கு இந்த வருஷம் இந்த நோய்கள் அதிகமாகக் காணப்படும் என்று சொல்லுவார்!

ஒவ்வொரு பச்சிலையைப் பறிப்பதற்கும் இன்ன இன்ன கிழமை என்று உண்டு; நேரம் காலம் எல்லாம் உண்டு என்பார்.

சில பச்சிலைகளைப் பிடுங்க திசைகள் உண்டு; அந்தத் திசையைப் பார்த்துதான் அதைப் பிடுங்க வேண்டும். சில சொற்களை உச்சரித்துப் பிடுங்க வேண்டிய பச்சிலைகளும் உண்டு என்றெல்லாம் சொல்லுவார்.

சனிக்கிழமை தோறும் அவரைக் குருமலையில் ஏதாவது ஒரு இடத்தில் பார்க்கலாம். அங்கே அந்த நாள் முழுதும் பச்சிலை தேடிக்கொண்டே இருப்பார்.

குருமலையை அவர் சஞ்சீவிமலை என்பார். அந்த மலைக் காற்று பட்டாலே போதும்; ரோகங்கள் மனிதனை நாடாது என்பார்.

"அனுமான் சஞ்சீவி பர்வதத்தைத் தூக்கிக்கொண்டு இந்த வழியாகப் போகும்போது அதிலிருந்து விழுந்த ஒரு பகுதிதான் இந்த மலை.

"இந்த மலைக்கு சித்தர்கள் பச்சிலை தேடி வருவார்கள். இன்றும்கூட நம் கண்ணுக்குத் தெரியாமல் இந்த மலையில் சித்தர்கள் வாழ்கிறார்கள்.

"ஒரு சமயம் ஒரு வேடுவனுக்குக் கையில் பலத்த காயம் பட்டுவிட்டது. அவன் அப்போது மலையின் ஒரு கோடியிலிருந்து

மறுகோடிக்கு வந்து கொண்டிருந்தான். கையில் பட்ட காயத்திலிருந்து இரத்தம் வந்துகொண்டே இருந்தது. கைக்குக் கிடைத்த செடியிலிருந்தெல்லாம் இலையைப் பறித்து அவன் அந்தக் காயத்திலிருந்து வடியும் இரத்தத்தைத் துடைத்துக் கொண்டே வந்தான்.

"அவன் மலையை விட்டு வெளியே வரும்போது கையில் காயமே இல்லை!

அவன் துடைத்துப் போட்டுக்கொண்டே வந்த செடியின் இலைகளில் ஏதோ ஒன்று அந்த சஞ்சீவியின் இலையாக இருந்திருக்கிறது! அதை அவன் கவனிக்கவில்லை.

"மறுநாள், அந்தச் செடியைக் கண்டுபிடித்து விட வேண்டும் என்று ஆசைப்பட்டு, தானே வலிய ஒரு காயத்தை உண்டு பண்ணிக்கொண்டு, தான் முதல் நாள் வந்த வழியாகவே ஒவ்வொரு செடியின் இலையையும் பறித் துடைத்துக்கொண்டே வந்தான். அகப்படவே இல்லை அந்தச் செடி.

"அப்பேர்ப்பட்ட பச்சிலைகளெல்லாம் இந்த சஞ்சீவி மலையில் இன்னும் இருக்கிறது. நாளையும் இருக்கும்" என்பார் மஞ்சைய்யா.

வைத்தி மஞ்சைய்யாவிடம் கைபிடித்துப் பார்க்கச் சொல்லி நீட்டுவதே ஒரு சுகானுபவம். கையைப் பற்றியதுமே நாடியைப் பிடித்துப் பார்த்துவிட மாட்டார். கையைப் பிடித்து ஒவ்வொரு விரலையும் மென்மையாக இழுத்துச் சொடக்கு விழ வைப்பார். அப்புறம் எல்லா விரல்களையுமே ஒரு சேரப் பற்றி பதமாக ரெண்டு மூணுதரம் நீட்டி மடக்கி, மடக்கி நீட்டி... இப்படியெல்லாம் செய்துதான் பிறகு நாடியைப் பிடித்துப் பார்ப்பார். இந்தக் கைச் சுகத்துக்காகவே பல ஆண்களும் பெண்களும் அவரிடம் நீட்டுவார்கள் கையை!

ஆண்களுக்கு வலதுகை; பெண்களுக்கு இடதுகை. இது முதலில் தொடங்கும்போது. ஆனால் ஒருவரின் இரண்டு கைகளிலுள்ள நாடிகளையுமே பார்த்த பிறகுதான் தீர்மானத்துக்கு வருவார்.

பார்ப்பவரின் கையிலிருந்து தனது கையை எடுத்தவுடன் தவறாமல் மூன்றுதரம் ஆள்க்காட்டி விரலால் தரையைச் சுண்டித் தட்டுவார். பிறகு ஒரு பாட்டு. குரல் கேட்க இனிமை யாக இருக்கும். எல்லாம், வாத பித்த சிலேட்டும் கூடுதல் குறைச்சல் பற்றி விவரிக்கும். பரிகாரமும் பாட்டாகவே வரும்.

தீண்டாத ஜாதியைச் சேர்ந்தவர்கள் வைத்தியத்துக்கு வந்தால், அவர்களுடைய கையின் மேல் போட்டுப் பார்ப்பதற்கு ஒரு மெல்லிய பட்டுத்துணி வைத்திருக்கிறார். அதைப் போட்டுத்தான் நாடி பார்ப்பார்.

வைத்திமஞ்சைய்யாவிடமுள்ள தனித்துவம், நோயாளியிடம் என்ன செய்கிறது என்று கேட்டுத் தெரிந்துகொள்ளுவதல்ல; நாடியைப் பார்த்தபின் இன்னது செய்கிறது உனக்கு என்று சரியாகச் சொல்லுவார்!

மற்ற வைத்தியர்கள் மாதிரி இவர் நெடுநாள் உப்பில்லாப் பத்தியம் வைத்து நோயாளிகளை வதைக்க மாட்டார். உப்பில்லாப் பத்தியம் இருக்க வேண்டியவர்களுக்கு இவர் ஒரு பொடி கொடுப்பார். அதை அவர்கள் தங்கள் ஆகாரத்தில் கடுகளவு சேர்த்துக்கொண்டால் போதும். நாக்குக்கு வேண்டிய 'உப்பு' தெரியும் அதில்! உணவும் உப்பிட்ட மாதிரியே ருசியாகவும் இருக்கும்.

சிலரிடம், நீ ஆகாரத்தில் இந்த இந்த உணவுகளைத் தள்ளி விடு, இந்த இந்த உணவைச் சேர்த்துக்கொள். உனக்கு ஒரு நோயும் வராது என்பார்.

சிலரைப் பார்த்து நீ சரியாக இத்தனை மாதம் ¹அகப்பத்தியம் மட்டும் இருந்தால் போதும், உனக்குச் சரியாகி விடும் என்பார்!

○

---

1. அகப்பத்தியம் – பெண் ஆண் உறவு கூடாது.

25

நெற்றியில் பிரகாசமாய்த் திருமண் இட்டுக் கொண்டிருப்பவர் எளவுப்பெட்டி ராமய்யா.

இவர் வேலைக்குப் போய்விட்டு வந்து குளித்து முடித்தவுடன் நெற்றிக்கு இட்டுக்கொள்ளாமல் சாப்பிட மாட்டார். அதுக்கென்றே சிறிய அழகிய மரவேலைப்பாடுகள் அமைந்த 'திருநாமப் பெட்டி' ஒன்று செய்து வைத்திருக்கிறார்.

இவர் கொஞ்சம் போஜனப் பிரியர். பெண்டாட்டி முதுகு தேய்க்கும்போதே "சின்னக்குட்டி, இன்னைக்கு என்ன சமையல்?" என்று விசாரிப்பார். அவருக்குப் பிடித்தமான பாகங்கள் இருந்தால், உடம்பு துவட்டிக்கொண் டிருக்கும் போதே "சின்னக் குட்டீ அந்தத் திருநாமப் பெட்டியை எடுத்துக்கொண்டு வா" என்று உற்சாக மாகக் கூவுவார். சமையல், அவர் நினைத்த மாதிரி ஒன்றும் சரியில்லையென்றால் "அடியே, அந்த எளவுப் பெட்டியை எடுத்துக்கிட்டு வந்துத் தொலை" என்று கத்துவார்.

ராமைய்யாவுக்கு அருகில் இருப்பவர் காயடி கொண்டய்யா. இவரை அக்கையா காய்கடி கொண்டைய்யா என்றுதான் சொல்லுவார்!

ஆட்டுக்கிடையில் இவருக்கு அமோக வரவேற்பு. ராஜ வரவேற்பு என்று சொன்னாலும் தப்பில்லை! காய் அடிக்க வேண்டிய கிடாய்க்குட்டி களை இவரிடம் கொண்டுவருவார்கள். இவர் ஒரு மெல்லிய துணியை ரெண்டாக மடித்து விதையின் மேல் பகுதியில் போட்டுக்கொண்டு நரம்பைத் தன் பற்களால் கடக்கென்று கடித்து 'வெட்டி' விடுவார்! நெமை (இமை) தட்டுவதற்குள் ரெண்டு பக்கமும் சோலியைத் திருத்திவிடுவார். பார்ப்பதற்கு இது 'ஒரு மாதிரியாக' இருந்தாலும்

கிடாய்களுக்கு அவ்வளவாய் அவஸ்தை இல்லை. இந்த 'இவருடைய முறை' அமுலாவதற்கு முன்னால் கிடையில், இரண்டு கம்புகளுக்கு இடையே கிடாயின் விதைகளைக் கொடுத்து நெறிப்பார்கள். அதனுடைய கட்டித்தன்மை நீங்கும் வரையிலும் மாறிமாறிப் பிடித்து நெறிப்பார்கள். கிடாய் அலறிக் கூப்பாடு போடும். அந்த ஓலத்தைக் கேட்கவே பரிதாபமாக இருக்கும். இவ்வளவு சங்கடத்தையும் நீக்கியவரல்லவா இந்தக் காயடி கொண்டய்யா!

"உன்னோடு யாரும் மல்லுக்கு வரமாட்டார்கள்; உன்னைப் பார்த்தாலே பயமா இருக்கு" என்பார் அக்கையா!

அவரையடுத்து பெரிய கொண்டை போட்டுக்கொண்டு அடக்கமாய் கண்கள் தூக்கக் கலக்கத்தில் உட்கார்ந்திருக்கிறாரே அவர் பெயர் ரகுபதி நாயக்கர். அங்கேயுள்ள அத்தனை நாயக்கர்களும் போட்டுக்கொண்டிருப்பதைவிட அவருடைய கொண்டைதான் பெரிசு. பெண்டுகளே கண்டு ஆசைப்படும்படி யான அத்தனை பெரிய கொண்டை அவருடையது

ஆள் சரியான பாட்டாளி. தலைக்கோழி கூப்பிட எழுந்திருந்தால் தீபம் வைக்கிற நேரம் வரைக்கும் ஓய மாட்டார். செய்யும் வேலையை நிறுத்திவிட்டார் என்றால் தூக்கம் வந்துவிடும்! தூக்கத்துக்கும் அவருக்கும் அப்படியொரு கும்பகர்ண ராசி.

அவருடைய சில அந்தரங்கங்கள் பல பேருக்குத் தெரியாது. அவருக்குக் கல்யாணமாகி ஆறு வருஷங்கள் ஆகிறது. கோபல்ல கிராமத்திலுள்ள முக்கால்வாசி ஆண்களைப் போலவே அவருக்கும் இரண்டு தாரங்கள். அவருக்குச் சொந்த அக்காள் மகள்கள்தான். நாளது தெய்தி வரைக்கும் ஒத்தைக் குழந்தை கிடையாது.

குழந்தை இல்லையென்றுதான் ஊராருக்குத் தெரியுமே தவிர உண்மை தெரியுமா?

ரகுபதி நாயக்கரின் வார்த்தையிலேயே அதைச் சொல்லுவ தென்றால் 'அது ஒரு வெக்கக்கேடு!'

அவருக்குக் கல்யாணம் செய்துவைக்கும்போது அதுகள் ரெண்டும் சடங்காகி இருக்கவில்லை. ஒரு வருஷமோ என்னமோ கழித்துத்தான் முன்னும் பின்னுமாகச் சடங்கானதுகள்.

வேலைவெட்டியெல்லாம் முடிந்து அவர் வீட்டுக்குவர பொழுது சாய்ந்துவிடும். மாடுகளைக் கொண்டுவந்து

தொழுவத்தில் கட்டிவிட்டுக் கூளம் ஒடித்துக்கொண்டுவர படப்படிக்குப் போவார்.

தட்டைப் படப்பில் ஒண்ணுபோல கூளம் பிடுங்கி ஒடித்து ஒடித்துப் போட்டு, நாத்துப் படப்பிலேயும் கூளம் பிடுங்கிய பின் சடைப்போட்டுவிட்டு, இரண்டு கூளங்களையும் சேர்த்துப் பெரும் கட்டாகக் கட்டி முடித்து மாலைக் கடனையும் முடித்துவிட்டு, யாராவது அப்படிக்கூடிப் போகிறவர்களைக் கூப்பிட்டுத் தலையில் தூக்கிவிடச் சொல்லி வீடு கொண்டுவந்து சேர்ப்பார்.

மாடுகளுக்கெல்லாம் கூளம் போட்டுவிட்டு, குளிக்கத் தயாராவார். பெரிய சருவச்சட்டியில் வென்னீர் விளாவி இருவரில் யாராவது ஒருத்தியின் ஒத்தாசனையுடன் ஒரு கை பிடித்து முற்றத்துக்குக் கொண்டுவருவார்.

முதுகு தேய்த்துவிடும்போதே அவருக்கு 'சாமி அருளாகி' விடும்! முதுகு தேய்த்துவிட்டு அவரிடமிருந்து விலகுவது ஒருபாடு! வளையல் ஒலியும் கைக்குக் கை பிடிபடாமல் தப்பிக்கிறதும், மௌனச் சிரிப்பும் கிளுகிளுப்புமாக ஒரு சின்ன 'ரகளை'யே அங்கு நடைபெறும்! நாயகி அவரிடமிருந்து திரும்பும்போது முந்தானையால் முகத்தைத் துடைத்துக் கொள்கிற மாதிரி, சிரிப்பையும் பொங்குதலையும் துடைத்துக் கொண்டே வரவேண்டியதிருக்கும்!

நாயக்கர் ஒன்றுமே நடக்காதது மாதிரி நல்ல பிள்ளையாக முகத்தை வைத்துக்கொண்டு வந்து வட்டிலுக்கு முன்னால் உட்காருவார். சாப்பாடு மௌனமாக நடைபெறும்.

குளித்த வென்னீரின் ஒத்தடமும் சாப்பாட்டின் கனமும் ஓய்வை விரும்பும் உடம்பின் அசதியும் அவரை நிலை

கொள்ளவிடாது. படுக்கையில் கொஞ்சம் சாய்வார். வீட்டில் வேலைக்காரர்களுக்கு, ஆடு, மாடு மேய்ப்பவர்களுக்கு உடன் பிறந்தவர்களுக்கு, வண்ணாத்தி, குடிமகளுக்கு, அவர்கள் பாட்டுக்கு இப்படியெல்லாம் சாப்பாடு போட்டு, சாப்பிட்டு, பாலைக் காய்ச்சி ஆறவைத்து உறையூத்தி, மாடுகளுக்கெல்லாம் திரும்பவும் கூளம் அள்ளிப்போட்டு, கதவுகள் பூட்டுகள் சரியாகப் பூட்டி இருக்கா என்று பார்த்து, உஸ் அப்பாடா என்று 'அது' கள் படுக்கைக்கு வரும்போது நாயக்கர் மெல்லிய குறட்டைவிட்டு சொகமாய்த் தூங்கிக்கொண்டிருப்பார்.

அக்காளும் தங்கையும் வெற்றிலை போட்டுக்கொண்டு விளக்கைச் சிறிதாக்கிவிட்டுச் சிறிது நேரம் மெல்லிய குரலில் கசுபுசு என்று ஏதாவது நடப்புச் சமாச்சாரங்கள் பேசுவார்கள். அப்புறம் ஒன்றிரண்டு கொட்டாவி; குரல் கனத்துத் தூக்கம் சொக்கி அவர்களும் தூங்கிவிடுவார்கள். தலைக்கோழி கூப்பிட்டதும் அத்தையம்மா எழுந்து விளக்கைப் பெரிதாக்கி விட்டு, மாடுகளுக்குக் கூளம் போட்டுவிட்டு வந்து வெற்றிலை உரலை எடுத்துவைத்துக்கொண்டு நங் நங் நங் என்று தட்டி வெற்றிலைபோட ஆரம்பிப்பாள். இரண்டாவது கோழி கூப்பிட்டதும் அனைவருக்கும் முழிப்புத் தட்டிவிடும். அக்காவும் தங்கையும் முற்றம் தெளிக்க எழுந்திருக்கும் சமயத்தில்தான் நாயக்கருக்கு முழிப்புத் தட்டும். எட்டி அவர்களில் யாரையாவது கைக்கு அகப்பட்டவர்களைப் பிடிப்பார். ஸ்... கையை விடுங்க; விடிஞ்சிட்டது என்று உதறிவிட்டு நழுவிவிடுவார்கள்.

தன்னை வந்து அமுக்கிய தூக்கத்தை நாயக்கர் சபித்துக் கொண்டே வேட்டியை இறுக்கிக் கட்டிக்கொண்டு தொழுவைத் தூத்து குப்பையை அள்ளப் புறப்படுவார்.

இப்படியே தினோமும் நடந்துகொண்டே போகிறது, எந்தவித மாற்றமும் இல்லாமல்!

❍

26

தூக்கக் கலக்கத்தோடு மரத்தின்மேல் சாய்ந்து கொண்டிருந்த ரகுபதி நாயக்கரின் பக்கத்தில் உட்கார்ந்து கம்மாயின் அலைவாக் கற்களின்மேல் கால்களைத் தொங்கவிட்டுக் கொண்டிருப்பவரின் பெயர் ஜலரங்கன். தூக்கலான மூக்கு; அதனால் முகத்தைப் பார்க்கும் போதே மூக்கின் துவாரங்கள் தெரிகிறது.

இவனுடைய தாய் பிரசவ வேதனை தாங்காமல் தற்கொலை செய்துகொள்ள ஓடிச்சென்று கம்மாய்த் தண்ணீரில் குதித்துவிட்டாள். அவள் தெருவழியாய் அந்த நிலையில் ஓடிய காட்சியை ரொம்பப்பேர் ரொம்பநாளாய் மறக்க முடியாமல் சொல்லிக்கொண்டே இருந்தார்கள்.

அவள் தண்ணீரில் குதித்தவுடன் பிரசவமாகி விட்டது. குழந்தையைக் கண்டவுடன் அவளுக்கு உயிர்வாழ வேண்டும் என்ற ஆசை உண்டாகி விட்டது. கைகளில் குழந்தையைத் தலைக்குமேல் ஏந்திக்கொண்டு காப்பாத்துங்கோ; என்னைக் காப்பாத்துங்கோ என்று கூப்பாடு போட்டாளாம்! நல்லவேளையாக ஆழமில்லாத தண்ணீர்; ஜனங்கள் திரண்டு ஓடிச்சென்று அவளையும் குழந்தையையும் காப்பாற்றிவிட்டார்கள்.

தண்ணீரில் பிறந்ததினால் அவன் ஜலரங்கன் ஆனான்!

கூட்டத்துக்கு அப்போதுதான் கல்த்தொழு மரகதய்யா வந்தார். அவருக்கு இந்த விஷயமே தெரியாதாம். வெளியூர் போயிருந்தாராம். வந்து கொஞ்ச நேரங்கூட உட்காரவில்லையாம். ஊர் சாட்டப்பட்ட விஷயம் கேள்விப்பட்டதும் வருகிறாராம்.

முக்கியஸ்தர்கள் அனேகமாகக் கூட்டத்துக்கு வந்து விட்டார்கள். இன்னும் சிலர் வேகமாக வந்துகொண்டிருக் கிறார்கள். வெளியூரிலிருந்து வந்து சேராதவர்கள், உடம்புக்கு வந்து நடமாட முடியாமல் படுக்கையில் இருப்பவர்கள், தவங்கிப்போன வயசாளிகள் இவர்கள் தவிர அனேகமாக வந்துவிட்டார்கள்.

கிராமக் கொண்டிக் காவல்காரர்கள் கூட்டத்துக்குப் பக்கம் குழந்தைகள் வராதவாறும், பிரேதத்தின் பக்கம் பெண்களும் மற்றவர்களும் கூட்டம் கூடி நிற்காமலும் பார்த்துக் கொள்கிறார்கள்.

கொண்டிக் காவல்காரர்களைப் பார்த்து கோவிந்தப்ப நாயக்கர் "எல்லாரும் வந்தாச்சா; யார் யார் இன்னும் வரணும்?" என்று கூட்டத்தில் சலம்பிக்கொண்டிருந்த மனித ஓசைகளுக்கு மத்தியில் கணீரென்ற குரலில் கேட்கிறார். இந்தக் குரலைக் கேட்டதும் கூட்டத்தின் ஓசை வற்றுகிறது. கூட்டம் ஆரம்பமான சுறுசுறுப்பு உணர்வு வருகிறது அனைவருக்கும். அப்பொழுது தான் பஜனைமடம் பார்த்தசாரதி நாயக்கர் நெற்றியில் அகலமான திருமண் துலங்க நீண்ட வெண்தாடியுடன் வந்து கோவிந்தப்ப நாயக்கருக்குப் பக்கத்தில் போகிறார்.

கோபல்ல கிராமம்

அனைவரும் அவருக்கு மரியாதையோடு வழிவிட்டு விலகினார்கள். பருமனும் அகலமுமுள்ள கோவிந்தப்ப நாயக்கரின் தோள்களில் ஒன்றைப் பற்றிக் கொண்டு "ராமச்சந்த்ர மூர்த்தே..." என்று சொல்லி உட்காருகிறார்.

பக்கத்தில் அவர் வந்ததும் கற்பூரம்போன்ற ஒரு 'கோவில் மணம்' வீசியது. அது நிறைவாகவும் இதமாகவும் இருந்தது.

"இது என்ன அநியாயம் கோயிந்தப்பா?" என்று இரண்டு கைகளையும் ஏந்தி விரித்துக் கேட்டார் அவர். சோகத்தில் முகம் ஒரு அழும் உணர்ச்சியைக் காட்டியது.

பார்த்தசாரதி நாயக்கரின் உள்ளம் ரொம்ப இளகியது. ஒரு சிறிய விஷயத்தைக்கூட அவரால் தாங்க முடியாது. ஸ்ரீராமன் ஒரு ஓடக்காரனைப் பார்த்து 'நீ என் தோழன்' என்று சொன்னான் என்ற இடத்தைக் கேட்கும்போதெல்லாம் மெய்மறந்து கண்ணீர் விட்டுவிடுவார்.

அவர் முதிர்ந்த ராம பக்தர். சதா கையில் சுரைத் தம்புராவுடன் ராம நாமாவைப் பாடிக்கொண்டே இருப்பார். 'ராம நாமமு கல்க்கண்டூ...' என்று அவர் உருகிப் பாடும் போது கேட்பவர் மெய்சிலிர்த்துப்போவார்கள்.

"கூட்டத்தை ஆரம்பிக்கலாமா?" என்று பார்த்தசாரதியைப் பார்த்துக் கேட்டார் கோவிந்தப்ப நாயக்கர். அவருடைய தலையசைப்புக் கிடைத்ததும் தொடங்கினார்.

கோவிந்தப்ப நாயக்கர் கூட்டத்தில் யாரையோ தேடுவது போல் கண்களால் துளாவினார். உடனே அனைவரும் அவரையே பார்த்தார்கள். நல்லமனசு திரவத்தி நாயக்கரின் மேல் வந்து அவரது பார்வை நிலைத்ததும், ஆள்க்காட்டி விரலால் எழுந்திருக்கும்படி சைகை காட்டி "அவனுடைய கட்டெல்லாத்தையும் அவுத்துவிட்டு அவனைக் கொண்டா இங்கே" என்று கூட்டத்தின் முன்னாலுள்ள இடத்தைக் காட்டினார்.

திரவத்தி நாயக்கர் அவனுடைய கட்டுகளை அவிழ்த்து விட்டு கூட்டத்தின் முன்னுள்ள இடத்தில் கொண்டுவந்து வட்டமாகக் கோடு வரைந்து அதற்குள் அவனை நிறுத்திவிட்டு விலகி நின்றுகொண்டார். இளவட்டங்கள் உஷாராயினர்.

"நீ யாரப்பா? எந்த ஊரு? ஒம் பேரென்ன?" என்று எடுப்பான குரலில் அவனைப் பார்த்துக் கேட்டார் கோவிந்தப்ப நாயக்கர்.

வாயே திறக்காமல் அவன் மௌனம் சாதித்தான்.

திரும்பவும் அதேபோலக் கேட்டார் அவர். ஆனால் இந்தத் தடவை குரலில் காரம் அதிகமாய் இருந்தது.

அதற்கும் அவன் பதில் சொல்லவில்லை.

கூட்டத்தில் சிறு முணுமுணுப்பும் சலசலப்பும் உண்டானது. சில கண்கள் அதிசயத்தோடு பார்த்தன. சில கண்கள் கோபத்தால் சிவந்தன. சில கண்கள் திகைத்து ஒன்றை யொன்று பார்த்தன. பல கண்கள் அவனையே கூர்மையாகக் கவனித்தன.

படீரென்று ஒரு தாட்டியமான குரல், "என்ன; கேக்கிறது காதுலெ விழலையா? என்ன நினைச்சுக்கிட்டிருக்கே ஒன் மனசுலே?" என்று கையை ஓங்கிக்கொண்டு அவன்மீது பாய ஆரம்பித்ததும் இளவட்டங்களும் எழுந்திருந்தார்கள்.

கையை உயர்த்தி கோவிந்தப்ப நாயக்கர் அவர்களை சாந்தப்படுத்தி "இனி அவனை யாரும் கை நீட்டப்படாது" என்று தீர்க்கமான குரலில் சொன்னார். சொல்லிவிட்டுப் பெரியவர் பார்த்தசாரதியைப் பார்த்தார். சரிதானே என்பது போல் அவர் தலையை அசைத்தார்.

பிறகு தனது தம்பி கிருஷ்ணப்ப நாயக்கரைப் பார்த்து, என்ன நடந்தது என்று சபைக்குச் சொல்லும்படி கேட்டுக் கொண்டார்.

கிருஷ்ணப்ப நாயக்கர், அன்று காலை தங்களுடைய 'மதுரைப்பாதைப் புஞ்சை'க்கு நாத்துப் பாரம் சுமக்க வண்டி போட்டுக்கொண்டு போனதும், இரண்டாவது நடைக்குப் போகும்போது வண்டிப்பட்டை வெயிலுக்குச் சூடாகி பைதாவிலிருந்து கழலும்போல் தெரிந்ததால் மங்கம்மா சாலை வழியாக வண்டியை ஓட்டிக்கொண்டு வந்து ஊருணியில் தண்ணீர் தெளிக்கப்போனது, அப்பொழுது அவனைப் பார்த்தது முதலிய எல்லா விவரங்களையும் ஒன்றுவிடாமல் நடந்ததைச் சொல்லிக்கொண்டே வந்தார்.

"நான் அவனைப் பார்த்தபோதே என் மனசுக்கு அவன் பேரில் ஒரு மாதிரியாகப்பட்டது. இங்கே என்னமோ நடந்திருக்கு என்று என்னையறியாமல் ஏதோ ஒன்று என்னிடம் புலப்படுத்துகிற மாதிரிப்பட்டது. எனக்கு ஒன்றும் தெளிவாக விளங்கலை.

"இந்த ஆசாரி வந்து சொன்னதும் அந்த விசயத்துக்கும் இவனுக்கும் ஏதோ சம்மந்தம் இருப்பதுபோல என் மனசுக்குப்பட்டது.

"நான் அவனை அரட்டி தண்ணியைவிட்டு வெளியேவரச் செய்தேன். நல்லவேளை, அவன் வந்தான்; இல்லை நானும் அவனை என்ன செஞ்சிருப்பனோ...

"அவன் வெளியே வந்த பிறகுதான் அந்தப் பயங்கரம் என் கண்ணுக்குத் தெரிஞ்சது. அவள் இவன் கால்பெருவிரலைக் கடித்துக் கொண்டிருந்ததிலிருந்து இவன் அவளைத் தண்ணீரில் அமுக்கி முகத்தை மிதித்திருக்க வேண்டும்" என்று கிருஷ்ணப்ப நாயக்கர் சொல்லிக்கொண்டு வரும்போது, பார்த்தசாரதி நாயக்கர் உணர்ச்சி வசப்பட்டு "டேய், சண்டாளப் பாவீ..." என்று அவனைப் பார்த்து ஆங்காரமாகக் கூச்சலிட்டு எழுந்தார்.

அவரைப் பக்கத்திலிருந்தவர்கள் சாந்தப்படுத்தினார்கள். அவரும் தன் நிதானம் அடைந்து மூச்சு இறைக்க கண்கள் இரத்தமாய் சிவக்கக் கோபப் பார்வையோடு அவனையே பார்த்தார். பெண்ணுக்கு அநீதி என்றால் அவர் இப்படித்தான் கொதிப்பார். சாந்தமூர்த்தியான ராமனை தெய்வமாக வழிபட்டாலும், அவர் லக்ஷ்மணன்போலக் கோபியாகவே இருக்கிறார்.

சீதாதேவிக்கு ராவணன் இழைத்த கொடுமையைக் கேட்டதிலிருந்து அவருக்குப் பெண் இனத்தின் மீதே ஒரு பரிவு உண்டாகிவிட்டது. யார் பெண்களுக்கு ஒரு சிறிய தீமை செய்தாலும் அவரால் பொறுத்துக்கொள்ள முடியாது.

"அண்ணா சாந்தம் அடையுங்கள்; அண்ணா..." என்று கோவிந்தப்ப நாயக்கர் அவருடைய கொதிக்கும் தோள்களைத் தொட்டு அவரைத் தடவிக்கொடுத்தார்.

கூட்டத்தின் சலம்பல் அடங்கியதும் கிருஷ்ணப்ப நாயக்கர் தொடர்ந்து அங்கே நடந்ததை நிதானமாகவும் தெளிவாகவும் சொல்லிமுடித்தார்.

"சரி" என்று கோவிந்தப்ப நாயக்கர் சொன்னதும் கிருஷ்ணப்ப நாயக்கர் உட்கார்ந்துகொண்டார்.

அடுத்து ஆசாரியாரைக் கூப்பிட்டார்கள்.

அவர் கூட்டத்தில் வந்து நின்றதும் முகத்தை இருகைகளாலும் மூடிக்கொண்டு தேம்பித் தேம்பி அழுதார். கூட்டத்திலுள்ளவர்கள் ஒருவர் முகத்தை ஒருவர் பார்த்துக் கொண்டு "ப்ச்சு, பாவம்..." என்று முணுமுணுத்தனர். இளகிய உள்ளம் உள்ளவர்கள் தங்கள் கண்களைத் துடைத்துக் கொண்டனர். சிலர் இதற்கெல்லாம் காரணமாக இருந்த

அவனைக் குரோதமாகப் பார்த்தார்கள். சிலருடைய பார்வை வண்டியில் கிடத்தப் பட்டுள்ள அந்த உடலைப் பார்த்தது.

ஆசாரியாரின் அழுகை பலத்துக்கொண்டு வந்தது. யாராவது அவரை சாந்தப்படுத்தணுமே என்று சுற்று முற்றும் பார்த்தபோது பார்த்தசாரதி நாயக்கர் "ராம்; ராம்; ராம்" என்று மெதுவாகச் சொல்லிக்கொண்டிருந்தார். மூடிய அவருடைய கண்களிலிருந்து தாரை தாரையாகக் கண்ணீர் வடிந்து அவருடைய நீண்ட தாடியில் சொட்டுக்களாக நின்றது.

○

27

கோவிந்தப்ப நாயக்கர், ஜோசியம் எங்கட்ராயலு பக்கம் திரும்பி, "ராயலுகாரு இக்கட ரண்டி" என்று அழைத்து அவர் காதில் ஏதோ சொன்னார்.

எங்கட்ராயலு, ஆசாரியாரைக் கூட்டத்துக்கு வெளியே அழைத்துக்கொண்டுபோய் ஒரு போகணி குளிர்ந்த நீத்துப் பாகம் கொடுத்துக் குடிக்கச்செய்து, முகம் கை கால் எல்லாம் கழுவச் சொல்லித் தெளிவாக்கி, அவரைக் கொஞ்சம் உட்காரச் செய்து, வேண்டிய சமாதானங்கள் சொல்லி அழைத்து வந்தார்.

கிராமத்தில் இப்படி ஒரு வழக்கம் உண்டு. இறந்துபோனவரின் நெருங்கிய சொந்தக்காரரைக் கொஞ்சதூரம் நடத்திக்கொண்டுபோய் நீத்துப்பாகம் குடிக்கச்சொல்லித் திரும்பக் கூட்டிக் கொண்டு வருவது என்பது.

ஆச்சாரியார் கூட்டத்துக்கு மத்தியில் வந்து நின்று சபை வணக்கம் செய்தார். அவரால் திரும்பவும் பேச முடியவில்லை. கண்களிலிருந்து கரகர வென்று கண்ணீர் வடிந்தது. அவரை உட்கார்ந்து சொல்லும்படிக் கேட்டுக்கொண்டார்கள்.

முகத்தைத் துடைத்துக்கொண்டு தொண்டையைச் செருமி சரி செய்துகொண்டார்.

"நேத்து இந்நேரத்துக்கெல்லாம் இப்படி ஒண்ணு எனக்கு நேரும்ண்ணு கனவுலகூட நினைக்கலை" என்று ஆரம்பித்தார்.

"எனக்கு, இப்படி ஒண்ணு நேரக் கூடாது." தொண்டையைத் திரும்பவும் சரி செய்து கொண்டார்.

"இந்தப் [1]போக்காளி இருக்காளே அவளுடைய அம்மாவின் உடன்பிறந்த அம்மான் நான்.

"எங்க குலத்தொழில் தங்க வேலை. எம்பேரு சொக்கலிங்க ஆசாரி. கயத்தாத்துக்குப் பக்கத்திலிருக்கிற மயில் ஓடைக் கிராமம். இண்ணைக்குக் காலையிலெ எழுந்திருச்சதிலிருந்து அவளுக்கும் எனக்கும் ஒரு சின்ன மனத்தகராறு. பொழுது விடிஞ்சதே சரியில்லெ. ஒரு நாக்கூட அவளை நா கை நீட்டி அடிச்சதில்லெ. இண்ணைக்குக் கோவத்திலே, லேசா ஒரு தட்டு தட்டிட்டேன்.

"ராத்திரி எங்களுக்குள்ளே சரியாக இணக்கமில்லெ. நா வெளியூர் போயிட்டு நேத்து சாய்ந்திரம்தான் வீட்டுக்கு வந்தேன். பத்து நாளாச்சி வீட்டெ விட்டுப்போயி. ஆவலோடெ வந்தேன்.

"என் அப்பா கூடப்பிறந்த அத்தைவீடு மஞ்சனங் கிணறுலெ இருக்கு. எனக்கு அங்கனே ஒரு முறைப் பொண்ணு உண்டும். அது பூத்து மூணு மாசமாச்சி. அதுக்கு ஒரு நகை செஞ்சி கொண்டு போனேன். இவளுக்கு அது பிடிக்கலை. பிடிக்கலைண்ணு வாயைத் திறந்து ஒரு வார்த்தை சொல்லி இருக்கலாம். சொல்லியிருந்தாக்கூட நா செஞ்சிருக்க மாட்டேன்.

"நா ஒண்ணும் ஊராருக்குச் செய்யலையே; செய்ய வேண்டியவுளுக்குச் செய்யணமில்லா? நாளைப் பின்னே அவுகளும் வேண்டாமா? ஆனால்..., இவ என்னை அப்படி நினைக்கலே; ஒரு மாதிரி நினைச்சிட்டா; வீட்டுக்கு வந்ததிலிருந்து ஒரே மோடி."

ஆசாரியின் குரல் திடீரென்று உயர்ந்தது.

"நா இந்த சபையிலெ வச்சி ஒரு உண்மையைச் சொல்றேன். அவளுடைய ஆவியும் இங்கே இருந்தா அதுவும் கேட்டுக்கிடட்டும். நான் என் மனசார இதுநா வரைக்கும் வேற ஒரு பெண்ணைத் தொட்டதும் இல்லெ; மனசிலே நினைச்சதும் கூட இல்லை.

"ஆனா, ... பாதகத்தி என்னை வேறமாதிரி நினைச்சிட் டாளே...

"எனக்குக் கலியாணமாகி அஞ்சி வருசமாச்சி. இப்பத் தான் இவ 'உண்டாகி' இருந்தா.

"என் ஆத்தாவுக்கு நா ஒரே பிள்ளை. எனக்கு ஒரு பிள்ளை பிறக்கும்ண்ணு நம்பிக்கையிருந்தது; இவ மூலமா எனக்கு ஒரு

---

1. போக்காளி – இறந்து போனவள்

பிள்ளைங்கிற நம்பிக்கை போச்சி. என் வீட்டிலெ இனி விளக்கு எரியாது.

“சின்ன வயசிலிருந்தே இவ மேல எனக்கு உசுரு; இவளுக்கும் எம் மேல உசுரு. அம்மானோவ், என்னைக் கட்டிக்கிடாமெ நீ வேற எவளையாவது கட்டிக்கிட்டெ நா கிணத்திலெ குளத்திலெ விழுந்து செத்துப்போவேன்ணு சொன்னாள்; அப்படி என்னைக் கட்டிக்கிட்ட பிறகும் இவளுக்குச் சாவு தண்ணியிலேயா இருக்கணும்? கடவுளே. . .

“எம்புட்டு ஆசையா இந்தப் பாம்படத்தைச் செஞ்சி இவளுக்குப் போட்டேன்! இந்தப் பாம்படமே இவ உசுரெ வாங்கீட்டதே.”

ஆசாரியார் தரையையே கூர்ந்து பார்த்தார் சற்று நேரம்; பிறகு தலையை ஆட்டிக்கொண்டார். “ம். . .” என்று ஒரு முனகலாகப் பெருமூச்சுவிட்டு “போச்சி. . . எல்லாம் போச்சி” என்று சொல்லிவிட்டு எழுந்து புறப்பட்டார்.

“எங்கே போறீர்?” என்று கேட்டார்கள்.

“நா எங்கே போவேன்; எனக்குப் போக்கடி எங்கே” என்று குலுங்கினார் அவர். “அய்யா அந்தத் துணியை விலக்குங்க, அவ முகத்தை நா ஒருதரம், கடசியா பாத்துக் கிடட்டும்” என்றார்.

அவரைக் கூட்டிக்கொண்டுபோய் ஆசுவாசப்படுத்தினார்கள்.

இனி; மேல்கொண்டு நடக்க வேண்டியதைக் கூட்டம் கவனிக்க ஆரம்பித்தது.

❍

கோவிந்தப்ப நாயக்கர் கூட்டத்தைச் சுற்றிலும் ஒரு பார்வை பார்த்தார். பிறகு அந்தப் பார்வை கொலையாளியிடம் வந்து நிலைத்தது.

அவர் என்ன சொல்லப்போகிறார் என்று அவரையே கூட்டம் கவனித்துக்கொண்டிருந்தது. அவர் பார்த்தசாரதியிடம் திரும்பி, “அண்ணா, இந்தப் பயலுக்கு என்ன தண்டனை கொடுக்கிறது?” என்று கேட்டார்.

அப்படிக் கேட்டுவிட்டு அவர் அங்கே கூடியிருந்தவர்களையெல்லாம் பார்த்து, “நமக்கு இப்பொ ராஜாங்கம்ணு ஒண்ணு இல்லை; நமக்கு இப்பொ ராஜாங்கம் நாமதான்” என்றார்.

கூட்டம் திரும்பவும் அந்தக் கொலையாளியைப் பேச வைக்க முனைந்து தோற்றது. அவன் வாயைத் திறக்க வைக்க முடியவில்லை!

கோவிந்தப்ப நாயக்கர் சொன்னார், "அடேய், நீ மௌனம் சாதிச்சால் மட்டும் தப்பிவிடலாம்ண்ணு நினைச்சிராதே. உன் மனசுலேயும் உள்ளதைச் சொல்லு; வாயைத் திறந்து பேசு. நாங்களும் தெரிஞ்சிக்கிடட்டும்."

அவனுடைய தீவிர மௌனப் பிடிவாதம் கூட்டத்தின் ஆத்திரத்தைக் கிளப்பியது. அடிக்கடி பெரியவர்கள் தலையிட்டு விடலைகளின் வேகத்தைத் தணிக்க வேண்டியிருந்தது.

கடைசியாக அவனுக்குக் கொடுக்க வேண்டிய தண்டனையைப் பற்றி யோசித்தது கிராமம்.

முதலில் அவனை மாறுகால் மாறுகை வாங்குவது என்று தீர்மானித்து பின்பு அதை மாற்றி, உயிரோடு கழுவில் ஏற்றுவது என்று தீர்மானித்தது.

கோவிந்தப்ப நாயக்கரின் கேள்விக்குப் பார்த்தசாரதி நாயக்கர் பதில் தரவில்லை. அவருடைய அபிப்பிராயத்தில் கடவுள் ஒருவன்தான் தண்டனை வழங்க வேண்டியவன்; மனிதன் அல்ல என்பதே. ஆனால் இதைச் சொன்னால் கூட்டம் சிரிக்கும்! ஆகவே அவர் வாய் திறக்கவில்லை. கிராமக் கட்டின்படி கூட்டத்துக்கு வந்தார். முடிவு அறிவித்தவுடன் எழுந்து சென்றார். இனி அவரை, மடியில் சுரைத் தம்புராவோடு பார்க்கலாம். அதன் ரீங்காரத்தில் மனசை லயிக்க விட்டு ராம நாமாவைப் பாடிக்கொண்டே இந்த உலகத்தை மறந்துவிடுவார்.

கிராமத்தின் கட்டளைப்படி கொண்டிக் காவல்காரர்கள் இரண்டு தச்சாசாரிகளைக் கூட்டிக்கொண்டு வந்து நிறுத்தினார்கள். அவர்களை உடனே ஒரு கழுமரம் செய்யும்படி கேட்டுக்கொள்ளப்பட்டது. கழுமரத்தின் உயரம் நீளம் அகலம் சொல்லப்பட்டது.

கழுவேற்றுவதில் பல முறைகள் உண்டு. உடனே கொல்லுகிற முறை, பலநாள் கழித்து வேதனையால் துடித்துச் சாகும் முறை இப்படி. உடம்பில் எந்த இடத்தில் குத்தி எந்த இடத்தில் வாங்குவது என்கிற முறையெல்லாம் உண்டு.

கிராமத்தின் உப்பு மூலையில் ஒரு இருபது குருக்கம் தொலைவில் தள்ளி ஒரு பெரிய வேப்பமரம் இருக்கிறது. அங்கே ஒரு திரடு உண்டு. அந்தத் திரடில் கொண்டுபோய் கழுமரத்தை நட்டார்கள்.

கழுமரத்தை நட்டு முடித்தவுடன், அந்தத் திரடுவின் ஈசான மூலையில் நாலு தச்சு முழம் நீளத்தில் ஒரு குழி தோண்டி னார்கள். பிறகு, வண்டியில் கிடந்த அந்தப் பெண்ணின் சடலத்தை அப்படியே அந்த வண்டியில் வைத்து இழுத்துக் கொண்டு வந்தார்கள்.

புதைகுழியின் அருகே தோண்டிக் குவிக்கப்பட்ட மண்ணின் மீது தூக்கிக்கொண்டுவந்து படுக்கவைத்தார்கள். ஆசாரியார் அவள் முகத்தைக் கடைசியாக ஒருதரம் பார்த்துக் கொண்டார்.

தன் சாவு இல்லாத கர்ப்பிணிகளை அடக்கம் செய்வதற்கு முன்னால், வயிற்றில் குழந்தையோடு புதைக்க மாட்டார்கள். வயிற்றைக் கீறிக் குழந்தையை எடுத்துப் பக்கத்தில் வைத்துதான் புதைப்பார்கள்.

இந்தச் சமயத்தில் என்ன செய்வது என்று ஒரு கேள்வி வந்தது. "அவளை ஒரு 'கோலமும்' செய்ய வேண்டாம்; அப்படியே புதைச்சிருங்கைய்யா" என்று கேட்டுக்கொண்டார் ஆசாரியார்.

அப்படியே புதைத்தால் சுமைதாங்கிக் கல் வைக்கணுமே என்று கூடியிருந்தவர்களில் ஒரு குரல் கேட்டது.

"ஊரிலிருந்து நீங்கதான் அதையும் செய்யணும்; இவ்வளவு செய்யிறவர்களுக்கு அது ஒரு பெரிய்ய காரியமா?" என்றார் அவர்.

"ஆசாரியாரே, நாங்க செய்யிறதில் ஆட்சேபணை இல்லை. நீர் ஊரில் போய் 'விசேசம்' வைத்து முடித்த பிறகுதானே இதைச் செய்யணும்?" என்று கிருஷ்ணப்ப நாயக்கர் கேட்டார்.

"ஊரா! எனக்கா? இனி ஊரேது வீடேது இந்தச் சன்னாசிக்கு. நா இனி ஊருக்குப் போகலை. நா வடக்காமெ பரதேசம் போறேன்."

கேட்போரின் மனசைக் குத்தும் இந்த வார்த்தைகளைக் கேட்டவர்கள் கலங்கினார்கள்.

குழிக்குள் சடலத்தை இறக்கினார்கள். மண்ணைத் தள்ளி மூடுவதற்குமுன் ஆசாரியார் இரண்டு கைகளாலும் மூன்று தடவை மண் அள்ளிப்போட்டார். "தாயீ, உன் கையாலே எனக்கு சோறு போட்டே; நா உனக்கு மண் அள்ளிப் போடுதேன்" என்றார்.

மண்வெட்டியால் மண்ணை இழுத்துக் குழிக்குள் தள்ளினார்கள். சடலத்தின்மேல் மண் விழும்போது திட்

திட் என்று ஒரு சத்தம் கேட்டது. பாதிக் குழி நிறைந்தவுடன் ஒருவன் குழிக்குள் இறங்கி நன்றாக மண்ணைக்காலால் மிதித்து இறுகினான். மண் விழ விழ எல்லாப் பக்கங்களிலும் நடந்து அவன் மிதித்தான். முக்கால்வாசி நிறைந்தவுடன் இலந்தை முள்ளைப்போட்டு அமுக்கி அதன்மேல் மண் போட்டார்கள். இது நரி, ஓநாய் போன்ற காட்டு மிருகங்கள் வந்து தோண்டி உடலைத் தின்றுவிடாமல் இருக்க. குழி நன்றாக மூடப்பட்டு விட்டது. இப்பொழுது அந்த இடத்தில் ஈர மண்ணால் ஆன ஒரு சிறிய மேடு மட்டுமே மிஞ்சியது.

“முடிஞ்சது உன் பாடு” என்று சொன்னார் ஆசாரியார். பிறகு அவர் அங்கே நிற்கவில்லை. விறுவிறு என்று நடக்க ஆரம்பித்துவிட்டார்.

கோவிந்தப்ப நாயக்கரும் அங்குள்ள மற்ற கம்மாளர்களும் அவரைத் தங்கள் வீட்டுக்கு வற்புறுத்திக் கூப்பிட்டும் மறுத்துவிட்டார்.

பாம்படங்களை அவரிடம் ஒப்படைக்கும்போது அதையும் வாங்க மறுத்து, யாராவது பாம்படத்துக்கு ஆசைப்பட்ட ஏழை கர்ப்பிணியான ஒரு கம்மாளச்சிக்குக் கொடுத்து விடும்படி சொல்லிவிட்டார்.

“நீர் இப்போ எங்கே போறீர்?” என்று அக்கையா கேட்டதுக்கு, காசிக்கு நடந்தே போகப்போவதாகச் சொன்னார்.

“நீர் எங்கே போறதைப் பத்தியும் எங்களுக்கு ஆட்சேபனை இல்லை; இந்தத் தீட்டோடெ தலையிலெ தண்ணி விடாமெ, கொதிக்கிற வயிறோட எங்க கிராமத்தை விட்டுப் போறீரே, இது சரியா இருக்கா உமக்கு?” என்று கேட்டார் வருத்தத்துடன் கிருஷ்ணப்ப நாயக்கர்.

“ராசாக்களே, என்னை தப்பிதமா நினைச்சிர வேண்டாம். உங்களுக்கு ஒரு குறையும் வராது” என்று தனது பூணூலைத் தொட்டுத் தூக்கிக் காண்பித்துவிட்டு வேகமாக நடந்து போய்விட்டார்.

❍

28

கழுமரத்துக்குப் பக்கத்தில் அவனைக் கொண்டுவந்ததும், அங்குக் கூடியிருந்த கூட்டத்தி லிருந்து முதலில் குழந்தைகள், கர்ப்பிணிகள் முதலியவர்களை அப்புறப்படுத்தினார்கள்.

அவனுடைய கைகளைப் பின்கட்டாகவும், கால்களைப் பின் பக்கம் மடித்துக்கட்டி அவனைத் தூக்கிக் கழுமரத்தின் நுனியில் உட்காரவைத்து அழுத்தினார்கள். கழுவின் நுனி ஊசி அவனுடைய அபானத்துக்குள் புகுந்து பின் கழுத்தின் பிடரி வழியாக வெளியே வந்தது. அந்த வினாடியில் அவனது உடம்பு நடுங்கித் துடித்தது. மலமும் ரத்தமும் அபானத்தின் வழியாய்க் கசிந்தது. கண்டத்திலிருந்து ஒரு பயங்கர ஓலம் வெளிவந்தது. சில வினாடிகளிலேயே இவ்வளவும் நடந்து முடிந்து விட்டது.

கழுமரத்தின் நுனி அவன் தலைக்குமேல் ஒரு முழம் நீட்டிக்கொண்டிருந்தது. அவனுடைய கட்டுகளையெல்லாம் அவிழ்த்து விட்டுவிட்டார்கள்.

தூரத்திலிருந்து பார்ப்பவர்களுக்கு, அவன் கழுமரத்தின் குறுக்கு விட்டத்தில் உட்கார்ந்து கால்களைத் தொங்கப் போட்டுக்கொண்டு, தலையைக் கவிழ்ந்து தரையைப் பார்ப்பதுபோலத் தெரிந்தது.

கையில் வேல்க் கம்புகளுடன் இரண்டு காவல்காரர்கள் மட்டுமே அவனுக்குப் பின்பக்கம் நின்றுகொண்டிருந்தார்கள். இப்படி நிலையி லுள்ளவனின் பார்வையில் படக் கூடாது என்பது பெரியவர்களின் அனுபவச்சொல்; இந்தச் சமயத்தில் அவன் எது சொன்னாலும் பலிக்குமாம்! அவன் பார்வை ஊரின் மேல் படாமல் இருக்க மறுபுறம் பார்த்து இருக்கும்படியாகத்தான் கழுவேற்றுவார்கள்.

இரண்டு நாட்கள் யாரும் அந்தப் பக்கம் வராதபடி காவல்காரர்கள் பார்த்துக்கொண்டார்கள்.

ராத்திரி நேரத்தில் ஊருக்குள் பயங்கரமான அமைதி குடிகொண்டது. அந்தக் குளிர்ந்த வேலையில் அவன் கூக்குரலிடும் கோரமான சத்தம் பயமாக இருக்கும்.

"தண்ணீ... தண்ணீ... ஐயா, கொஞ்சம் தண்ணியாவது குடுக்க மாட்டியளா..." என்று கதறுவான்.

காவலாளிகளில் ஒருவன் ஊருக்குள் வந்து கேட்டான், "அவன் தண்ணி தண்ணிண்ணு கேக்கானே குடுக்கலாமா?"

"தண்ணியா! அவனுக்கெல்லாஞ் சேத்துத்தான் அந்தப் பொம்பளை தண்ணி குடிச்சிச் செத்தாளே; இவனுக்கென்ன தண்ணி?" என்றார்கள்.

பெண்கள், "ஐயோ பாவம், கொஞ்சம் தண்ணியாவது குடுக்கப் படாதா; சாகப்போகிறவனுக்கு ஒருவாய்த் தண்ணியாவது குடுத்தா என்ன?" என்றார்கள்.

கோவிந்தப்ப நாயக்கரிடம் வந்து கேட்டார்கள். "தவிச்ச வாய்க்குத் தண்ணி கொடுக்கப்படாதுண்ணு யார் சொன்னா; கொடு. இந்த சமயத்திலெ அவன் என்ன கேட்டாலும் கொடுக்கணுமே; ஓடு ஓடு" என்றார்.

காவல்காரன் ஓடி, விடலைப் பனையில் ஒரு ஓலையை வெட்டி பட்டைபிடித்து அதில், மண் பானையிலிருந்து குளிர்ந்த தண்ணீர் ஊற்றி அவனுடைய வாயருகே நீட்டினான். ஆவலோடு அப்படியே அதில் வாய்பதித்து உறுஞ்சிக் குடித்தான். ஆனால் அவன் நினைத்த அளவு தண்ணீரைக் குடிக்க முடியலை.

அவன் தாங்க முடியாத துக்கத்தினால் அழுதுகொண்டே சொன்னான். அது யாரையோ பார்த்து யாருக்கோ சொன்ன மாதிரி இருந்தது. "டே பாவியளா, கொலை செய்யாதீங்கடா; பெண் பாவம் பொல்லாதுடா..." தன் உள் உடம்பில் எங்கோ தாங்க முடியாத வலியினால் அவன் முகம் கோணலாக நெளியும்.

மூன்றாம் நாள் அந்த வேப்பமரத்தின் கீழ் வேப்பமுத்து பொறுக்கும் சாக்கில், பச்சேரியிலிருந்து சில பெண் குழந்தைகள் கையில் பனைநார்ப் பெட்டிகளுடன் அங்கே வந்தார்கள்.

'வயதுக்கு' வராத, ஆனால் வயதை நெருங்கிக் கெண்டிருக்கும் அந்தக் குழந்தைகளின் கலகலப்பான பேச்சுக் குரல்கள் அந்த இடத்தில் நிறைந்த மரண அமைதியை விலக்கியது.

அந்தக் ‘கழுவன்’ தலையை நிமிர்த்திப் பார்க்க முடியவில்லை யென்றாலும் கேட்க முடிந்தது. அந்த அவஸ்தையிலும் அவனில் அது ஒரு மாறுதலை உண்டுபண்ணியது.

“ஏ... மக்களா, இங்கெ வாங்க” என்று அழைத்தான்.

அந்தச் சிறுசுகளுக்கு ஆச்சரியமாக இருந்தது; திடுக்கிட்டு பயந்து காவலாளிகளைப் பார்த்தார்கள். அவர்கள் நினைத்திருந்தது, இதுக்குள் அவன் செத்துப்போயிருப்பான் என்று. அவன் பேச்சைக்கேட்டு அதில் சிலர் மிரண்டு ஓடினார்கள். ஆனால் திரும்பவும் ஒருவர் முகம் ஒருவர் பார்த்துக்கொண்டு வர எத்தனித்தார்கள். அவனைக் கிட்டே வந்து பார்க்க அவர்களுக்கு ஆசை!

இதற்கிடையில், காவலாளிகளில் ஒருவனான சித்தையா ரொம்பவும் இரக்க சிந்தனையுடையவன். அவனுடைய மரண அவஸ்தையைக் கண்டு, “எப்பா, நீ யாரையாவது கடேசியாப் பாக்கணும்ண்ணு ஆசைப்படுறயா? சொல்லு; சீக்கிரம் ஏதாவது செய்யிறோம்” என்று அன்போடு கேட்டான்.

இந்த இதமான வார்த்தைகளும் அன்பும் அந்தக் கழுவனின் மனசைத் தொட்டதுபோலும். அவன் கண்களிலிருந்து தாரை தாரையாய் நீர் வடிந்தது. தனது தலையையும் கைகளையும் உயர்த்த முடியாத அந்த நிலையில் கண்களை இறுக்க மூடி கண்ணிலுள்ள நீரைப் பிழிந்துவிட்டு சித்தையாவைப் பார்த்து அழுதுகொண்டே அன்பாகச் சிரிக்க முயன்றான். உதடுகளும் மூக்கும் துடித்தனவே தவிர அவனது சிரிப்புக்கு அவை ஒத்துழைக்கவில்லை.

பிறகு அவன் ஏதோ பேச முயன்றான். தொண்டையில் கபம் கட்டியதால் சரிசெய்யக் கஷ்டப்பட்டான். சாவு தன்னை நெருங்கிவிட்டது என்பதை வெகு சீக்கிரமே அறிந்தான்.

“ஏ மக்களா, இங்கெ வாங்க” என்று சிரமப்பட்டு அந்தப் பெண்குழந்தைகளைத் தன்னிடம் அழைத்தான்.

இது அவர்களுக்குப் பயமாகவும் வேடிக்கையாகவும் இருந்தது. அவர்கள் காவலாளிகளின் முகத்தைப் பார்த்தார்கள். சித்தையா அவர்களைப் பார்த்து “ஏ பிள்ளையிளா, இங்கெ வாங்க; சும்மா வாங்கெ நாங்க இருக்கோம்; பயப்பட வேண்டாம்” என்று கூப்பிட்டான்.

தயங்கிக்கொண்டே அவர்கள் அவனை நெருங்கிவந்து பார்த்தார்கள்.

கிட்டே வந்ததும் அவர்களை அவனால் பார்க்க முடிந்தது. அதிலுள்ள ஒரு பெரிய பெண்பிள்ளையிடம் அவன் சொன்னான், "என் மக்களா, நா சாகப் போறவன். எனக்கு ஒரு ஆசை. எனக்கு வலி பொறுக்க முடியலை. என்னைச் சுத்திவந்து கும்மியடிச்சி சாமிமேல ஒரு பாட்டுப் பாடுங்க" என்று இரக்கத்தோடு அவர்களை மன்றாடினான்.

அந்தப் பிள்ளைகள் முதலில் தயங்கினாலும் காவலாளி களின் உற்சாகமூட்டுதலின் பேரில் சம்மதித்து, வேப்பமுத்துகள் அரைகுறையாக நிரம்பிய சிறிய பனைநார்ப் பெட்டிகளைக் கீழே வைத்துவிட்டு அந்தக் கழுமரத்தைச் சுற்றிவந்து கைகொட்டி குனிந்தும் நிமிர்ந்தும் பாடினார்கள்.

மாரியம்மன் கோவிலில் மாவிளக்கு ஏற்றிவைத்து அந்த மாவிளக்குகளைச் சுற்றிவந்து கும்மியடித்துப் பாடுகிற பாடல் அது. அவர்களுக்கே உரிய உச்சரிப்பில் அவர்களுக்கே உரிய கற்பனையில் அந்தப் பாடல் வந்தது.

மாரி யம்மேங் கோயிலிலே
மாவிளக்கு நூறு, மஞ்சப் பிள்ளைய நூறு
தரம்பாத்துக் கும்மியடிக்கிற
தண்டுப் பெண்டுக நூறு, தண்டுப்பெண்டுக நூறு.

மாறி பிறந்தது மாநாடு – மாரி
மக்க பிறந்தது காஞ்சி வனம்
காஞ்சிவனத்தில் பிறந்தவரை
கண்ணோட்டம் பாரம்மா முத்துமாரி.

ஆத்து மணலிலே சோறாக்கி
ஆவரங்காயை கறி சமைச்சி
மின்னட்டம் பூச்சியை விளக்கேத்தி
வேடிக்கை பாரம்மா முத்துமாரி.

பாவை படந்ததைப் பாத்தியளா – பாவை
பத்திப் படந்ததைக் கேட்டியளா
அத்தனை பேருக பத்தினிப் பொண்ணுக
பாடிக் கும்மியடியுங்கடி.

சுரை படந்ததைப் பாத்தியளா – சுரை
சுத்திப் படந்ததைக் கேட்டியளா
அத்தனை பேருக பத்தினிப் பொண்ணுக
பாடிக் கும்மியடியுங்கடி.

கோவை படந்ததைப் பாத்தியளா – கோவை
குத்திப் படந்ததைக் கேட்டீயளா
கோவைக்குள் இருக்கும் குத்திர காளிக்கு
கொத்துச் சரப்பளி மின்னாலெ.

அஞ்சி களஞ்சிக்கு மிஞ்சிகட்டி
ஆயிரம் களஞ்சிக்கு அரும்புகட்டி
காலிலே போட்டாக் கலகலங்கும்
கன்னி கழியாத பத்ரகாளி.

ஆலம் இலைபோல் அடிவயிறு
அசந்த நெத்தியில் புருவக்கட்டு
சோலைக்கிளிபோல எம்பிறவிக்கு
சொந்தக்கிராமம் கோபல்லம்.

அம்மா பிறந்தது அய்யோத்தி – அம்மா
சடை பிறந்தது சதுரகிரி
வேம்பு பிறந்தது வேனகிரி – நாங்க
விளையாட வந்தது கோபல்லம்.

செங்கல் அறுத்த கிடங்குக்குள்ளே – நாங்க
சீரகச் சம்பா விளையவச்சோம் – இப்பெ
பச்சைக்கிளிவந்து கெச்சட்டம் போடுது
பறந்தடிங்கடீ தோழிப்பொண்ணே.

29

அந்தப் பாடலையும் கும்மியையும் அவன் சரியாகக் கேட்டு அனுபவித்தானோ என்னவோ, அந்தக் குழந்தைகளின் கூட்டுக் குரலினூடே, பாடலோடுவரும்வார்த்தைகள் அவனைஎன்னவோ செய்தது என்பது மட்டும் நிச்சயம்.

சத்தங் குறைந்து முனகலுடன் அவன் கஷ்டத்தோடு முனகினான். அவன் மனக்கண் முன்னால் வீரப் பார்வையோடு நிற்கும் மாரி அம்மனின் அருள் வடிவம் வந்து தோன்றியது.

காலமெல்லாம் உடம்பை வளைத்து முறித்து, சரீரத்தைப் பிழிந்து பாடுபடும் தன் மக்களையெல்லாம் அவன் நினைத்தான்.

அவனது தாய் சொல்லுவாள்:

"பாவி, உனக்கு இரக்கம் இல்லையாடா?

என் எலும்பை சந்தனமாய் அறைச்சி அரும்பாடுபட்டு உன்னை வளத்தனேடா;

பெத்த தாயைக் கைநீட்டி அடிக்கெயடா பாவி” என்று கதறுவாள்.

அவன் முதலில் திருடக் கற்றுக் கொண்டது வீட்டில்!

விளையாட்டுப் பருவமான பால பருவம் முடிந்தவுடன் அவன் மற்றவர்களைப் போல உழைக்க கழனிக்குச் செல்ல வில்லை. சோம்பேறியாக ஊரைச் சுற்ற ஆரம்பித்தான்.

வீட்டில் ஆள் இல்லாதபோது வந்து ஆக்கிவைத்திருக்கும் உணவைத் தின்பான். இப்படியாகக் குடும்பத்திலேயே, அடுத்தவர்களின் உழைப்பைத் தின்னத் தொடங்கினான். பெற்றவரும் மற்றவரும் எவ்வளவோ சொல்லியும் அவன் கேட்கவில்லை.

போக்கிரிகளுடன் சேர்ந்துகொண்டு வாடாவளியாக அலைந்தான். சூதாடுவதும் கஞ்சாப் பழக்கமும் வந்தது. வீட்டிலுள்ள சாமான்களை ஒவ்வொன்றாக எடுத்துக் கொண்டுபோக ஆரம்பித்தான். மூர்க்க குணம் வந்துவிட்டதால் தடுத்துச் சொல்பவர்களை அடிக்கத் தொடங்கினான்.

இவன் கொடுமை பொறுக்க முடியாமல் ஒருநாள் உற்றாரெல்லாம் ஒன்றுகூடிச் செய்த முடிவின்படி அவனைப் பிடித்துக் கட்டிவைத்து உதைத்தார்கள். அதே நிலையில் மூன்று நாள் அவனைப் பட்டினி போட்டனர். பிறகு அவிழ்த்து விட்டு, ‘நாயே ஓடிப்போ’ என்று துரத்திவிட்டனர்.

கோபல்ல கிராமத்து மக்களும் அதன் சுற்றுப் பட்டிகளில் வசிக்கும் மக்களும் இந்தக் கள்ளிக் காட்டையும் முள்வனத்தையும் திருத்தி நிலங்களை மீட்டி அல்லும் பகலும் அனவரதமும் அரும்பாடுபட்டு உழைத்தது அவனுக்குத் தெரியாது. இப்பொழுது பூமாதேவி மஞ்சள் குளித்து மலர்ந்து சிரிக்கிறாள்.

கோவை படர்ந்திருந்த காட்டிலே இப்பொழுது பாவையும் சுரையும் பற்றிப் படர்ந்து மக்களுக்குப் பலன் தருகிறது. ஆனால் இன்னும் இந்த கோபல்ல கிராமத்தில் நெல் விளையவில்லை. அது எங்கோ உள்ள தீரவாசத்து உழைப்பாளி மக்களின் பாடல். அது இங்கே வந்து இந்தப் பாடலோடு எப்படி ஒட்டியது என்று தெரியவில்லை!

அவனுக்கு, தான் பிறந்த தீரவாசத்தின் ஞாபகம் வந்தது. இதேமாதிரியான மக்கள்தான் அங்கேயும். செங்கல் அறுக்க மண்ணை அள்ளிய சாதாரணப் பொட்டல் காட்டைத் திருத்தி

சீரகச்சம்பா நெல்லை விளையவைத்தவர்கள். இப்பொழுது அந்தப் பொட்டல் காடு கழனியாகவும் சோலையாகவும் மாறி கிளிகள் வந்து கெச்சட்டம் போடுகின்றன.

அந்த உன்னதமான உழைப்பாளி மக்களின் மத்தியில் இவன் ஒரு களையாக முளைத்தவன். உடலை வளைத்து வேலை செய்யச் சோம்பி பிறர் பொருளைக் கொள்ளை கொண்டு இதுவரை ஜீவித்து வந்த அசல் புல்லுருவி இவன். தான் மரணத்தின் எல்லையைத் தொடும்போது இவனுக்கு இதுவெல்லாம் ஞாபகத்துக்கு வந்து வந்து போகிறது. உழைப்பாளி மக்களுடைய சந்தோஷம் அந்தப் பாடலிலே வந்து துள்ளிக் குதித்துக் கும்மியடிக்கிறது. அந்தப் பேரானந்தத்தின் மத்தியில் இவன், உடன்பிறந்த உற்றார் பெற்றோர் அனைவரி லிருந்தும் தனிமைப்பட்டு இங்கே வந்து இப்போது மரணமாகிக் கொண்டிருக்கிறான்.

சாவுக்கு முன்னதாக வரும் ஒரு பிரகாசமான தெளிச்சி அவனை வந்து தொட்டது. அந்தக் குழந்தைகளை அவன் ஆவலோடு பார்த்தான். கழுமரத்திலிருந்து துள்ளிக் குதித்து அவர்களுடன் கலந்துகொள்ள நினைத்தான் போலும். அவனுடைய உடம்பு பலமான ஒரு உலுக்கலுடன் துள்ளியது. அவ்வளவுதான். அந்த அவஸ்தையிலிருந்து நிரந்தரமாக விடைபெற்றுக்கொண்டான்.

❍

கொஞ்ச நேரம் கழித்துத்தான், அவன் செத்துப்போனான் என்று அவர்கள் கண்டார்கள்.

உடனே காவலாளிகள் அந்தக் குழந்தைகளை அங்கிருந்து போகும்படி விரட்டினார்கள். விரட்டப்பட்ட குழந்தைகள் அவனைத் திரும்பித் திரும்பிப் பார்த்துக்கொண்டே நடந்தார்கள்.

அதில் சில குழந்தைகளுக்கு ராத்திரியே பயந்ததின் காரணமாகக் காய்ச்சல் வந்துவிட்டதாகப் பச்சேரியில் பேசிக் கொண்டார்கள்.

ஒருபெண் குழந்தை அதே காச்சலில் சிலநாள் படுத்திருந்து இறந்துபோனதாகவும் சொன்னார்கள். மற்றொன்றுக்கு நிலைமை ரொம்ப மோசமாகி, கைமீறிப் போய்விடும் என்ற நிலையில் அந்தக் குழந்தையின் பெற்றோர்கள் அந்தக் கழுவனுக்கு ஒரு வேண்டுதல் செய்துகொண்டார்கள். அதன் படிக்கு, அந்தப் பெண் குழந்தை பிழைத்து எழுந்தால் அதற்குக் கலியாணம் ஆகிப் பிறக்கும் தலைக் குழந்தைக்குக் கழுவன் என்று பெயர் வைப்பதாக நேர்ந்துகொண்டார்கள்.

இப்பொழுது அந்த வேப்பந் திரடுவை, கிராமத்து மக்கள் கழுவன் திரடு என்று அழைக்கிறார்கள்.

செத்துப்போன கழுவனைக் கழுமரத்திலிருந்து உருவி எடுத்து, அந்தக் கம்மாளச்சிக்குப் பக்கத்திலேயே புதைத்து அடையாளமாக ஒரு கல் நட்டார்கள்.

பச்சேரி மக்கள் அங்கே புதைக்கப்பட்ட அந்த இருவரையுமே இப்பொழுது தேவதையாகக் கொண்டாடுகிறார்கள். பொங்கலிடுகிறார்கள். தங்கள் பெண் குழந்தைகளுக்குக் கம்மாடச்சி என்றும் ஆண் குழந்தை பிறந்தால் கழுவன் என்றும் பெயர் சூட்டுகிறார்கள்.

தன்னைக் கழுவில் ஏற்றுவதற்கு முன்னும் கழுவேற்றிய பிறகும்கூட அவன் தன்னைப்பற்றி ஒன்றுமே சொல்லாமல் சாதித்துவிட்டதால் அந்தச் சாதனைக்குக் 'கழுவன் சாதனை' என்ற பிரயோகமே புழக்கத்துக்கு வந்துவிட்டது.

இப்பொழுதும் கிராமத்தில் ஒரு குற்றவாளி தனது குற்றத்தை ஒப்புக்கொள்ளாமல் சாதித்தாலோ அல்லது யாரும் மனதிலுள்ளதை வாய்திறந்து எதையும் சொல்லாமல் சாதித்தாலோ உடனே ஜனங்கள் "என்னடா இது, கழுவஞ் சாதனையா சாதிக்கே!" என்று சொல்லுவார்கள்.

○

கி. ராஜநாராயணன்

30

அன்று கோபல்ல கிராமத்துக்குப் புதூ மாதிரியாக விடிந்தது.

மேகமே இல்லாத அடிவானத்தில், பழுத்த கோவைப் பழத்தின் நிறத்தில், கண்கள் கூசாத பிரகாசத்துடன் சூரியன் பெரிய்ய வடிவத்தில் மேலே வந்துகொண்டிருந்தான்.

மங்கம்மா சாலையிலிருந்து கிராமத்தை நோக்கி வரும் வண்டிப்பாதையில், இரண்டு உயரமான குதிரைகளில் இருவர் வந்துகொண்டிருந்தனர்.

அவர்கள் இந்தக் கிராமத்துக்குப் புதியவர்கள், அவர்கள் தங்களுக்குள் பேசிக்கொண்டுவந்த மொழியும் இந்த நாட்டிற்குப் புதிது.

கருப்புநிறக் குதிரையின் மேல் உட்கார்ந்து கொண்டிருந்தவர் 'கும்பினி'யைச் சேர்ந்த ஒரு வெள்ளைக்கார அதிகாரி. வெள்ளை நிறக் குதிரையின்மேல் உட்கார்ந்து கொண்டிருந்தவர் ஒரு 'கருப்பு' அதிகாரி. அந்த வெள்ளைக்காரரை விட இவர் கம்பீரமாகவும் அழகாகவும் நல்ல சிகப்பு நிறமாகவும் இருந்தார்.

வெள்ளைக்கார அதிகாரி உயரமான தொப்பி அணிந்திருந்தார். அந்தத் தொப்பியின் கீழே காதோரங்களில் செம்பட்டை ரோமங்கள் அடர்ந்த பெரிய கிருதா.

'கருப்பு அதிகாரி' தன் தலையில் ஜரிகைப்பட்டை போட்ட சிகப்புநிறப் பட்டுத்துணி யால் ஆன பெரிய்ய தலைப்பாகை அணிந்து கொண்டிருந்தார். இவரிடம் கிருதா இல்லை; வளமான திருகிவிடப்பட்ட மீசை, செம்மறி ஆட்டங்கிடாய் கொம்புகள் மாதிரி. தெறித்து

விழுகிற மாதிரியான பெரும் விழிகள்; ஆட்களை மருட்டுகிற மாதிரி இருந்தது.

வெள்ளை அதிகாரி தனது பரங்கி மொழியில் கேட்டுக் கொண்டே வந்தார்; அதற்கு அந்தக் கருப்பு அதிகாரி அதே மொழியில் சொல்லிக்கொண்டே வந்தார்.

அவர்கள் சூரியோதயத்தைப் பார்த்ததும் அப்படியே நின்றுவிட்டார்கள்! இந்தச் சூரியோதயம் ஒன்றை எத்தனை தரம் பார்த்தாலும் சலிப்பதில்லை. அது ஒரு நித்தப்புதுமை; அன்றலர்ந்த மலர்போல. இந்தக் கண் கூசாத சூரியனை, பூப்படையாத மங்கையைப் பார்ப்பதுபோலக் கூசாமல் பார்க்கலாம்!

இது சாந்தமுள்ள சூரியன்.

இந்த நிலையிலுள்ள சூரியனைச் சில விநாடிகளே பார்க்க முடியும். கொஞ்சம் மேலே வந்துவிட்டால் அப்புறம் பார்க்க முடியாது. உக்ரமுள்ளவனாக ஆகிவிடுகிறது.

பரவசமான முகத்தோடு அந்த வெள்ளை அதிகாரி சொன்னார்.

"நான் கடலிலும் மலையின் மேலுமே சூரியோதயத்தைப் பார்த்தவன். இப்படி வெறும் நிலத்தின்மீது ஒரு சூரியோதயத்தை இன்றுதான் பார்க்கிறேன். உண்மையிலே இது மனத்தை அள்ளுவதாக இருக்கிறது. இப்படி ஒன்றை நான் இங்கே எதிர்பார்க்கவே இல்லை."

"ஆம்; இது உண்மையிலேயே அற்புதம்தான்" என்றார் கருப்பு அதிகாரி.

அவர்கள் கோபல்ல கிராமத்திற்குள் நுழைவதற்கு முன்னால் பாதையின் இருபுறமும் களத்துமேடுகளில் தெரிந்த தீவனப் படப்புகளைப் பார்த்தார்கள்.

"இதென்ன! இவைகளெல்லாம் வீடுகள் தானா; ஜன்னல்கள், வாசல் ஒன்றையுமே காணோமே?"

"இல்லை ஐயா, இவைகள் வீடுகள் இல்லை. கால்நடைத் தீவனங்கள். தானிய அறுவடைக்குப்பின் விவசாயிகள் இவைகளைக் கொண்டு வந்து இப்படி அழகாகவும் ஒழுங்காகவும் அடுக்கிவிடுவார்கள்."

"ஏன் இதை இவ்வளவு சிரமப்பட்டு அடுக்க வேண்டும்? நெல் அறுவடைக்குப் பிறகு வைக்கோல்ப் போர் குவிப்பதைப் போலக் குவித்துவிடலாமே?"

"ஓ! வைக்கோல்ப் போர் நீங்கள் நினைப்பது மாதிரி வெறும் குவித்துவைப்பு அல்ல. அதிலும் ஒரு ஒழுங்கும் முறையும் உண்டு. இந்தக் கம்மந்தட்டைகளையும் சோள நாத்துகளையும் அந்த மாதிரிச் செய்தால் மழைக்காலத்தில் தண்ணீர் இறங்கி கூளம் வீணாய் மக்கிப் போய்விடும்; கால் நடைகள் தின்ன முடியாதபடி ஆகிவிடும். ஆகவே இவைகளைச் சரியான நீள அகலத்தில் அடுக்கி, அதுக்கென்றுள்ள தட்டுப் பலகைகளால் தட்டி சுவர்போல ஒழுங்குபடுத்திப் பிறகு இந்த மாதிரி இருபக்கமும் சாய்ப்பாக இறக்கி சூரித்தட்டைகளால் குத்தி அவைகளால் பின்னி சரிசெய்து முடித்துவிடுவார்கள். இதனால் காற்றிலிருந்தும் மழையிலிருந்தும் இவைகளுக்குக் காப்புக் கிடைக்கிறது."

அந்த வெள்ளை அதிகாரி தனது குதிரையை நிறுத்தி, புதிதாக அடுக்கியுள்ள ஒரு நாத்துப் படப்பைச் சுற்றிப் பார்த்து வியந்து ஆனந்தப்பட்டார்.

இந்த வெள்ளை அதிகாரி ஆச்சரியப்பட்டது பெரிசில்லை; தீரவாசத்துக்காரர்கள் வந்து ஒரு சமயம் ஆச்சரியப்பட்டுச் சொன்னதைக் கிராமத்து மக்கள் இன்னும் சொல்லிச் சிரிப்பார்கள்!

ரெண்டு தீரவாசத்துக்காரர்கள் வந்து படப்பைச் சுற்றிச் சுற்றி வந்து பார்த்தார்களாம். "என்னத்தைய்யா பாக்கிறீக?" என்று கேட்டார்களாம் இங்குள்ளவர்கள்.

"இல்லே... மேச்சல் முடிஞ்சதும் உள்ளேயிருந்து ஆக்கைப் பிடிச்சவன் எப்படிக்கூடி வெளியே வந்தான்னு பாக்கோம்," என்றார்களாம்!

வீட்டுக்கூரை மேய்ச்சல் நடக்கும்போது, மேலே ஒருவன் இருந்துகொண்டு ஓலையையோ தட்டையையோ வைத்து ஆக்கையை, ஆக்கை ஊசியின் நுனியிலுள்ள துவாரத்தில் கோர்த்து உள்ளே குத்திச் செலுத்துவான், கூரைக்கு அடியில் – உள்ளே – இருக்கும் ஆக்கை பிடிப்பவன் அந்த ஊசிநுனியிலிருக்கும் ஆக்கையை உருவிக்கொண்டு "ம்" என்று ஒரு அடையாள ஒலி கொடுப்பான். மேலே உள்ளவன், ஊசியை உருவிக்கொண்டு நாலு விரல் அகலம் தள்ளி வெறும் ஊசியைக் குத்துவான். உள்ளே இருக்கும் ஆக்கை பிடிப்பவன் அதன் நுனியில் முதலில் தான் உருவிய ஆக்கையின் நுனியை ஊசியின் நுனியில் கோர்த்து அடையாள ஒலி கொடுத்தவுடன் மேலேயிருப்பவன் ஊசியை இழுத்து ஆக்கையை உருவி இரண்டு நுனிகளையும் இறுக்கி முடிந்துவிடுவான். இந்த மாதிரி

ஆக்கைப் பிடித்து முடிந்தால்தான் கூரை, முகட்டுக் கம்புகளில் இருப்புக்கொள்ளும் சரிந்துவிடாமல்.

இது கூரை மேய்ச்சலுக்குச் சரி. படப்புக்கு இந்த முறையை வேறுவிதமாக சம்சாரிகள் யோசித்து ஆக்கைக்குப் பதிலாகச் சூரித்தட்டையை உபயோகப்படுத்தினார்கள். படப்புக்கு ஆக்கை அவசியமும் இல்லை; அதை உபயோகப் படுத்தவும் முடியாது.

இந்த விஷயமெல்லாம் அந்தத் தீரவாசத்துக்காரர்கள் கண்டார்களா பாவம்.

ஆக்கை பிடிச்சதுதான் பிடிச்சான்; எப்படி வெளியே வந்தான்? என்று சொல்லிவிட்டு, கூடவே "வடையைத்தான் செய்தான்; துளையையும்தான் போட்டான்; நூலை எப்படிக் கோர்த்தான் பயல்?" என்று ஊசிப்போன வடையைப் பிட்டுப் பார்த்துச் சொன்னவனுடையதையும் சேர்த்துச் சொல்லிச் சிரிப்பார்கள் இவர்கள்!

தெருவுக்குள் குதிரைகள் நுழைந்ததும், நாய்கள் குரைப்பதுவும் சிறுவர்களின் சந்தோஷ ஆரவார ஒலியும் கேட்டது. பெண்டுகளும் பெரியவர்களும் நின்று வேடிக்கை பார்த்தார்கள். பலர், செய்துகொண்டிருந்த வேலையையும் போட்டுவிட்டு ஓடிவந்தார்கள்.

கிராமத்தின் சிறிய குறுகிய சந்துகளையும் தெருவையும் கடந்து அவர்கள் கோட்டையார் வீட்டின்முன் வந்து நின்றார்கள்.

◯

31

கோட்டையார் வீட்டுத் தொழுவிலிருந்து பசுமாடுகள் வெளியே வந்துகொண்டிருந்ததால் அவர்கள் உள்ளே போக முடியாமல் குதிரைமேல் உட்கார்ந்தபடியே காத்துக்கொண்டிருந்தார்கள்.

பசுமாடுகள் தொடர்ந்து உள்ளேயிருந்து வந்த வண்ணமாக இருந்தது. நாட்டு இனத்தைச் சேர்ந்த அந்தப் பசு மாடுகளின் பலவிதமான நிறங்களையும் பலமாதிரி திரும்பியுள்ள கொம்புகளையும், அவைகளின் கழுத்துகளில் கட்டியுள்ள மணிகளையும் அவைகள் எழுப்பும் பல ஸ்தாயை ஒலிகளையும் அவர்கள் கவனித்துக் கொண்டிருந்தார்கள்.

“நிறைய்யப் பசுக்கள் இருக்கும் போலிருக் கிறதே!” என்றார் வெள்ளை அதிகாரி.

“ஆம்; கால்நடைகளும் நிலங்களும்தான் இவர்களது செல்வங்கள். அதிலும் நாம் இப்போ பார்க்கப்போகும் இந்தக் கோட்டையார்கள் இந்தப் பக்கத்திலேயே மிகுந்த செல்வந்தர்கள்.”

குதிரைகளைக் கண்டு சில மாடுகள் வெருண்டதால் அவர்கள் பின்வாங்கி தெருவின் ஒரு பக்கமாக ஒதுங்கிக்கொண்டார்கள்.

பசுமாடுகள் வந்து முடிந்து, உள்ளே போகலாம் என்று நினைத்த சமயத்தில் எருமை மாடுகள் வெளியே வர ஆரம்பித்தன! இதை அவர்கள் எதிர்பார்க்காததால் ஒருவரையொருவர் பார்த்துப் புன்னகைத்துக்கொண்டார்கள்.

“இந்த மாடுகளெல்லாம் எவ்வளவு பால் கறக்கும்?”

"இங்கே பாலை அளந்து பார்ப்பது கிடையாது; அளந்து பார்க்கக் கூடாது என்று ஒரு நம்பிக்கை. கலயங்களிலும் செம்புகளிலும்தான் பீய்ச்சுவார்கள். மாடுகளின் சராசரி கறவையைச் சொல்ல வேண்டுமென்றால் இரண்டு நாழிப்பால் இருக்கும் என்று சொல்லலாம்."

நாழி என்கிற அளவு வெள்ளை அதிகாரிக்குப் புரியவில்லை. அதை எப்படி அவர்களுடைய கணக்குப்படி விளக்குவது என்று அந்தக் கருப்பு அதிகாரி யோசித்துக்கொண்டிருக்கும் போது, இரண்டு எருமை மாடுகள் தங்களுக்குள் முட்டுப்போட ஆரம்பித்தன.

இவைகள் செம்மறியாட்டங்கிடாய்கள் மாதிரி பின்வாங்கி, ஓடிவந்து முட்டுவது இல்லை. இருந்த இடத்தில் நின்றுகொண்டே ஒன்றையொன்று தனது கொம்பின் உச்சிமேட்டால் பலம் கொடுத்து மற்றதை நகர்த்துவது என்பதே இவைகளின் முட்டு. இப்படி நகர்த்துவதில் தோல்வி அடைந்த எருமைமாடு திடீரென்று பின்வாங்கி ஓடும். அப்படி அது பின்வாங்கி ஓடும்போது எதிரே என்ன இருக்கிறது என்று அதற்குக் கவலையில்லை! அப்படி எதிரே நிற்கும் பொருள்கள் அனைத்தும் தவிடுபொடியாகிவிடும். ஆகவே மனிதர்கள், தூரத்தில் நின்று கொண்டுதான் இதை வேடிக்கை பார்ப்பார்கள்.

குதிரைகளில் ஆரோகணித்திருந்த மனிதர்களும் தங்கள் குதிரைகளை அந்த இடத்திலிருந்து விலக்கி இருந்து கொண்டு வேடிக்கை பார்த்தார்கள்.

இரண்டு எருமைகளும் சரிசமமாகப் போரிட்டன. எது ஜெயிக்கும் என்று அவர்களால் சொல்ல முடியவில்லை. இருவரும் மற்றவரைப் பார்த்துச் சிரித்துக்கொண்டார்கள்.

திடீரென்று ஒரு எருமை பின்வாங்கி ஓட ஆரம்பித்தது. ஜெயித்த எருமை அதேயிடத்தில் நின்றுகொண்டது. வெள்ளை அதிகாரி தனது பரங்கிமொழியில் ஏதோ சொல்லிக்கொண்டு கடிவாளத்தை விட்டுவிட்டு கரஒலி எழுப்பினார்.

அப்போது அந்தக் கருப்பு அதிகாரி சொல்லுவார், "மிருகங்களில் மட்டும், பின்வாங்கி ஓடுவதை ஜெயித்த மிருகம் துரத்தாமல் விட்டுவிடுகிறது; ஆனால் மனிதனில் மட்டும் ஏன் அப்படி இல்லை?"

இந்தக் கேள்வியிலுள்ள தாத்பரியத்தை அந்த வெள்ளை அதிகாரி வெகுவாக ரசித்தார். பிறகு சொன்னார்:

"மனிதர்களிலும் எப்படிச் சில உயர்ந்த பண்புகள் உண்டோ, அதைப் போலவே மிருகங்களிடத்திலும் அவைகளுக்கு என்று சில உயர்ந்த பண்புகளும் இருக்கின்றன."

கால்நடைகளின் அரவம் ஓய்ந்த பிறகு அவர்கள் கோட்டையாரின் வீட்டுக்குள் போனார்கள்.

கோவிந்தப்ப நாயக்கர் திகைத்து, எழுந்து அவர்களை வரவேற்றார்.

அறிமுகத்துக்குப்பின் வெள்ளைக்காரர், கோவிந்தப்ப நாயக்கரின் கையைப் பிடித்துக் குலுக்கியது அவருக்குப் புதிதாகவும் 'என்னவோ போல'வும் இருந்தது!

○

விருந்தினர்களுக்குக் குடிக்கப் பால் வழங்கப்பட்டது. நன்றி தெரிவித்துவிட்டு வெள்ளைக்காரர், பாலின் மணத்தையும் ருசியையும் புகழ்ந்து சொன்னார்.

இந்தப் பக்கத்திலுள்ள பசுக்களின் பாலே இப்படித்தான் ரொம்ப ருசியாக இருக்கும் என்றும், அதுக்குக் காரணம் இங்கே அவைகள் மேயும் அறுகம்புல்லும் உண்ணும் பருத்திக் கொட்டையும் நாத்தும் என்றும் சொன்னார்கள்.

பிறகு, தான் அங்கே விஜயம் செய்ததன் அடையாளமாக, 'சீமை'யில் செய்த வாள் ஒன்றை வெள்ளைக்கார அதிகாரி கோவிந்தப்ப நாயக்கரிடம் அன்பளிப்பாகக் கொடுத்தார். கோவிந்தப்ப நாயக்கருக்கு மகிழ்ச்சியால் இன்னது செய்வது என்று தெரியவில்லை!

சற்று நேரம் கழித்து, கோவிந்தப்ப நாயக்கரிடம் கொஞ்சம் தனியாகப் பேச வேண்டுமென்று வெள்ளை அதிகாரி கேட்டுக் கொண்டதற்கு இணங்கி, வேடிக்கை பார்க்க வந்து கூடியிருந்த கிராமத்துக் கூட்டத்தை அப்புறப்படுத்த சிறிது சங்கடப்பட்டது.

அந்தக் கருப்பு அதிகாரி, ஒருவர் சொன்னதை மற்றவரிடம் மொழிபெயர்த்துச் சொன்னார்.

"துரையவர்கள், உங்களை இந்தக் கிராமத்துக்கு மணியமாகக் கும்பினியின் சார்பாக நியமிக்க வந்திருப்பதால், உங்களுடைய அபிப்ராயம் என்ன என்று அவர்கள் தெரிந்துகொள்ள விரும்புகிறார்கள்" என்று அவர் சொன்னார்.

இதைக் கேட்ட கோவிந்தப்ப நாயக்கரின் முகத்தில் திகைப்பும் செம்மையும் பரவியது. அவர் தமது தம்பிமார்களின்

முகங்களைப் பார்த்தார். அவர்கள் கொஞ்ச தூரத்தில் தள்ளி நின்றுகொண்டிருந்ததனால் இவர்கள் பேசிக்கொண்டது அவர்களுக்குக் கேட்கவில்லை. கிருஷ்ணப்ப நாயக்கர் மட்டும், அண்ணாவின் மனசு இப்பொழுது ஏதோ நம்மை அவசரமாகக் கலந்து கொள்ளத் தேடுகிறது என்பதைப் குறிப்பறிந்து உணர்ந்துகொண்டார்.

◯

32

“எனக்குக் கொஞ்சம் அவகாசம் கொடுங்கள்; நான் யோசித்துச் சொல்லுகிறேனே?” என்று கோவிந்தப்ப நாயக்கர் கேட்டுக்கொண்டார். அதற்கு அவர்களும் சம்மதம் கொடுத்தார்கள்.

அவர்கள் போனபிறகு அனைவருமே கூடி ஆலோசித்தார்கள். அக்கையா அந்த ஆலோசனையில் கலந்துகொள்ளாமல், அவர்கள் கொடுத்து விட்டுச் சென்ற வாளை எடுத்துப் பார்த்துப் பரிசீலனை செய்துகொண்டிருந்தார். அந்த வாளால் அவர் மற்ற இரும்புகளை அழுத்தி மெதுவாகச் சீவினார். மரத்தைச் சீவுவதுபோல் அந்த வாள் சீவியது. அந்தச் சீவல்களை மற்றவர்களிடம் அவர் காட்டிக்கொண்டிருந்தார்.

கும்பினியிலிருந்து ‘துரை’ வந்துபோன விஷயம் கொஞ்ச நேரத்துக்குள் கிராமம் முழுவதும் பரவிவிட்டது.

கிராமத்திலுள்ள முக்கியஸ்தர்களையெல்லாம் கோட்டையார் கோவிந்தப்ப நாயக்கர் தனது வீட்டுக்கு வரவழைத்து அனைவரோடும் கலந்து ஆலோசித்தார்.

பலபேருக்கு எந்தவிதத் தீர்மானத்துக்கும் வர முடியாமல் திகைப்பாக இருந்தது.

இந்தத் திகைப்பை உடைத்துத் தனது கருத்தை முதலில் சொன்னவர் கோழி இறகு சின்னைய்ய நாயக்கர். அவர் தனது முகத்தை, தாங்க முடியாத புளிப்பை ருசி பார்த்தவர் மாதிரி வைத்துக்கொண்டு “அவன் என்ன... ஆள் கொஞ்சங்கூட ராஜகளையே இல்லையே முகத்தில்? என்னமோ... வெள்ளை எலி மாதிரி...”

இதைக்கேட்டுப் பலர் சிரித்தார்கள். பெத்த கொந்த்து கோட்டையா அவரைத் தொடர்ந்தார். "அந்த ஆள்! கூட வந்தவன்... நல்ல ராஜ அம்சம்."

உடன் வந்த அந்தக் 'கருப்பு' அதிகாரியை எல்லார்க்கும் பிடித்திருந்தது.

"அந்த வெள்ளைக்காரன் கண்ணைப் பாத்தீயளா? அதென்ன அப்பிடி இருக்கு!" என்றார் செல்லப்பிள்ளை.

நம்ம பெண்டுகளின் கருவண்டுக் கண்களைப் பார்த்துப் பார்த்து அனுபவித்தவனுக்கு இந்தக் கண்ணைப் பார்த்தால் ஒரு மாதிரியாகத்தான் இருக்கும் என்று நினைத்தார் கோவிந்தப்ப நாயக்கர்.

கும்பினியார் ஏற்கெனவே இந்த நாட்டுக்கு வந்து பல இடங்களைச் சேர்த்துக்கொண்டு ராஜ்யம் பண்ணுகிறார்கள் என்கிற விஷயம் அவர்கள் கேள்விப்பட்டிருந்தார்கள். மங்கத்தாயாரு அம்மாவிடம் இந்த விஷயமாகச் சொல்லி அபிப்ராயம் கேட்க வேண்டும் என்று கோவிந்தப்ப நாயக்கருக்குத் தோன்றியது.

அவரோடு கிராம முக்கியஸ்தர்களும்கூட இருந்தார்கள். விஷயத்தைக் கேட்டுக்கொண்டதும் மங்கத்தாயாரு அம்மாள் அபிப்ராயம் ஏதும் சொல்லாமல் கொஞ்ச நேரம் மௌனமாக இருந்தாள்.

தொண்டையைச் செருமி சரிசெய்துகொண்ட மங்கத்தா யாரு அவர்களிடம் ஒரு கேள்வி கேட்டாள்.

"ஆமா... இந்த வெள்ளைக்காரன் நம்ம நாட்டுக்கு வந்து இத்தனை நாள் ஆகுதே, எங்கியாவது அவன் இந்த துலுக்க ராஜாக்களைப் போல நம்ம பெண்டுகளுக்கு ஏதாவது தொந்தரவு கொடுத்திருக்கானோ?"

அனைவருமே இந்தக் கேள்வியை உன்னிப்போடும் ஆச்சரியத்தோடும் கேட்டு மகிழ்ந்தார்கள்.

மங்கத்தாயாருவின் கேள்வியிலுள்ள மிக முக்கியமான நியாயத்தை அவர்கள் உணர்ந்தார்கள்.

அவர்கள் தெலுங்கு நாட்டிலிருந்து ஓடி வந்ததே இந்த ஒரே காரணத்துக்காக அல்லவா!

கும்பினியான் எந்த இடத்திலும் நம்முடைய பெண்டுகளைத் தூக்கிக்கொண்டு போனதாகவோ, பிடித்துப் பலாத்காரமாகக் கற்பழித்ததாகவோ அவர்களுக்குச் செய்திகள் இல்லை.

இந்த ஒரு காரணத்துக்காகவே அவர்களுக்குக் கும்பினியான் உயர்ந்து தோன்றினான்!

பூமாதேவியும் ஒரு பெண்தான். மற்றப் பெண்களை மதித்து நடக்கக்கூடியவனிடத்தில் பூமாதேவியையும் நம்பி ஒப்படைக்கலாம்; அவன் இந்தப் பூமியையும் நன்றாகவே பரிபாலனம் பண்ணுவான் என்றாள் மங்கத்தாயாரு அம்மாள்.

இந்தக் கருத்தை அனைவருமே ஏற்றுக்கொண்டார்கள்.

ஆகவே அவர்கள் கும்பினியாருக்குத் தங்களுடைய சம்மதத்தைத் தெரிவித்து அனுப்பினார்கள்.

◯

33

மங்கம்மா சாலை வழியாகக் கும்பினிப் படை வீரர்கள் அடிக்கடி போவதைப் பார்க்க முடிந்தது. அந்தப் படை வீரர்களோடு பலர் தலைச்சுமையில் சாமான்கள் சுமந்துகொண்டு போவதையும் காண முடிந்தது.

தலைச்சுமையாக ஆட்கள் அவர்களுக்குச் சாமான்கள் தூக்கிக்கொண்டு செல்வது நாளுக்குநாள் அதிகரித்தது. கோபல்ல கிராமத்திலும் வந்து அவர்கள் சுமை தூக்க ஆட்களைக் கேட்டார்கள். ஆரம்பத்தில் இவர்களும் அதில் உற்சாகமாகக் கலந்துகொண்டார்கள்.

நாட்கள் ஆக ஆக இது ஒரு பெரிய்ய தொந்தரவாகவே நிலைக்க ஆரம்பித்துவிட்டது.

சுமை தூக்கும் ஆட்களை அவர்கள் கௌரவமாக நடத்தவில்லை என்று கோவிந்தப்ப நாயக்கரிடம் வந்து வருத்தப்பட்டார்கள். இதைக் கேட்ட கோவிந்தப்ப நாயக்கர் மனசு ரொம்பவும் சங்கடப்பட்டது.

இந்தக் கிராமம் சாலைக்குப் பக்கத்தில் அமைந்திருந்ததும் இந்தத் தொந்தரவுக்கு ஒரு காரணமாக இருந்தது!

நூற்றுக்கணக்கான ஆட்கள் வடக்கேயிருந்து தலைச் சுமைகளைக் கொண்டுவந்து, இந்தக் கிராமத்துக்கு நேராக வந்தவுடன் சாலையிலேயே வைத்துவிட்டுப் போய்விடுவார்கள். அதுக்குப் பிறகு அந்தச் சாமான்களை இங்குள்ளவர்கள் தூக்கிக்கொண்டுபோய் குறிப்பிட்ட தூரத்தில் வைத்துவிட்டு வந்து விடவேண்டும். அதுக்குப் பிறகு அங்கிருந்து வேறு ஆட்கள் அவைகளைத் தூக்கிக் கொண்டு போக வேண்டும். இப்படி ஒரு ஏற்பாடு!

இந்தத் தொந்தரவிலிருந்து தப்பிக்கக் கிராமத்து ஜனங்கள் பல உபாயங்களைக் கையாள ஆரம்பித்தார்கள்.

ஈரக் கசிவுள்ள கருப்பட்டியைப் பிட்டு உடம்பில் – கால் கைகளில் – அங்கங்கே ஒட்டவைத்து, பழைய துணிகளைக் கிழித்துக் காயங்கள் புண்களுக்குக் கட்டுகள் போடுவது மாதிரி கட்டிக்கொள்வார்கள். அந்த இனிப்பு வாசனைக்குக் கணக்கில்லாமல் ஈக்கள் வந்து அந்தக் கட்டுகளின் மேல் மொய்க்கும்.

இப்படிக் கட்டுகள் போட்ட, ஈக்கள் மொய்க்கும் ஆட்களை வெள்ளைக்காரர்கள் வேண்டாம் என்று சொல்லி விடுவார்கள்!

ஆனால் எல்லாருமே இப்படிக் கட்டுகள் போட்டுக் கொண்டு போக முடியுமா? சந்தேகம் வந்துவிடுமே. அக்கையா ஒரு தந்திரம் செய்தார். ஊருக்குள் நுழையும் இடங்களி லெல்லாம் வேப்பிலைத் தோரணம் கட்டச் செய்தார். வீடு தவறாமல் வாசலில் வேப்பங்குழையைச் சொருகச் சொன்னார். வேப்பங்குழைகள் சொருகிய நிறை குடங்களைத் தெருவின் மத்தியில் அநேகமாக ஒவ்வொரு வீட்டின் முன்னாலும் வைக்கும்படி ஏற்பாடு செய்துவிட்டார்.

வெள்ளைக்காரர்களுக்கு அம்மைநோய் என்றால் போதும்; திரும்பிக்கூடப் பார்க்காமல் ஓடிவிடுவார்கள். அம்மை நோய் கண்ட ஊர்களில், அதை வேற்று ஊர்க்காரர்களுக்குத் தெரிவிக்க இப்படி வேப்பிலைத் தோரணங்கள் கட்டுவதும் நோய் கண்ட வீடுகளின் நுழைவாசலில் வேப்பங்குழை சொருகுவதும் இங்கே வழக்கம் என்பதை வெள்ளைக்காரர்கள் எப்படியோ தெரிந்து வைத்திருந்தார்கள்!

கிராமத்து ஜனங்கள் வெள்ளைக்காரன்கள் மீது பல நாடோடி ஏசல் பாடல்கள் இயற்றிப் பாடினார்கள்.

ஐ சக்கை ஐ
அரைப்படி நெய்
வெள்ளைக்காரன் தொப்பியிலே
விளக்குப் பொருத்தி வை.
வாராண்டா வாராண்டா
வெள்ளைக்காரன்
வரட்டும் தாயோளி
தொப்பிக்காரன்.

கோபல்ல கிராமமும் சுற்றுப்புறமும் கும்பினியின் ஆட்சிக்குக் கீழே வந்து பல வருஷங்கள் ஆகியும் எந்தவித மாறுதலும் உண்டாகவில்லை.

மாறுதல் என்று ஒன்றைச் சொல்ல வேண்டுமானால் அப்போது ஆகாயத்தில் தோன்றிய ஒரு அதிசய வால்நட்சத்திரத்தை வேண்டுமானால் சொல்லலாம். அதைப் பார்த்துவிட்டு ஜோசியம் எங்கட்ராயலு "தேசத்துக்குப் பீடை பிடித்துவிட்டது" என்று மட்டும் சொன்னார்.

◯

34

ஸ்ரீனி நாயக்கர் பலகையில் வந்து சம்பரமாக உட்கார்ந்தார். அவருக்கு எதிரே செழிப்பாக வளர்ந்த ஒரு கறிவேப்பிலைச் செடி இருந்தது. பார்த்துக்கொண்டிருக்கும் போதே அதில் பல சிட்டுக்குருவிகள் வந்து உட்கார்ந்தன.

அவர் பிரியமாகத் தேடி எடுத்துக்கொண்டு வந்து நட்டு உண்டாக்கப்பட்ட செடி அது; இப்பொழுது மரமாகிக்கொண்டிருந்தது.

அவர் காலைவேளை சாப்பாட்டுக்கு வந்து உட்காரும் இடம் அது.

அது செங்காம்புக் கறிவேப்பிலை; துளசிச்செடியில் விஷ்ணு துளசி, லக்ஷ்மி துளசி என்று இருப்பதுபோல!

விஷ்ணு துளசியின் இலைக்காம்புகள் சிகப்பு நிறமாக இருக்கும்; இலையின் மணமும் காரமும் ஜாஸ்தி. லக்ஷ்மி துளசி எல்லாமுமே பச்சை; சாந்தமும் மணமும்கொண்ட ருசி.

அவருடைய பாரியாள் எங்க்கச்சி கும்பாவில் வரகரிசிச் சாதமும் முளைத்தயிரும் கொண்டு வந்தாள். அவளைக் கண்டதும் குருவிகள் பறந்தன.

குருவிகள் பறந்த அதே வினாடி அந்த இடம் பூராவும் ஒரே கறிவேப்பிலை மணம். இருவரும் அதை இழுத்து முகர்ந்தனர். என்ன அருமையான வாசனை!

ஸ்ரீனி நாயக்கர் தனக்கென்று ஒரு தனி பொழுதுபோக்கு வைத்துக்கொண்டிருந்தார். அவருடைய நேரமெல்லாம் பிறத்தியார்க்கு என்று கழிந்தது. அதில் அவர் ஒரு ஆத்மார்த்திக சொகம் கண்டார்.

புளிச்சை நாரில் அவர் வகைவகையான கயிறுகள் திரித்தார். கட்டுக்கயிறு, பிணையல்கயிறு, தண்ணீர்க் கயிறு, உழவு தும்பு, வண்டித் தும்பு இப்படி.

பனைநார்களை நனையப்போட்டுப் பக்குவப்படுத்தி அதிலுள்ள 'சோற்றுப்பகுதி'யை நீக்கிவிட்டுச் சன்னமாகக் கிழித்து அவைகளில் அகணிவடங்கள் முறுக்குவார். மாடு களுக்கு வாக்கூடு பின்னுவார்.

தறிக்காரர்களிடம் சொல்லிவைத்து தறியில் மிஞ்சிய கழிவு நூல்களை வாங்கி, ஆண்களுக்கு அரணாக்கயிறு பின்னிக் கொடுப்பார். பெண்களுக்குத் தாலிக்கயிறு பின்னிக்கொடுப்பார். இவைகளுக்கெல்லாம் பிரதி உபகாரமாக அவர் எதையும் பெற்றுக்கொள்வதில்லை.

கயிறுகளில் புதுப்புதூ மாதிரியான முடிச்சுக்கள் போட்டுக் காண்பிப்பார். அவர் போடும் முடிச்சுக்களை அவர் தவிர யாரும் அவிழ்க்க முடியாது. கயிறுகளில் அவர் போடும் கற்பனையான முடிச்சுக்களும், பின்னல்களும்தான் எத்தனை வகைகள்!

ரோமங்களைத் திரித்து அற்புதமான கம்பளிக்கயிறுகள் பின்னிக்கொடுப்பார். கிராமத்திலுள்ள காளைமாடுகள் அணிந்துகொண்டிருக்கிற நெற்றிக்கயிறுகள் இவர் பின்னிக் கொடுத்தவைதான்.

மத்தியான வேளைகளில் கம்மாய்க்கரை நிழலில் மரத்தின் வேரில் கயிற்றைக் கட்டி முறுக்கிக்கொண்டிருப்பார். நன்றாக முறுக்கேறிய நீண்ட கயிறை மூன்று பகுதியாகப் பிரித்துக்கொண்டு அதில் இரண்டு பகுதியைப் பிணைத்து ஒண்டிப்பார். மூன்றாவதை, அந்த இரண்டுகளின் இடையில் திரித்துக்கொண்டே இடையே பிணைக்கும்போது சிலம்பம் பழகுகிறவன் காலடி எடுத்து வைத்து பாவலாப் பண்ணி முன்னேறுகிற மாதிரி இடதும் வலதும் திரும்பி கயிற்றை ஒண்டிப்பதைப் பார்க்கவே நன்றாக இருக்கும்.

இடைவிடாத இந்த வேலையினால் அவருடைய கைகள் காய்ப்பேறி புஜங்களெல்லாம் முறுக்கேறிப்போயிருந்தது. குருவிகள் பறந்ததும் அதிலிருந்துவந்த கறிவேப்பிலை மணத்தை முகர்ந்து அனுபவித்துக்கொண்டே அவர் சாப்பிட ஆரம்பித்தார். கும்பாவுக்குப் பக்கத்தில் 'கொட்டுக்கூடை'யில் கொத்த மல்லி இலைத் துவையல். ஸ்ரீனி நாயக்கருக்குக் கொத்தமல்லி இலைத் துவையல் என்றால் உயிர். அதை நாள் பூராவும் தொட்டு நாக்கில் தடவிக்கொண்டே இருக்கலாம்! அதுக்குத் தோதாக வரகரிசிச் சோறும் முளைத் தயிரும்.

முளைத் தயிர் என்றால் புளிப்பில்லாதது. பால், தயிராக முளைவிடும் பக்குவத்தில் இருப்பது.

எங்கச்சிக்குப் பாலை உறைகுத்தும் பக்குவம் தெரியும். ரொம்பவும் ஆறிவிடாமல் நகவெதும்பலாய் பால் ஆறிவரும் போது தனது புருஷனுக்கு என்று ஒரு தனி ஏனத்தில் ஊற்றி, மோரில் ஆள்க்காட்டி விரலை இரண்டாவது கோடு வரைக்கும் முக்கி உதறிவிட்டு அந்த விரலைப் பாலில் கலக்கி மட்டுமே வைப்பாள். காலையில் பார்த்தால் அது கட்டித் தயிராக இருக்கும்.

பாலைக் காய்ச்சுவதிலும்கூட ஒரு பக்குவம் இருக்கிறது. அதெல்லாம் எங்க்கச்சிக்குத் தெரியும். அவள் பாகக் கலையில் ஒரு மேதை. கைபட்டாலே சமையல் மணக்கும்.

கோட்டையார் வீட்டு நல்லது பொல்லதுகளுக்குப் பொங்கி வைக்க எங்க்கச்சியை வந்துதான் கூப்பிடுவார்கள். அவள் அங்கே சாதாரண நாட்களில் போனாலே ராஜவரவேற்புத்தான். அந்த வீட்டுப் பெண்கள் இவளிடம் ஒவ்வொரு பாகத்தையும் பற்றியும், அதை எப்படிச் செய்கிறது; இதை எப்படிச் செய்கிறது என்றும் விசாரித்துக்கொண்டே இருப்பார்கள். 'செய்கிறவர்களுக்குச் சொல்லத் தெரியாது; சொல்கிறவர்களுக்குச் செய்யத் தெரியாது' என்று ஒரு சொலவம்.

எங்க்கச்சிக்கு, இவர்கள் தன்னை அநியாயமாகப் புகழ்கிறார்கள் என்று நினைப்பு. ஒருநாள் கோட்டையார் வீட்டுக்கு எதேச்சையாகப் போயிருந்தபோது அங்கே சாப்பிடச் சொல்லி இவளை வற்புறுத்தினார்கள். ஆண்களெல்லாம் சாப்பிட்டு முடித்துவிட்டதால் பெண்கள் சாப்பிட உட்கார்ந்திருந்தார்கள். வற்புறுத்தலுக்கு ஆத்தமாட்டாமல் எங்க்கச்சியும் உட்கார்ந்தாள். குழம்பு பரிமாறியதும் சாப்பிடத் தொடங்கினாள்.

பிசைந்து உருண்டைச் சாதத்தை வாயில் வைத்துப் பார்த்ததும் எங்க்கச்சி "சீத்தம்மா, அந்தக் குழம்புச் சட்டியை அப்படியே இங்கெ கொண்டா; கொஞ்சம் போலெ [1]ருசிக்கல்லும் கொண்டா" என்றாள்.

குழம்புச் சட்டியையும் உப்பு மரவையையும் கொண்டு வந்து வைத்தார்கள். இடது கையின் நான்கு விரல்களில் கொஞ்சம் உப்பை எடுத்துப் பார்த்தாள். பெருவிரலால் சிறிது மரவையில் தள்ளினாள். துளியூண்டுதான்; போட்டு

---

1. ருசிக்கல் – உப்பு, விளக்குப் பொருத்திவிட்டால், அதாவது சூரிய அஸ்தமனத்துக்குப் பிறகு உப்பை "உப்பு" என்று சொல்லக் கூடாது இங்கே.

அகப்பையால் கிண்டி, தனக்கு ஊற்றிக்கொண்டு மற்றவர்களை யும் ஊற்றிக்கொள்ளும்படி சொன்னாள்.

என்ன மாயம்! குழம்புக்கு இந்த மணம் எப்படி வந்தது? இப்போது அது கோட்டையார் வீட்டுக் குழம்பின் மணமே இல்லை. இக்குனூண்டு துளி உப்புக்கு இப்படியொரு மந்திர சக்தியா! உப்புக்கல்லுக்கு 'ருசிக்கல்' என்று பேர் வைத்தது யார்?

சீத்தம்மா சொன்னாள்: "எங்கக்கச்சியக்கா நீ குழம்பில் உப்புப் போடலை; எங்க கண்ணுக்கு உப்பைக் காமிச்சிட்டு, என்னமோ மந்திரம்தான் போட்டிருக்கே!" என்றாள்.

சாதாரணமாகக் கிடைக்கிற காட்டுக் கீரையைக் கொண்டு வந்து எங்கச்சி அமிர்தத்தைக் கடைந்து பரிமாறுவாள். கீரைகளை எத்தனையோ விதமான பக்குவங்களில் ஆக்கித் தருவாள்.

கோவிந்தப்ப நாயக்கருக்குக் கீரையென்றால் போதும்; கீரை குலதெய்வம் அவருக்கு!

"எங்கச்சி கீரை கடைஞ்சி, அதைச் சாப்பிடணும்" என்பார் நாக்கைச் சொட்டாங்கி போட்டு.

35

குருவிகள் பறந்ததும் அதிலிருந்து வந்த கறிவேப்பிலை மணத்தை முகர்ந்து அனுபவித்துக் கொண்டே ஸ்ரீனி நாயக்கர் சாப்பிட ஆரம்பித்தார்.

பக்கத்தில் உட்கார்ந்துகொண்டு அவர் சாப்பிடச் சாப்பிட சிறிது சிறிதாகப் பரிமாறிக் கொண்டே இருந்தாள் எங்கக்கச்சி. அவர் ருசித்துச் சாப்பிடுவதைப் பார்ப்பதிலும் இன்னும் இன்னும் என்று அவரைத் திணற அடிப்பதிலும் அவளுக்கு ஆனந்தம். எல்லாத்திலுமே அவள் அப்படித்தான்!

எங்க்கச்சிக்கு தான் கருப்பு என்று ஒரு தாழ்வு எண்ணம். ஆனால் அவள் கருப்பும் இல்லை. கோட்டையார் வீட்டுப் பெண்களுக்கு மத்தியில் இருக்கும்போதுதான் அப்படித் தெரிவாள். மற்றபடி அவளைப் பொதுநிறம் என்றுதான் சொல்ல வேண்டும்.

ஸ்ரீனி நாயக்கருடைய பிரகாசமான சிகப்பு நிறத்தில் அவள் மயங்கிப்போவாள். "ஒங்க நிறத்திலெ கொஞ்சம் எனக்குத் தரப்படாதா?" என்று கையோடு கையை ஒட்ட வைத்துக்கொண்டு கேட்பாள்.

நிறத்திலேயும் மயங்க வைக்கிற சிகப்பு, மருள வைக்கிற சிகப்பு, மிரட்டுகிற சிகப்பு, அடிக்க வருகிற சிகப்பு என்று உண்டு.

தன் நிறத்தினால் தாழ்வு எண்ணங்கொண்ட எங்க்கச்சிக்கு, அவருடைய நிறத்தை எத்தனை தடவை அருகிலிருந்து பார்த்தாலும் அலுப்பதில்லை. அந்த நிறத்தைக் கைகளால் தொட்டுத் தடவி அனுபவிப்பாள். சூரிய ஒளி படாத இடங்கள் இன்னும் பிரகாசமாகவும் அதிமென்மையாகவும் இருக்கும். அவைகளையெல்லாம் உதடுகளால் தடவியும் கன்னங்களைக் கொண்டு உராய்ந்தும் மூக்கால் முகர்ந்தும் அனுபவிப்பாள். அப்படி சமயங்களில் அவள் மெய்மறந்து தெலுங்கில் "ஓனே" என்று ஆசையாய் அவரை அழைப்பாள்.

அவர் அவளை ஒரு குழந்தையைப்போல் தூக்கி தனது இடது தோளின்மேல் உட்காரவைத்துக்கொண்டு, இடது கையினால் அவளுடைய பாதங்களைத் தாங்கி வலது கையைப் பெருமையோடு வீசி நடப்பார்.

செண்டாய்த் தூக்கி தோளில் வைத்துக்கொள்ளும் போதெல்லாம் அவள் ஒரு சிரிப்புச் சிரிப்பாள். அந்தச் சிரிப்புக்கும் ஆசைப்பட்டு அவர் அப்படிச் செய்வதுண்டு. "இப்படியே உன்னை உட்கார வைத்துக்கொண்டே இப்பொ நொண்டியடிக்கப்போறேன்!" என்பார். மீண்டும் அதே சிரிப்போடு திரும்பிக்கொண்டு அவரது தோளிலிருந்து வேகமாகச் சறுக்கி இறங்குவாள். அப்படிச் சறுக்கி இறங்கும் போது ஏற்படும் உராய்தலில்தான் எத்தனை கொள்ளை இன்பம்!

காலை உணவுக்குப்பின் இந்தக் களியாட்டத்தில் அவர்கள் ஈடுபட்டிருக்கும்போதுதான் திடீரென்று சூரிய வெளிச்சம் மங்கி இருட்டியது.

குப்பையில் கிளறிக்கொண்டிருந்த கோழிகளெல்லாம், இருட்டத் தொடங்கிவிட்டது என்று நினைத்து கூடுகளை நோக்கித் திரும்பத் தொடங்கின.

எங்க்கச்சி வளர்க்கும் கூண்டுக்கிளி திடீரென்று கீச்சுக் குரல் கொடுத்து அலறியது.

என்னமோ ஏதோ என்று அவர்கள் முற்றத்துக்கு ஓடி வந்தார்கள்.

O

36

ஸ்ரீனி நாயக்கரும் எங்க்கச்சியும் ஓடிவந்து முற்றத்தில் பார்த்தபோது திடுக்கிட்டுப்போனார்கள்.

அவர்கள் பிரியமாக வைத்து வளர்த்த கறிவேப்பிலைச் செடி மீது இலை தெரியாமல் விட்டில்கள் (வெட்டுக்கிளிகள்) மொய்த்துக் கொண்டிருந்தன.

அவைகளை விட்டில்கள் என்று சொல்வதா அல்லது அதுக்கு வேறு ஏதாவது பெயர் உண்டா என்பது அவர்களுக்குத் தெரியாது. பார்த்துக் கொண்டிருக்கும் போதே அந்த வளர்ப்புச் செடியில் ஒரு இலைகூட இல்லை!

அதில் உட்கார்ந்திருந்த விட்டில் பூச்சியின் நீளம் முக்கால் சாண் ஒருச்சாண் என்றிருந்தது! இதுக்கு முன்னால் அவர்கள் ஆயுளில் இப்படி, இத்தனை பெரிய விட்டிலைப் பார்த்தது கிடையாது; கேள்விப்பட்டதும் கிடையாது.

எங்க்கச்சி பயந்துபோய் புருஷனைச் சேர்த்துக் கட்டிக்கொண்டாள்.

என்ன இது! உலகம் அழிவுகாலத்துக்கு வந்துவிட்டதா?

உலகம், பிரளயம் வந்து அழியப்போகும்போது மழை பெய்யுமாம்; நாள் கணக்கில் நிற்காமல் சரமழை பெய்யுமாம். அந்த மழைச்சரத்தின் கனம் யானைத் துதிக்கைத் தண்டி இருக்குமாம். ஆனால் யாரும் விட்டில் பூச்சி வந்து உலகத்தை அழிக்கும் என்று சொல்லலையே?

அவர் மனைவியை உதறிவிட்டுக் கோபத்தோடு போய் அந்த விட்டில்களை அடித்து விரட்டினார். செழுமையான அந்தச் செடி இருந்த இடத்தில்

ஒரு கம்பும் அதில் சில விளாருகளுமே நின்றுகொண்டிருந்தது பரிதாபமாக இருந்தது.

அவருக்குத் தொண்டையை அடைத்தது. எந்தப் பக்கம் எங்கே திரும்பினாலும் படபடவென்ற சத்தத்துடன் அதே விட்டில்கள்.

கோபல்ல கிராமமே ஒரு தேன்கூடு மாதிரியும் இந்த விட்டில்கள் அதில் மொய்க்கும் ஈக்களைப் போலவும் காட்சி தந்தது.

கொஞ்ச நேரத்துக்கெல்லாம் மனித அபயக்குரல்கள் கர்ண கடூரமாக ஒலிக்க ஆரம்பித்து. ஜனங்கள் நெஞ்சிலும் வாயிலும் அறைந்துகொண்டு அழும் கூக்குரல் கேட்டது.

காடுகளில் விளைந்த கம்மங் கதிர்களுக்குக் காவலாகப் பரண்மேல் உட்கார்ந்துகொண்டிருந்தவர்கள் திகைத்து, இறங்கிவந்து விட்டில்களை விரட்டிப்பார்த்தார்கள். கம்புகளால் அடித்துப் பார்த்தார்கள். சோ சோ என்று கூப்பாடு போட்டுப்பார்த்தார்கள். கதிர்களை மறைத்துக்கொண்டு உட்கார்ந்திருந்த விட்டில், பிறகு கதிர் காணாமல் விட்டில் மட்டுமே கண்ணுக்குத் தெரிந்தது! ஒவ்வொரு பயிரின் கீழிருந்து உச்சிவரைக்கும் விட்டில்கள். அவைகள் மேயும் சத்தம் நெறுக் நெறுக் என்று காடெல்லாம் ஒன்றுபோலக் கேட்டது.

எதைக் கொல்லுவது; எப்படிக் கொல்வது? விட்டிலைப் பிடித்தால் ரம்பம் போன்ற அதன் பின்னத்தங் கால்களால் உதைத்துக் கையை ரணமாக்கி விடுகிறது.

நல்லமனசு திரவத்தி நாயக்கர் அவருடைய புஞ்சையில் காவல் இருந்தார். கதிர் நன்றாக விளைந்திருந்தது. அவருக்கு மட்டுமல்ல, அந்த வருசம் கிராமம் பூராவுமே அப்படி. நாளைக்குக் கதிரைப் பிரக்கணம் என்று நினைத்திருந்தபோது இப்படி ஆகிவிட்டது.

நல்லமனசு நாயக்கர் விட்டில்களை விரட்டிப்பார்த்தார். தன்னை மூடியிருந்த துப்பட்டியை எடுத்து அவைகளை அடித்து அடித்து விரட்டினார். அசையவே இல்லை. அடியினால் பல விட்டில்கள் விழுந்து குற்றுயிராயின. சிலது செத்தன; ஆனால் போகவே இல்லை. அவ்வளவு பசி அவைகளுக்கு!

தன் கண்ணெதிரே தான் சிரமப்பட்டு உண்டுபண்ணிய மகசூல் அழிய எந்த சம்சாரிதான் சம்மதிப்பான். பக்கத்துப் புஞ்சைக்காரனைத் துணைக்குக் கூப்பிடலாமென்றால் அங்கேயும் இதே சோகம். நாயக்கர் ஓடி ஓடி அலுத்துப்போனார்.

வருஷத்துக்கு ஒரு மகசூல்; அடுத்த தை மாசத்தை இனி எப்படிப் பார்க்கிறது? மனுசருக்கு உணவு இல்லை; கால் நடைகளுக்குக் கூளம் இல்லை. எல்லாம் முடிந்தது. முடிந்தது எல்லாம்.

"அய்யோ தேவுடா..." என்று மண்ணில் விழுந்து அழுதார். கைக்குக் கிடைத்த தின்பண்டத்தை காக்கை பறித்துக்கொண்டு ஓட கீழே விழுந்து புரண்டு அழும் குழந்தை போலிருந்தது.

சம்சாரிகள் ஒன்றும் செய்வதறியாது காட்டிலிருந்து ஊரைப் பார்க்க ஓடிவந்தார்கள். அவர்கள் ஓடிவரும் பாதை எல்லாம், அவர்களுடைய புஞ்சையில் பார்த்தது போலவே இருந்தது.

தூரத்தில் வரும்போதே, கம்மாய்க் கரையின் உயரமான மரங்களின் மீதெல்லாம் அதே விட்டில்கள் இலைகள் தெரியாமல் உட்கார்ந்து கொண்டிருப்பதைப் பார்க்க முடிந்தது.

வீட்டின் கூரைகளில் எல்லாம் விட்டில்கள்!

பெரும்பாலானவர்கள் பயந்துபோய் வீட்டுக்குள் இருந்து கொண்டு கதவைப் பூட்டிக்கொண்டார்கள்.

◯

37

வந்த விட்டில்கள், வந்தபடியே போய் விட்டது.

அவை வந்து போனதுக்கு முதல் அடையாளம் கரை மரங்களுக்குக் கீழே தரையில் அவைகளின் கழித்த எச்சங்கள். இரண்டாவது அடையாளம் எங்கே நோக்கினும் பசுமை நீக்கம். பச்சை என்கிற பிறப்பையே கண்ணில் காண முடியவில்லை. தரையினுள்ளிருந்து எட்டிப் பார்த்த சிறு புல் நுனியைக்கூட அவை விட்டு வைக்கவில்லை. பனைமரங்களும் இலைகளைப் பறிகொடுத்துவிட்டு ராட்சத உலக்கைகளைப் போல மொட்டையாக நின்றது. கல்யாணக் கொட்டகையைப் பிரித்த வீடு மாதிரி ஊரே வெறீச் என்று களை இழந்து இருந்தது.

யாவருக்கும் முதலில் ஒரு வியப்பும் பயமுமாக இருந்தது; அப்புறம் தாங்க முடியாத துக்கம். யாருக்கு யார் ஆறுதல் சொல்ல? யாரை இதுக்குக் குற்றம் சொல்ல?

கிராமத்தின் துக்கம் நெஞ்சைப் பிழிவதாக இருந்தது. கோட்டையார் சகோதரர்களின் இதயம் இளகியது. அவர்கள், அனைவரையும் கூப்பிட்டு ஆறுதல் சொன்னார்கள். அப்படிச் செய்தது அவர்களுக்கும் ஆறுதலாக இருந்தது! தங்கள் வீட்டின் தானியக் களஞ்சியங்களைக் கிராமத்துக்காகத் திறந்துவிட்டார்கள்.

“விதைக்காக, நமக்கும், கிராமத்துக்கும் போக பாக்கி எல்லாத்தையும் எல்லாரையும் கூப்பிட்டு அளந்து கொடுத்திருங்க” என்றார் தனது சகோதரர்களிடம் கோவிந்தப்ப நாயக்கர்.

அதோடு, கிராமத்தின் கால்நடைகளுக்காக, பல வருஷங்களாகப் பிடுங்கப்படாத பெரிய பெரிய பல தட்டைப் படப்புகளையும் நாத்துப் படப்புகளையும் கொடுத்தார்கள்.

எங்க்கட்ராயலு சொன்னார்: "கோவிந்தப்பா, இந்த வருஷம் நாங்க கம்மஞ்சோத்தைக் கட்டியாய் சாப்பிடுறதுக்குப் பதிலா கரைச்சியாவது குடிக்கிறோம் உங்க புண்ணியத்திலெ" என்றார்.

"அதெப்டி; எங்கள்ட்டெ இருந்தா மட்டும் அது எங்கள்து ஆயிருமா? அந்த நாள்ளே எல்லாருடைய பெரியாட்களும் சேந்துதான் இந்தக் கள்ளிக்காட்டைத் திருத்தி நிலமாக்கினாக" என்றார் கோவிந்தப்ப நாயக்கர், அடக்கத்தோடு.

○

38

'விட்டில் பஞ்சம்' ஏற்பட்டபோது கோட்டையார் செய்த உதவி கிராமத்துக்கு ஓரளவு நிவாரணம் தந்ததே தவிர அவர்களின் பெருங்கஷ்டத்தை நீக்குவதாக இல்லை.

இந்த நேர்வைப் பற்றியும் மக்களின் கஷ்டத்தைப் பற்றியும் மேலாவில் முறைப்படி தெரிவித்து அனுப்பினார் கோவிந்தப்ப நாயக்கர். அதுக்குக் கும்பினியாரிடமிருந்து எந்தவிதமான தாக்கலும் இல்லை.

திரும்பவும் கொள்ளை கொலை பற்றிய பீதி மக்களிடம் பரவியது.

கிடைக்கும் செய்திகள் எதுவும் நம்பிக்கை ஊட்டுவதாக இல்லை. அவர்கள் பல விஷயங்களைக் கேள்விப்பட்டார்கள். எது நிஜம் எது பொய் என்று தெரியவில்லை.

ராட்டை நூற்பவர்களையெல்லாம் கட்டை விரலை வாங்கி விடுகிறார்கள் இந்த வெள்ளைக் காரர்கள் என்று ஒரு செய்தி!

இது என்னடா நூதனமா இருக்கு என்று பயந்துகொண்டே சிரித்தார்கள் ஜனங்கள்.

வெள்ளைக்காரர்களை யார் எதிர்த்துப் பேசினாலும் சரிதான்; உடனே தலையை வாங்கி விடுகிறார்கள்! இப்படி ஒரு செய்தி.

நம்ம நிலத்தில் முளைச்ச வெள்ளரிக்கொடி யிலிருந்துகூட ரெண்டு பிஞ்சு பிடுங்கி, அவனைக் கேட்காமல் யாருக்கும் கொடுக்கப்படாதாமே!

இது என்னடா கூத்து என்று சொல்லிச் சிரித்தார்கள்.

இதுக்கு மத்தியில்,

பாஞ்சாலங்குறிச்சி ராஜா கட்டபொம்முவைக் கூட்டிக் கொண்டுவந்து கயத்தாற்றுக்குப் பக்கத்திலுள்ள ஒரு புளிய மரத்தில், கொன்று தொங்கவிடப்பட்டிருப்பதாக ஒரு செய்தி வந்தது. இது பரபரப்பும் பயமும் நிறைந்த விஷயமாக இருந்தது.

இதைப்பற்றிப் பலமாதிரியான பேச்சு அடிபட்டது.

வெள்ளைக்காரர்களைக் கட்டபொம்மு எதிர்த்ததுதான் காரணம் என்று சொல்லப்பட்டது.

கட்டபொம்முவின் தம்பியான ஊமைத்துரை, தன்னுடைய அண்ணனைக் கொன்றதுக்குப் பழியாகப் பத்து வெள்ளைக்கார அதிகாரிகளைப் பிடித்துக் கொன்று பதிலுக்கு மரத்தில் தொங்க விட்டிருக்கிறார் என்றும் பேசிக்கொண்டார்கள்.

கும்பினியாரை எதிர்த்தும் ஆதரித்தும் ஜனங்கள் தங்களுக்குள் பேசிக்கொண்டார்கள்.

எங்கேயோ சமுத்திரத்துக்கு அங்கிட்டுள்ள சீமையிலிருந்து வந்து நம்மை அடக்கி ஆள முடியுமா? என்று கேட்டார் அக்கையா.

அவன் துப்பாக்கியும் கரி மருந்தும் வச்சிருக்கானாமே. அதைவிடப் பெரீசு பீரங்கிண்ணு ஒண்ணு இருக்காமே!

ஒரு பீரங்கியை வெடிச்சா ஒரு ஊரே அழிஞ்சி போகுமாமே என்றெல்லாம் பேசிக்கொண்டார்கள்.

"பிரம்மாஸ்திரம் எங்கிறது அதுதான்; அது அவன் கையிலெ இருக்கிற வரைக்கும் யாராலேயும் அவனை ஜெயிக்க முடியாது, ஆமா" என்றார் பஜனைமடம் பார்த்தசாரதி.

வெள்ளைக்காரனிடம் நாம் சிக்கிக் கொள்ளக் கூடாது; நாம் தனியா இருக்கணும். அவன் சங்காத்தம் நமக்கு வேண்டாம் என்றார் அக்கையா.

அவனுக்கு நாம் வாக்குக் கொடுத்துட்டோம்; மீறக் கூடாது இனி என்பது கோவிந்தப்ப நாயக்கர் கட்சி.

◯

கொஞ்ச நாள் கழித்து கும்பினியைச் சேர்ந்த அதே அதிகாரிகள் கோபல்ல கிராமத்துக்கு வந்தார்கள். இப்பொழுது அவர்கள் இரண்டு பேராக மட்டும் வரவில்லை. ஒரு பட்டாளமே வந்தது. அப்பொழுதுதான் அவர்கள் கையில் வைத்திருந்த அந்தத் துப்பாக்கிகளை இந்தக் கிராமத்து ஜனங்கள் முதல்-முதலாகப் பார்த்தார்கள் அதிசயத்தோடு.

கவணையும் வில்லையும் வேலையும் பார்த்த அவர்களுக்கு அது ஒரு பயங்கர அதிசயப் பொருளாக இருந்தது.

கும்பினியின் வெள்ளைப் பட்டாளத்தில் இப்பொழுது கருப்பர்களும் இருந்தார்கள். இவர்களைப் பழக்குவதற்குள் வெள்ளைக்காரர்கள் ரொம்ப சிரமப்பட்டுப்போனார்களாம்! அதைப்பற்றி அக்கையா சொல்ல ஆரம்பித்தால் கேட்க சுவாரஸ்யமாய் இருக்கும்.

வெள்ளைக்காரன் இவன்களை வரிசையாக நிறுத்தி அவன் இவர்கள் எதிரே நின்றுகொண்டு குயவன் மண்ணை மிதிக்கிற மாதிரி மாறிமாறி ஒரு காலை மாற்றி ஒரு காலை வெறும் தரையில் மிதிப்பானாம். எதிரே வரிசையாய் நிற்கும் இவன்களையும் அதே மாதிரி மிதிக்கச் சொல்லுவானாம்.

இவன்கள் அப்படி மிதிக்கும்போது அவன் "லெப்ட், ரைட்; லெப்ட், ரைட்" என்று சொல்லிக்கொண்டே இருப்பானாம்.

"லெப்ட் ரைட் என்கிறது அவனுடைய பாஷை. அது இந்தக் கழுதைகளுக்கு எங்கே தெரியும்? ஒண்ணுபோல மிதிச்சாத்தானே. எவ்வளவு சொல்லியும் தெரியலை. அவன் தந்திரக்காரனில்லையா; ஒரு காரியம் செஞ்சான். இந்தப் பயல்கள் ஒவ்வொருத்தன் இடது கால்லேயும் பச்சோலையைக் கிழிச்சி தண்டை மாதிரிக் கட்டினான். வலது கால்லெ சீலைத் துணியெக்கிழிச்சிக் கட்டினான். இப்பொ அவன் சொன்ன மாதிரி இந்தப் பயல்களும் சொல்லிக்கிட்டே வெறும் தரையெ மாறிமாறி உதைக்க ஆரம்பிச்சாங்களாம்.

"ஓலைக்கால், சீலைக்கால், ஓலைக்கால், சீலைக்கால். ஓலைக்கால்ண்ணா இடது காலை உதைக்கணும்; சீலைக் கால்ண்ணா வலது காலை உதைக்கணும்" இப்படிச் சொல்லிச் சிரித்தார் அக்கையா.

காரணமில்லாமல் பூமாதேவியை இப்படிக் காலால் உதைக்கவிடுவது தப்பு என்று பட்டது பார்த்தசாரதிக்கு!

❍

39

1858ஆம் வருஷம் விக்டோரியா மகாராணி கும்பினி ஆட்சியைத் தானே ஏற்றுக்கொண்டு இந்திய மக்களுக்குச் சமாதானமும் ஆறுதலும் ஏற்படும்படி ஒரு அறிக்கை விட்டிருந்தாள்.

இந்தப் 'பேரறிக்கை'யை இந்திய மக்களிடமும் முக்கிய கிராமப் பிரமுகர்களிடமும் கொண்டுபோய்த் தெரிவிக்கும் கடமை கும்பினியின் பொறுப்பு அதிகாரிகளுக்கு ஏற்பட்டது. அதன்படிதான் அவர்கள் இப்பொழுது கோபல்ல கிராமத்துக்கு வந்திருக்கிறார்கள்.

முக்கியஸ்தர்களை ஒரு பொது இடத்தில் கூட்டினார்கள். அவர்களிடம் விக்டோரியா பேரரசியின் அறிவிப்பை வாசித்து விளக்கினார்கள்.

இனிமேல் மக்களுக்கு ஒரு குறைவும் ஏற்படாமல் பார்த்துக்கொள்ளப்படும் என்றும் மத விஷயங்களில் சர்க்கார் தலையிடாது என்றும் உறுதி கூறினார்கள்.

வெள்ளைக்காரர்கள் வேற்று மதத்தினர்களாக இருக்கிறார்களே என்கிற தயக்கம் வேண்டாம். இங்கே உள்ள எந்த மத விஷயங்களிலும் சர்க்கார் ஊடாடாது. உங்களுக்குப் பூரண மத சுதந்திரம் உண்டு.

இனிமேல் கொள்ளை கொலை முதலியன ஏற்படாமல் நாங்கள் பார்த்துக்கொள்கிறோம்; நீங்கள் ஒன்றுக்கும் பயப்பட வேண்டாம்.

கும்பினியின் ஆட்சி போய் மகாராணியின் ஆட்சியின் கீழ் வந்துவிட்டோம் என்று கேள்விப் பட்டதும் இந்த ஜனங்களுக்குக் காரணமில்லாமல் ஒரு சந்தோஷம் வந்தது!

கி. ராஜநாராயணன்

அவர்களுக்கு, ராணி மங்கம்மாவின் ஆட்சியைப் பற்றிய ஞாபகம் வந்தது.

ராணி மங்கம்மாவின் ஆட்சியில் நடந்தவைகளைத் தங்கள் முன்னோர்கள் சொல்லக் கேள்விப்பட்டும், அதனால் விளைந்த நலன்களைக் கண்ணாரப் பார்த்துமிருப்பவர்கள் அவர்கள்.

'ராணி விக்டோரியாகூடப் பாக்கிறதுக்கு ஒரு வேளை ராணி மங்கம்மா மாதிரியே இருக்கலாம்' என்று கோவிந்தப்ப நாயக்கருக்குச் சம்மந்தமில்லாத ஒரு கற்பனை வந்தது! ஆனால் அவர், மங்கத்தாயாரு அம்மாள் சொல்லி ராணி மங்கம்மாவைப் பற்றிக் கற்பனையில் அறிந்துகொண்டதுதான்.

மங்கம்மா சாலை எப்படி வந்தது என்பதற்கு ஜனங்கள் ஒரு கதை சொல்லுவார்கள்.

ஒருநாள், ஆலோசனை மண்டபத்தில் முக்கிய மானவர்களோடு ராணி மங்கம்மா ஆலோசனை நடத்திக் கொண்டிருந்தாளாம். அவளுக்கு எதிரே தாம்பூலப் பெட்டி இருந்தது. வழக்கமாக வெற்றிலை மடித்துக்கொடுக்கும் பணியாள் பக்கத்தில் இல்லை. முக்கியமான அரசாங்க ஆலோசனைகளின் போது பணியாட்கள் அருகாமையில் இருப்பது வழக்கம் இல்லை.

ராணியின் கையில், வலதுகைப் பெருவிரலுக்கும் ஆள் காட்டி விரலுக்கும் இடதுகைப் பெருவிரலுக்கும் அதன் ஆள்காட்டி விரலுக்கும் ஆக நாலு விரல்களுக்கும் ஊடே ஒரு பாக்கு யோசனையில் உருண்டுகொண்டே இருந்தது.

ராணி, அவர்கள் ஒவ்வொருவர் சொல்லுவதையும் கவனமாகக் கேட்டுக்கொண்டிருந்தாள்.

பாக்கு, வலதுகை விரலின் இடுக்கில் சிறிது நேரம் இருக்கும்; பிறகு அது இடது கை விரலின் இடுக்குக்கு வந்து கொஞ்சநேரம் இருக்கும்; பிறகு அது திரும்பவும் வலது கை விரலுக்குப் போகும்; இப்படியே வந்தது.

ராணிக்குப் பளிச்சென்று ஒரு முடிவு மனசுக்குள் தெரிந்தது. உடனே அவளுடைய இடதுகைக்குப் போன பாக்கு அவளை அறியாமலேயே டக்கென்று வாய்க்குள்போய் விழுந்தது!

இடது கையினால் பாக்கை வாய்க்குள் போட்டதும் அங்கே கூடியிருந்தவர்களைப் போலவே ராணியும் திடுக்கிட்டாள்.

மங்களப் பொருளை இடது கையால் தொட்டதைவிட அதை இடது கையாலேயே சபையின் மத்தியில் வைத்து வாயில் போட்டுக்கொண்ட தப்பிதத்துக்குப் பரிகாரம் என்ன?

பாக்கை இடது கையினால் போட்டுக்கொண்டதுக்குப் பரிகாரமாகத்தான் ராணி மங்கம்மாள் இந்தச் சாலையைப் போட்டாளாம்!

இந்தக் கதையை மங்கத்தாயாரு அம்மாவிடம் யார் பிரஸ்தாபித்தாலும் மெதுவாகச் சிரித்துவிட்டு, அது இல்லை என்பதுபோலக் கையை அசைப்பாள். பிறகு ரகசியமான சன்னக் குரலில், “ரொம்ப பேருக்குத் தெரியாது நிஜம்! சின்ன வயசிலேயே எனக்கு ராணி மங்கம்மாவைப் பத்தித் தெரியும். நாங்க கொஞ்ச நாள் அங்கே அரண்மணையில் தங்கி இருந்திருக்கோம். அந்த மகராசிக்கு நம்மளைப் போல வலதுகை விளங்காது; எடதுகைதான். இது ரொம்ப பேருக்குத் தெரியவே செய்யாது!” என்பாள்.

‘எது எப்படியோ, ஜனங்களுக்கு அது ஒரு நல்ல காரியமா அமைஞ்சீட்டது. ராஜாத்திங்கிறது அவள்தான்’ என்று நினைப்பார் கோவிந்தப்ப நாயக்கர்.

ராணி மங்கம்மாவின் சிறப்பால் ராணி விக்டோரியாவும் ஓர் உயர்வாகத் தோன்றினாள் அவர்களுக்கு.

40

விட்டில் பஞ்சத்தின்போது ஜனங்கள் இங்கே பட்ட துயரத்தைப் பிரஸ்தாபித்து, அது சமயம் கோட்டையார் செய்த உபகாரத்தை அவர்கள் பெரிதும் சிலாகித்தார்கள். நன்றி சொன்னார்கள்.

இனிமேல் அரசு இப்படி சமயங்களில் மெத்தனமாக இருக்காது என்றும், விரைந்து வந்து உதவும் என்றும் உறுதி சொன்னார்கள்.

அரசாங்க விரோத சக்திகளுக்கு யாரும் ஒத்துப்போகக் கூடாது, வதந்திகளை யாரும் நம்ப வேண்டாம் என்று கேட்டுக்கொண்டார்கள். பாரம்பரியமாகவே நீங்கள் ராஜ விஸ்வாசம் கொண்ட மக்கள். மகாராணி விக்டோரியா உங்களுக்கு வேண்டிய எல்லாவித நன்மைகளையும் செய்யவே எங்களை இங்கே அனுப்பி இருக்கிறார்கள் என்றார்கள்.

அங்கே கூடியிருந்த அனைவருக்கும் இது நல்லதாகவே பட்டது.

ஏகோபித்த நம்பிக்கையுடன் அவர்கள் விக்டோரியா மகாராணியின் ஆட்சியை மனப்பூர்வ மாக ஏற்றுக்கொண்டார்கள்.

ஆனால் நாட்கள் செல்லச் செல்ல அந்த நம்பிக்கை மெல்ல மெல்ல சிதலமடைந்ததையும், நாட்டின், அந்தக் கிராமத்தின் மக்களுடைய சுதந்திர ஆவேசம் நீறுபூத்த நெருப்பாக இருந்ததையும் வெள்ளை ஆட்சி கண்டு கொள்ளவில்லை.

நிலவிய அப்போதைய அமைதி, வரும் ஒரு புயலுக்கு முன்னுள்ளது என்பதை அறியவில்லை யாரும்.

❍